முச்சந்தி இலக்கியம்

முச்சந்தி இலக்கியம்

'பெரிய எழுத்துப் புத்தகங்கள்', 'குஜிலி நூல்கள்', 'காலணா, அரையணா பாட்டுப் புத்தகங்கள்', 'தெருப் பாடல்கள்' என்று பலவாறாக அழைக்கப்பட்ட வெகுசன இலக்கியக் கருவூலம் பற்றிய முதல் நூல் இது. மெல்லிய தாளில், மலிவான அச்சில், பெரிய எழுத்தில், பல்வேறு பொருள்கள் பற்றி 19ஆம் நூற்றாண்டின் கடைசியிலிருந்து 20ஆம் நூற்றாண்டின் நடுப்பகுதிவரை வெளியான வெகுசன இலக்கியம் குறித்த விரிவான ஆய்வு இது. இவ்விலக்கியத்தின் தன்மை, உருவாக்கம், உள்ளடக்கம், இயற்றியோர், வெளியிட்டோர், பரப்பியோர், வாசகர்கள், வாசிப்பு முறை ஆகியவற்றை விரிவாக ஆராயும் நூல் இது. துண்டுதுணுக்குகளாகப் பல்வேறு இடங்களில் சிதறிக்கிடக்கும் அரிய செய்திகளைக் கொண்டு சுவையாகவும் விறுவிறுப்பாகவும் எழுதப்பட்ட நூல்.

ஆ. இரா. வேங்கடாசலபதி தமிழ்ச் சமூக வரலாறு தொடர்பாகக் குறிப்பிடத்தகுந்த ஆய்வுகள் செய்துவருபவர். சென்னை வளர்ச்சி ஆராய்ச்சி நிறுவனத்தில் *(Madras Institute of Development Studies)* பேராசிரியராக இருக்கும் இவர், மனோன்மணியம் சுந்தரனார் (திருநெல்வேலி), சென்னை, சிகாகோ, சிங்கப்பூர் பல்கலைக்கழகங்களில் பணியாற்றியிருக்கிறார். கனடா இலக்கியத் தோட்டத்தின் வாழ்நாள் சாதனையாளருக்கான 2021ஆம் ஆண்டின் இயல் விருதைப் பெற்றுள்ளார்.

"Alone among students of Tamil literature and history, A.R.Venkatachalapathy has examined the role of printed folklore in nationalist thinking in the early twentieth century, with an emphasis on appropriation and sanitisation."

- Stuart Blackburn, *Print, Folkore and Nationalism in Colonial South India.*

ஆசிரியரின் பிற நூல்கள்

எழுதியவை

வ. உ. சி.யும் திருநெல்வேலி எழுச்சியும்
பின்னி ஆலை வேலைநிறுத்தம், (இணையாசிரியர்: ஆ. சிவசுப்பிரமணியன்)
அந்தக் காலத்தில் காப்பி இல்லை முதலான ஆய்வுக் கட்டுரைகள்
நாவலும் வாசிப்பும்
முல்லை: ஓர் அறிமுகம்
பாரதி: கவிஞனும் காப்புரிமையும்
ஆஷ் அடிச்சுவட்டில்: அறிஞர்கள், ஆளுமைகள்
எழுக, நீ புலவன்!: பாரதி பற்றிய கட்டுரைகள்
தமிழ்க் கலைக்களஞ்சியத்தின் கதை
திராவிட இயக்கமும் வேளாளரும்
வ.உ.சி.யும் காந்தியும்: 347 ரூபாய் 12 அணா
திருநெல்வேலி எழுச்சியும் வ.உ.சி.யும் 1908

பதிப்பித்தவை

வ. உ. சி. கடிதங்கள்
மறைமலையடிகளார் நாட்குறிப்புகள்
வ. உ. சி.யும் பாரதியும்
பாரதியின் கருத்துப்படங்கள்: 'இந்தியா' 1906–1910
அன்னை இட்ட தீ: புதுமைப்பித்தன்
வ. உ. சி.யின் சிவஞான போதவுரை
புதுமைப்பித்தன் கதைகள்: முழுத் தொகுப்பு
புதுமைப்பித்தன் கட்டுரைகள்
அண்ணல் அடிச்சுவட்டில் – ஏ. கே. செட்டியார்
பாரதி: 'விஜயா' கட்டுரைகள்
புதுமைப்பித்தன் மொழிபெயர்ப்புகள்
பாரதி கருவூலம்: 'ஹிந்து' நாளிதழில் பாரதியின் எழுத்துகள்
திலக மகரிஷி – வ.உ.சி.
பாரதியின் சுயசரிதைகள்: கனவு, சின்னச் சங்கரன் கதை
சென்றுபோன நாட்கள்: எஸ்.ஜி. இராமாநுஜலு நாயுடு
புதுமைப்பித்தன் வரலாறு: தொ.மு.சி ரகுநாதன்
உ.வே. சாமிநாதையர் கடிதக் கருவூலம்
சாதிக்குப் பாதி நாளா ? ராஜாஜியின் கல்வித் திட்டம்

தமிழாக்கம்

பாப்லோ நெருடா, துயர்மிகு வரிகளை இன்றிரவு நான் எழுதலாம்
வரலாறும் கருத்தியலும் (Romila Thapar's Past and Prejudice)

In English

(trans), Tranquillity - Bharatidasan
(trans), J.J. Some Jottings - Sundara Ramaswamy
In Those Days There Was No Coffee: Writings in Cultural History
(ed.) A.K. Chettiar, In the Tracks of the Mahatma: The Making of a Documentary
(ed.) Chennai, Not Madras: Perspectives on the City
(ed.) M.L. Thangappa, Love Stands Alone: Selections from Tamil Sangam Poetry
(ed.) M.L. Thangappa, Red Lilies and Frightened Birds: 'Muttollayiram'
The Province of the Book: Scholars, Scribes, and Scribblers in Colonial Tamilnadu
(co-ed.), Beyond Tranquebar: Grappling Across Cultural Borders in South India
Who Owns That Song?: The Battle for Subramania Bharati's Copyright
Tamil Characters: Personalities, Politics, Culture

ஆ. இரா. வேங்கடாசலபதி

முச்சந்தி இலக்கியம்

காலச்சுவடு பதிப்பகம்

● அன்பார்ந்த வாசகருக்கு,

வணக்கம்.

காலச்சுவடு நூலை வாங்கியமைக்கு நன்றி.

நூலின் உள்ளடக்கம், உருவாக்கம், அட்டைப்படம் இன்ன பிற அம்சங்கள் பற்றிய உங்கள் கருத்துகளையும் ஆலோசனைகளையும் காலச்சுவடு வரவேற்கிறது. தகவல், எழுத்து, வாக்கியப் பிழைகள் தென்பட்டால் கட்டாயம் தெரிவித்து உதவுங்கள். நூல் தயாரிப்பில் கடும் குறைபாடு இருப்பின் மாற்றுப் பிரதி உங்களுக்குக் கிடைக்கக் காலச்சுவடு ஏற்பாடு செய்யும்.

மின்னஞ்சல்: *publisher@kalachuvadu.com*

காலச்சுவடு நாகர்கோவில் தலைமையகத்துக்கும் கடிதம் அனுப்பலாம்.

தங்கள்
எஸ்.ஆர். சுந்தரம் (கண்ணன்)
பதிப்பாளர் — நிர்வாக இயக்குநர்

பேராசிரியர் வி. எஸ். சேதுராமன் பண்பாட்டு ஆய்வு மையம் சார்பாக மொழி அறக்கட்டளை வழங்கிய நிதி உதவியுடன் அளிக்கப்பெறும் ஆய்வு.

முச்சந்தி இலக்கியம் ♦ ஆசிரியர்: ஆ. இரா. வேங்கடாசலபதி ♦ © 2004, மொழி ♦ முதல் பதிப்பு: ஆகஸ்ட் 2004, திருத்திய மறுஅச்சு: டிசம்பர் 2005, ஏழாம் (குறும்) பதிப்பு: ஜனவரி 2023 ♦ வெளியீடு: காலச்சுவடு பப்ளிகேஷன்ஸ் (பி) லிட்., 669 கே.பி. சாலை, நாகர்கோவில்

Muchandi Ilakkiyam ♦ A. R. Venkatachalapathy ♦ © 2004, Mozhi ♦ Language: Tamil ♦ First Edition: August 2004, Reprinted with Corrections: December 2005, Seventh (Short) Edition: January 2023 ♦ Size: Demy 1 x 8 ♦ Paper: 18.6 kg maplitho ♦ Pages: 280

Published by Kalachuvadu Publications Pvt. Ltd., 669 K.P. Road, Nagercoil 629001, India ♦ Phone: 91-4652-278525 ♦ e-mail: publications @kalachuvadu.com ♦ Printed at Clicto Print, Jaleel Towers, 42 KB Dasan Road, Teynampet Chennai 600018

ISBN: 978-81-87477-76-1

01/2023/S.No.134, kcp 4303, 18.6 (7) 1k

ம. இலெ. தங்கப்பா
அவர்களுக்கு . . .

பொருளடக்கம்

முன்னுரை	11
பகுதி ஒன்று	17 – 120
1. எதிர்மறையும் நேர்மறையும்	19
2. 'குஜிலி' : இடப்பெயரிலிருந்து உருவகம்வரை	27
3. குஜிலி இலக்கியம்	35
4. 'சந்திலே சிந்து' : பாடுநரும் பாடுகளமும்	55
5. இயற்றியோரும் வெளியிட்டோரும்	69
6. குஜிலியும் தேசியமும்	85
7. மேலோர் மரபும் குஜிலி இலக்கியமும்	95
8. வாசகர்களும் வாசிப்பு முறைகளும்	105
9. தேய்வும் வீழ்ச்சியும்	117
பகுதி இரண்டு	121 – 274
குஜிலிப் பாடல்கள் (பட்டியலுக்கு அடுத்த பக்கம் காண்க)	
சான்றுப் பட்டியல்	275 – 279

குஜிலிப் பாடல்கள்

1. அனுக்கம்பட்டு செடல் முத்தாலு அம்மன் சிறப்பு 123
2. கலியுகச் சிந்து 126
3. நங்கைமார் புலம்பும் நவரத்தின ஒப்பாரி 135
4. நெல்லுகுத்துகிற பதம் 142
5. கொசுப்பதம், நெற்குத்துப்பதம், மூக்குத்தூள் புகழ்–இகழ் பதம் 144
6. ரங்கநாயகிக்கும் நாச்சியாருக்கும் சம்வாதம் 147
7. விளக்கெண்ணைக்கும் மண்ணெண்ணைக்கும் சண்டையின் கும்மி 151
8. மேல் பறக்கும் மோட்டார் கார் சிந்து 158
9. சிலோன் கலக சிந்து 162
10. மாப்பிள்ளைமார் ஆயிரம்பேர் மரணமடைந்த கள்ளிக்கோட்டை கலகச் சிந்து 165
11. எம்டன் கப்பலை குண்டாலடித்து துரத்திய வல்லமைச் சிந்து 168
12. மயிலாப்பூர் ரதத்தில் அகப்பட்ட ரணக்களச் சிந்து 173
13. மடராஸ் ரெயில் கலகம் 175
14. மோசடி வியாபாரச் சிந்து 181
15. அகிலமெங்கும் புகழ்ந்துக்கட்டும் அண்டாசீட்டுப் பாட்டு 187
16. கள்ளுக்கடைச் சிந்து 195
17. குதிரைப்பந்தயச் சிந்து என்னும் கிண்டிரேஸ் பாட்டு 203
18. ஜெம்புலிங்க நாடார் பராக்கிரம சிந்து 211
19. ஜம்புலிங்க நாடார் துற்விளையாடற் சிந்து 215
20. ஜெயிலிலிருந்து செம்புலிங்க நாடார் ஓடிப்போன பாட்டு 222
21. கொடுக்கூர் ஆறுமுக படையாக்ஷியின் அற்புதக் கலகச் சிந்து 224
22. நான்கு பேர் அரஸ்டும் லக்ஷ்மையாவின் மர்டரின் மர்மமும் 231
23. ஹஸிநாபிவி சிசுகொலைச் சிந்து 239
24. கள்ளப்புருஷன் ஆசையால் பிள்ளையைக் கொன்ற கனகம்மாள் துயரம் 246
25. சிதம்பரம் கசாய்கடை கோபாலு நாயகர் கொலைச் சிந்து 253
26. ஸ்ரீமான் C. N. லக்ஷ்மிகாந்தம் மரண கீதம் 260
27. கதர் ஆனந்த ஏலப்பாட்டு 264
28. ஹோம்ரூல் கண்டன திராவிடர் முன்னேற்ற . . . கும்மி 272

முன்னுரை

*1939*இல் வெளியான கல்கியின் *தியாக பூமி* நாவலில் ஒரு காட்சி.

கோர்ட் அமீனா ஒருவன் வந்து, 'சாமி!' என்று கூப்பிட்டான்.

(சம்பு) சாஸ்திரியார் அவனை உள்ளே வரச்சொல்லி, என்ன விசேஷம் என்று கேட்டார். அமீனா அச்சிட்ட ஒரு கடுதாசியை எடுத்து நீட்டி, 'சாட்சி சம்மன், சாமி! ...' என்றான்.

சாஸ்திரி திகைப்புடன், 'சாட்சியாவது, சம்மனாவது? எனக்கு முன்னே பின்னே கோர்ட் வாசனையே தெரியாதே, அப்பா! என்னை யாரு சாட்சிக்குக் கூப்பிடறா?' என்று கேட்டார்.

'ஸம்மனை வாங்கிப் பாருங்களேன், சாமி! தானே தெரியறது. யாரோ உமாராணி என்ற சாவித்திரியோ, சாவித்திரி என்கிற உமாராணியோ, பட்டணத்திலே இருக்காளாமே! அவக மேல கேஸாம்!' என்றான்.

சாஸ்திரி திடுக்கிட்டவராய், 'என்ன, என்ன? உமாராணிங்கிற சாவித்திரியா?' என்று கேட்டார்.

'ஆமாங்க, சாமி! இந்தக் கேஸு இப்போ ரொம்ப அடிபடுதுங் களே! காலணாப் பாட்டுப் புத்தகங்கூட வந்துடுத்தே?

இந்தக் காலணா பாட்டுப் புத்தகங்கள் பற்றிய நூல் என்று இதனைச் சொல்லலாம். 'குஜிலி' இலக்கியம் என்றும், 'தன்னானே பாடல்கள்' என்றும், 'காலணா, அரையணா பாட்டுப் புத்தகங்கள்' என்றும், 'பெரிய எழுத்துப் புத்தகங்கள்' என்றும், 'தெருப் பாடல்கள்' என்றும் பல்வேறு பெயரில் அழைக்கப்பட்டதோர் இலக்கியக் கருவூலம் பற்றிய முதல் விரிவான ஆய்வு இது.

தமிழ் இலக்கிய வரலாற்றியலிலும், இலக்கியத் திறனாய்வியலிலும் மேலோரின் உயர் இலக்கியங்களே பெரிதும் பேசப்படுகின்றன. அண்மைக் காலத்தில், அதாவது சென்ற அரை நூற்றாண்டளவில், நாட்டார் வழக்காற்றியல் என்றும் நாட்டுப்புறவியல் என்றும் சுட்டப்பட்டு, வாய்மொழி இலக்கியமும் ஓரளவு ஆய்வுக் கவனம் பெற்றுவந்துள்ளது. மேலோர் இலக்கியம், நாட்டார் வழக்காறு என்ற இவ்விரண்டுக்கும் இடைப்பட்டதோர் இலக்கிய உற்பத்தி ஏறத்தாழ கவனமே பெறவில்லை.

பத்தொன்பதாம் நூற்றாண்டின் கடைப்பகுதியிலிருந்து இருபதாம் நூற்றாண்டின் நடுக்கூறுவரை ஆயிரக்கணக்கான சிறுநூல்கள் மெல்லிய தாளில், மலிவான அச்சில், பெரும்பாலும் பெரிய எழுத்துகளில், பல்வேறு பொருள் பற்றி அமைந்து தமிழகத்தின் வெகுசனங்களிடையே பரவியிருந்துள்ளன.

1909 முதல் 1931 வரை இலண்டன் பிரிட்டிஷ் அருங்காட்சியகத்தில் சேர்க்கப்பட்ட தமிழ் நூல்களை அட்டவணைப்படுத்திய எல். டி. பார்னட்,

> சென்ற இருபது ஆண்டுகளில் தமிழ் இலக்கியத்தின் வளர்ச்சி மிகுதியாகவும் வேகமாகவும் இருந்துள்ளது. . . . இதில் மிகச் சுவையான அம்சம், பல்வேறு கருப்பொருள்களில் அமைந்த வெகுசனக் கதைப்பாடல்களாகும்: (உலகப்) போரின்பொழுது ஜெர்மன் கப்பல் எம்டனின் தாக்குதல், உள்ளூர்க் கலகங்களும் கொலைகளும், கொக்கிப் புழுவின் கேடுகள், விமானத்தின் அற்புதம், சமூக அபத்தங்கள் மற்றும் உடனடி ஆர்வம் தரக்கூடிய பல்வேறு விஷயங்கள் நயமான எதுகை மோனையோடு பாடப்பட்டுள்ளன. இவற்றின் இலக்கிய மதிப்பு குறைவே என்றாலும், வெகுசனங்களின் எண்ணங்கள், உணர்வுகள் ஆகியவற்றின்மீது இவை பாய்ச்சும் வெளிச்சம் உண்மையான மதிப்பு கொண்டது.

என்று இவ்வகை நூல்கள் அவர் கவனத்தைக் கவர்ந்ததைக் கூறுகிறார். (L.D. Barnett (compiler), *A Supplementary Catalogue of the Tamil Books in the Library of the British Museum,* London, 1931, preface.) இந்த அவதானிப்பு முக்கியமானது. பொதுவாக இவ்வகை வெகுசன இலக்கியம் பற்றிப் பாராமுகமாகவே இருக்கும் மேட்டிமை அறிவாளர்கள், அவற்றைக் கவனிக்கும்பொழுதெல்லாம் பொருந்தாத

இலக்கிய அளவுகோல்களைக் கொண்டு மதிப்பிட்டு ஒதுக்கும் அதே வேளையில், அவற்றின் பாடுபொருளை விந்தையோடு பார்த்துள்ளனர். இந்தக் கேளிக்கை அம்சமே அவர்களைப் பெரிதும் கவர்ந்துள்ளது. குஜிலிப் பாடல்கள் சிலவற்றை மறுவெளியீடு செய்த அறந்தை நாராயணன், அட்சரம் சிற்றிதழ் ஆகியோரிடம் இதைக் காணலாம். மற்றபடி சமூகத்தின் மேல்தளத்தாலும் அதன் அறிவாளர்களாலும் பெரும் ஏளனத்திற்கும் கண்டிப்பிற்கும் மட்டுமே முச்சந்தி இலக்கியம் உள்ளாகியிருக்கின்றது.

ஓர் அரை நூற்றாண்டுக் காலம் தமிழ்ச் சமூகத்தின் அடித்தளத்தில் கோலோச்சிய இவ்விலக்கியம் பற்றி இத்தகைய குறிப்புகளே அங்கொன்றும் இங்கொன்றுமாக விரவிக்கிடக்கின்றன. இக்குறிப்புகளைத் தொகுத்தும், அவற்றுக்கு அப்பாற்பட்டு இப்பாடல் நூல்களையும் பிறவற்றையும் தேடியெடுத்து நேரில் பார்த்தும், காலனிய அரசாங்க ஆவணங்களையும் ரகசிய போலீஸ் குறிப்புகளையும் கண்டெடுத்தும் இவ்விலக்கிய உலகை மீட்டுருவாக்கம் செய்வதே இந்நூலின் நோக்கம்.

வெகுசன அசைவியக்கங்கள் பருமையான சான்றுகளையும் எச்சங்களையும் விட்டுச் செல்வதில்லை. முச்சந்தி இலக்கியப் பதிப்பகங்கள் இன்று ஏறத்தாழ அழிந்துவிட்டன. இந்த இலக்கியமும் அருகிவிட்டது. ஆயிரக்கணக்கில் வெளியான இந்நூல்கள் பாதுகாக்கப் படாமல் அழிந்துவிட்டன; சில சமயங்களில் அழிக்கவும் பட்டுள்ளன. எஞ்சிய நூல்களும் மிகச் சிதிலமடைந்த நிலையிலுள்ளன. இரண்டொரு ஆவணக்காப்பகங்களும் சில தனிநபர்களுமே இவற்றை வைத்துள்ளனர்.

இந்நிலையில், முச்சந்தி இலக்கியம் பற்றிய இந்த ஆய்வை, இது பற்றிய எதிர்மறையான குறிப்புகளை அவற்றின் நோக்கங்களுக்கு மாறாகவும் எதிரிடையாகவும் வாசித்தே (reading against the grain) நடத்த வேண்டியுள்ளது. இருப்பினும், கண்டெடுத்த குஜிலி இலக்கிய நூல்களைக் கொண்டு ஓரளவு இனமையவாதப் (ethnocentrism) பார்வையை வெல்ல முடிந்துள்ளது. குஜிலி இலக்கிய உலகத்தினர் தங்களைத் தாங்களே எவ்வாறு பார்த்துள்ளனர் என்பதை ஓரளவேனும் இந்நூல் மீட்டுருவாக்கிப் பதிவு செய்துள்ளதென்று வாசகர்கள் கருதினால் அதுவே பெரிய வெற்றி என்றுதான் சொல்ல வேண்டும்.

தமிழில் இதற்கு முன்மாதிரி இல்லாத நிலையில் மேற்குலகில் இதனையொத்த வெகுசன இலக்கியம் பற்றிய விரிவான ஆய்வுகள் கலங்கரை விளக்கமாகத் திகழ்ந்தன. தொழில்மயமாக்கத்திற்கு முந்தைய சமூகத்தைப் பற்றிய சித்தரிப்புகளையும், சமூக வரலாற்றையும் அறிவதற்கே இவ்வெகுசன இலக்கியம் மேலை ஆய்வுலகில் ஆராயப் பட்டுள்ளது. Chapbook என்று ஆங்கிலத்திலும், bibliotheque bleue என்று பிரெஞ்சு மொழியிலும் சுட்டப்படும் வெகுசனச் சிறுநூல்களும் பாட்டுப் புத்தகங்களும் பழம்பொருள் ஆர்வலர்கள் (antiquarians) மட்டுமல்லாமல் சமூக வரலாற்றாசிரியர்களையும் கவர்ந்துள்ளன.

முக்கியமாக, மனப்பாங்குகளின் *(mentalite)* வரலாறு என்ற புதியதொரு ஆய்வுக் களத்தைப் பிரெஞ்சு 'அனால்ஸ்' வரலாற்றாசிரியர்கள் உருவாக்கியதில் இவ்வெகுசன இலக்கியத்திற்கு முக்கியப் பங்கு உண்டு. இவ்வகையில் முக்கியமான சில ஆய்வுகள் நூல் இறுதியில் அமைந்துள்ள சான்றுப்பட்டியலில் நிரல்படுத்தப்பட்டுள்ளன.

முச்சந்தி இலக்கியத்தின் தன்மை, உருவாக்கம், உள்ளடக்கம், இயற்றியோர், வெளியிட்டோர், பரப்பியோர், வாசித்தோர், வாசிப்பு முறை ஆகியன பற்றி இந்நூல் விரிவாகவே பேசுகின்றது. இவற்றை மீட்டுருவாக்கம் செய்யுங்கால் வெகுசனப் பண்பாட்டுக்கும் மேட்டிமைப் பண்பாட்டுக்கும் இடையிலான உறவும் ஊடுசரடாக இழையோடுகின்றது. ஏனெனில், குஜிலி இலக்கியம் போன்றதொரு வெகுசனப் பண்பாட்டைத் தனித்து நோக்க இயலாது. அதனை நசுக்கவும், கட்டுப்படுத்தவும், 'தூய்மை'ப்படுத்தவும் விழையும் மேட்டிமைப் பண்பாட்டோடு உறழ்ந்தே அதனை ஆராய முடியும்.

நூலின் இரண்டாம் பகுதியாக, சில முக்கியமான குஜிலிப் பாடல் நூல்கள் வழங்கப்பட்டுள்ளன. இன்று கிடைத்தற்கரியதாகி விட்ட நூல்கள் சிலவற்றை வாசகர்கள் பார்வைக்கு வைப்பதே இப்பகுதியின் நோக்கம். தமிழ்ச் சமூகத்தை ஆவணப்படுத்தியவர்களில் முக்கியமான ஒருவரான ஏ.கே.செட்டியார் பயண இலக்கியம் சார்ந்த சில பாடல்களை மறுவெளியீடு செய்திருக்கிறார். வேறு சிலரும் இடையிடையே சில பாடல்களை மறுபதிப்புச் செய்துள்ளனர். குஜிலி உலகின் முழுப் பரப்பையும் வீச்சையும் பிரதிநிதித்துவப்படுத்தும் வகையில் இப்பகுதியை அமைக்க முயற்சி மேற்கொள்ளப்பட்டுள்ளது. சோற்றுப் பதமாக வகைமைக்கு ஒன்றிரண்டே எடுத்துக் காட்டிய போதும்கூட இப்பகுதி மிக விரிந்துவிட்டது. ஆவண மதிப்பைக் கருதி வாசகர்கள் இதைப் பொறுத்துக்கொள்வார்கள் என நம்புகிறேன். மூல நூல் எப்படி இருக்கும் என்பதை வாசகர்கள் உணரும்பொருட்டு, இப்பாடல்கள் மூலத்தில் உள்ள அமைப்பிலேயே எழுத்து, அச்சுப் பிழைகளோடும் ரகர, றகர, லகர, ளகர, ழகர மயக்கங்களோடும் வழங்கப்பட்டுள்ளன. பாடல் அமைப்பும் பேணப்பட்டுள்ளது. மேலும், மாதிரிக்காக ஒரு பாட்டு நூல் மட்டும் அப்படியே ஒளிப்படியாகத் தரப்பட்டுள்ளது.

இந்நூல் ஒரு பெரும் ஆய்வுப் பரப்பை மேலோட்டமாகக் கீறிப் பார்த்துள்ளது என்று மட்டுமே சொல்ல முடியும். விரிவான பல ஆய்வுகளுக்குக் கால்கோளாகப் பல தெறிப்புகளை நுட்பமான வாசகர்கள் அவதானிக்கலாம். முக்கியமாக குஜிலி நூல்களின் உள்ளடக்கத்தையும் அமைப்பையும் விரிவாக ஆராய்வதற்கு இடம் உள்ளது. பிற ஆய்வாளர்கள் இதனைத் தொடர்வார்கள் என்றும், இந்நூலின் துணிபுகளையும் முடிபுகளையும் கேள்விக்குட்படுத்தி, தமிழ்ச் சமூகம் பற்றிய புரிதலை விரிவும் ஆழமும் படுத்துவார்கள் என்றும் எதிர்பார்க்கிறேன்.

'குஜிலி நூல்கள்' என்ற தொடரை எனக்கு முதன்முதலில் அறிமுகப் படுத்தியவர் புலவர் த. கோவேந்தன். 1983–87வரை அவரைக் கிழமைதோறும் கண்டு உரையாடியபொழுது இந்நூல்கள் பற்றி அவர் ஆர்வம் பொங்கக் கூறிய செய்திகள் அவற்றை மேலும் அறியத் தூண்டின. ஒரு முறை குஜிலி பஜாருக்கு என்னை நேரே அழைத்துச் சென்று முன்னாளைய புத்தகக் கடைகளையும் புத்தகச் சூழலையும் சுட்டிக்காட்டியதோடு, தம் இளமைக்கால அனுபவங் களையும் பகிர்ந்துகொண்டார். த. கோவேந்தன் கிளர்த்திய ஆர்வம், தமிழ்ப் பதிப்புலகத்தின் சமூக வரலாறு பற்றிய என் முனைவர் பட்ட ஆய்வின் ஒரு பகுதியாக குஜிலி இலக்கியத்தையும் இணைத்துக் கொள்ள வைத்தது. ஆய்வேட்டில் ஓர் இயலாக மட்டும் அமைந்த பகுதி இன்று தனி நூலாக விரிந்துள்ளது.

இந்த ஆய்வேட்டை நெறிப்படுத்தியவர் புது தில்லி ஜவகர்லால் நேரு பல்கலைக்கழக வரலாற்று ஆய்வு மையத்தில் பேராசிரியராக விளங்கிய முனைவர் கே. என். பணிக்கர் அவர்கள்.

South Indian Folklorist இதழின் ஆசிரியர் பணி. பிரான்சிஸ் செயபதி, சே.ச., அதனுடைய *'Folklore in Print'* சிறப்பிதழுக்குப் பொறுப்பாசிரியராகச் செயல்படுமாறு என்னை அழைத்தபோது அதில் சுருங்கிய வடிவில் இவ்வாய்வு வெளியானது. இந்த ஆங்கில வடிவம் திருநெல்வேலி, புனே, புது தில்லி, இலண்டன், பாரீசு ஆகிய இடங்களின் கல்வி வளாகங்களில் வழங்கப்பட்டபோது பலர் பயனுள்ள கருத்துரைகளை வழங்கினர்.

இந்நூல் எழுதுவதற்கு அடிப்படையான சான்றுகளாக விளங்கிய குஜிலி நூல்கள் பெரும்பாலானவற்றைத் தமிழ்நாடு ஆவணக் காப்பகத்திலும், இலண்டனிலுள்ள பிரிட்டிஷ் நூலகத்திலும் பார்வையிட்டேன். இதற்கு அனுமதி வழங்கியவர்கள் தமிழ்நாடு ஆவணக்காப்பகத்தின் சிறப்பு ஆணையாளரும், பிரிட்டிஷ் நூலகப் பொறுப்பாளர்களும் ஆவர்.

மறைமலையடிகள் நூல் நிலையத்தைப் பயன்படுத்திக்கொள்ள அனுமதி நல்கியதுடன், இந்நூற்பொருள் தொடர்பாகப் பல செய்திகளையும் பகிர்ந்துகொண்டவர் சைவ சித்தாந்த நூற்பதிப்புக் கழகத்தின் ஆட்சியாளர் திரு. இரா. முத்துக்குமாரசாமி அவர்கள்.

வெகுசனப் பண்பாட்டியல் பற்றிய தம் புரிதலைப் பகிர்ந்து கொண்டதோடு, கள ஆய்விற்கும் துணையாக வந்தவர் பேராசிரியர் ஆ. சிவசுப்பிரமணியன். நாட்டார் பண்பாடு பற்றி அவர் தம் ஆய்வு, களப்பணி, உரையாடல் மூலமாகப் பகிர்ந்துகொண்ட செய்திகள் என் பார்வையைச் செழுமைப்படுத்தியுள்ளன.

மதுரை புதுமண்டபத்தில் களஆய்வு மேற்கொண்டபொழுது உடனிருந்தவர் பேராசிரியர் செ. போத்தி ரெட்டி.

கோலார் தங்கவயல் பகுதியில் புழங்கிய பாட்டுப் புத்தகங்கள் சிலவற்றைப் படியெடுத்துக்கொள்ளக் கொடுத்தவர் முனைவர் ஜானகி நாயர். வேறு சில பாட்டுப் புத்தகங்களைக் கொடுத்துதவியவர் ப. சரவணன். தம் பார்வைக்குக் கிட்டிய சில பாட்டு நூல்களின் சில செய்திகளைக் கவனப்படுத்தியவர் முனைவர் அ. கா. பெருமாள்.

குஜிலி நூல்கள் பலவற்றை வெளியிட்ட கே. ஏ. மதுரை முதலியாரின் புகைப்படத்தைக் கொடுத்துதவியதோடு அவரைப் பற்றிய செய்தி களைத் தெரிவித்தவர்கள் அவருடைய மகன் திரு. கே. எம். பாலசுந்தரம் (எ) பாபு மற்றும் பேரர் திரு. கே. பி. தியாகராஜன். அவ்வாறே ஆர். பி. எஸ். மணியின் புகைப்படத்தைக் கொடுத்து உதவியவர் அவர் மகன் திரு. பி. ரமணன்.

இதன் கையெழுத்துப்படியை மேற்பார்த்துக்கொடுத்தவர்கள் முனைவர் பா. மதிவாணன், ஆனந்த் செல்லையா, மு. அறிவழகன்.

இந்நூலின் கையெழுத்துப்படியைத் தயாரிப்பதற்கென ஒரு நல்கையைப் பேராசிரியர் வி. எஸ். சேதுராமன் பண்பாட்டு ஆய்வு மையம் வழி மொழி அறக்கட்டளை வழங்க முன்வந்தது. இதனை இயல்வதாக்கியதோடு, மிக்க பெருந்தன்மையோடு பலமுறை காலநீட்டிப்பு வழங்கியவர்கள் 'மொழி'யின் மேனாள் செயலாளர் திரு. சு. தியடோர் பாஸ்கரன் மற்றும் இந்நாள் செயலாளர் முனைவர் பா. ரா. சுப்பிரமணியன் ஆகியோர். 'மொழி' சார்பாகக் கையெழுத்துப் படியைக் கருத்துரையாளர் ஒருவர் படித்து உதவினார்.

மிகுந்த பொறுப்புணர்வுடன் இதனை ஒளியச்சுக்கோத்தவர்கள் திருமதி ஜெயா மற்றும் ரா. ஸூரியபிரபாஸ்ரீ. மேற்பார்த்து உதவியவர் எம். எஸ். அவர்கள். நூலின் தன்மையை உணர்ந்து பொருத்தமாக அட்டையை வடிவமைத்தவர் சந்தோஷ்.

ஓராண்டுக்கும் முன்பே எழுதி முடிக்கப்பட்ட இந்நூல் இப்பொழுது தான் வெளிவருகிறது. மேலும் காலத்தாழ்வு ஏற்படாமல் விரைந்து செயல்பட்டு, நேர்த்தியாக இந்நூலை வெளியிடுகின்றது காலச்சுவடு பதிப்பகம்.

இவர்கள் அனைவர்க்கும் என் நெஞ்சார்ந்த நன்றி உரியது.

தமிழ், ஆங்கிலம் இரண்டின் 'மொழித் திறத்தையும் முட்டறுத்து முதநூற் பொருளுணர்ந்த நல்லோ'ரான பேராசிரியர் ம. இலெ. தங்கப்பா என் கருத்துலகைப் பெருமளவில் பாதித்தவர்களில் ஒருவர். அந்நன்றி யின் அடையாளமாக இந்நூல் அவருக்குக் காணிக்கை.

சென்னை
15 மே 2004

சலபதி

பகுதி ஒன்று

1
முச்சந்தி இலக்கியம் : எதிர்மறையும் நேர்மறையும்

இந்நூலில் பேசப்படும் வெகுசன இலக்கியத்தைப் பற்றிய முதற் குறிப்புகள் *விவேக சிந்தாமணியில்* காணக்கிடைக்கின்றன. 'அறிவைப் பரவச் செய்வதற்கான சபை'யின் சார்பாக *(Diffusion of Knowledge Agency),* சி.வி. விஸ்வநாத அய்யர் முதலான பார்ப்பன நடுத்தர வர்க்க அறிவாளர்களால் நடத்தப்பட்ட இம்மாத இதழில், தமிழ் மொழியின் நவீன முறையிலான வளர்ச்சியைப் பற்றி அதன் முதல் இதழிலேயே ஓர் ஆசிரியவுரை வெளிவந்தது. அதில் இவ்வெகுசன இலக்கியம் பற்றிய விமரிசனத்தைக் காண்கிறோம். தமிழ் மொழியின் வளர்ச்சிக்குக் குந்தகமான ஒரு காரணியாக, 'வேதாளக் கதை, மதன காமராஜன் கதைகளும், "தன்னானே"ப் பாட்டுப் புஸ்தகங்களும்' சுட்டப்படுகின்றன.[1] இதனையொத்த கருத்தினையே *விவேக சிந்தாமணியில்* எழுதிய பிறரும் வெளிப்படுத்தினர். 'புஸ்தக வாசிப்பு' என்பது பற்றிக் கட்டுரை எழுதிய வே. மோசே ஐயர் என்பவர், '...வாசிப்புக்கு உதவாத தந்தனப்பாட்டும், ரஞ்சனக் கூத்தும், காமத்தை, கர்வத்தை, கபடத்தை, குரோதத்தை ஜெனிப்பிக்கத்தக்க வீண் கதைகாவியங்களும்' என்று குறிப்பிடுவதோடு, இவற்றுக்கு எடுத்துக்காட்டுகளாகக் குற்றாலக் குறவஞ்சி, முக்கூடற் பள்ளு, போற்றிமாலை, பதுமைக் கதை, மதனகாமராஜன் கதை முதலான வற்றைச் சொல்கிறார்.[2]

1890களில் – அதாவது தமிழ் நடுத்தர அறிவாளர் வர்க்கம் முகிழ்க்கும் காலகட்டத்தில் – வெகுசன இலக்கியம் பற்றிய இத்தகைய குறிப்புகள் அங்கொன்றும் இங்கொன்றுமாக வெளிப்படலாகின்றன. மெல்லமெல்ல, இவ்விமரிசனக் குறிப்புகளில் கடுமை கூடுகின்றது.

அ. மாதவையாவின் *பத்மாவதி சரித்திரம்* நாவலில், உயர்நிலைப்பள்ளி செல்லும் இளைஞர்களான நாராயணனும் கோபாலனும், இத்தகைய பாடல்களைப் படிக்கும் பெண்களைக் கண்டிப்பதைக் காண்கிறோம். 'ஒருவரோடொருவர் கூடி, வீட்டுக் கறிவகைகளையும், ஊர் வம்புகளையும் பற்றி'ப் பேசுவதோடு நில்லாமல், இவர்கள் 'கட்டப்ப நாய்க்கன் கும்மி, மூளியலங்காரிப் பாட்டு முதலியவைகளைப் படித்தும் வீண் காலங்கழி'க்கிறார்களாம்.[3] கட்டபொம்ம நாயக்கன் பாட்டைக் கட்டப்ப நாய்க்கன் பாட்டு என்றும், நல்லதங்காளுக்குக் கொடுமை பல செய்த அவளுடைய நாத்தனார் மூளியலங்காரியின் பெயரை நல்லதங்காள் கதைக்குச் சூட்டியும் மாதவையா கதைப்பாடல்களின் பெயர்களைத் திரித்துக் கூறிப் பகடி செய்வதில் ஏளனமும் விமரிசனமும் வெளிப்படுகின்றன.

'ஆர்பத்நாட்டின் விழுகையும் இந்தியர் அழுகையும்' என்ற கும்மிப் புஸ்தகத்தை மதிப்புரைக்கவந்த மகாகவி பாரதி, 'இது சாதாரண கும்மிப் பாடல்களைப் போல வழுக்கள் நிறைந்து பண்டிதர்கள் கண்டு அருவருக்கும்படியாக இருக்கவில்லை' என்று அதனைப் பாராட்டுகிறார்.[4] இதனால், இத்தகைய வெகுசன நூல்கள் வழுக்கள் நிரம்பியதாகவும், படித்தவர்கள் அருவருக்கும்படியாகவும் இருக்கும் என மேலோர் கருதினர் எனப் பெறப்படுகின்றது.

தமது பட்டினத்தார் பாடல் விருத்தியுரை நூலுக்கு முன்னுரை எழுதவந்த திரு. வி. கலியாணசுந்தர முதலியார் குஜிலி நூல்களைப் பற்றி அவருக்கேயுரிய மிகு உணர்ச்சி நடையில் பின்வருமாறு நொந்துகொள்கிறார்.

> இத்தகைய நூல்களையும் உரைகளையும் அச்சிட்டு வெளியிடும் அன்பர் பலர் வியாபாரத்திலும் பொருளீட்டுவதிலும் கருத்தைப் பெரிதும் செலுத்துகின்றாரன்றி மொழி மீதும் எழுத்துப் பிழை மீதும் கருத்தைச் செலுத்துகின்றாரில்லை. காலஞ்சென்ற வித்துவமணிகள் எழுதிய பல உரைகள் சில குஜிலிக் கடைக்காரர்களிடத்தில் அகப்பட்டுத் தவிக்கின்றன. அதை நினைக்குந்தோறும் நினைக்குந்தோறும் கண்ணீர் பெருகுகிறது.[5]

அம்மட்டோடு நில்லாமல், தமிழின் தற்கால நிலையைப் பற்றி *நவசக்தி*யில் எழுதுங்கால், 'குஜிலிக்கடை புத்தகங்களும், நாவல்களும் தமிழ்மொழிக்கு ஆபரணங்களாய் விளங்குகின்றன' என்றும் திரு. வி. க. வஞ்சப் புகழ்ச்சியாகக் கூறுகிறார்.[6] உயர்ந்தது, செம்மையுடையது, ஏற்கத்தக்கது என்பவற்றையும், அவ்வாறு இல்லாதவற்றையும் குறியீடாகச் சுட்டுவதற்கு 'குஜிலி' என்ற சொல் பயன்படுத்தப்படுவதை இங்கே காண்கிறோம்.

வெ. சாமிநாத சர்மாவின் (இராபர்ட் புரூஸ் கதையைத் தழுவி, தேசிய நோக்கோடு எழுதப்பட்ட) *பாணபுரத்து வீரன்* என்ற நாடகத்தைப் பற்றி மதிப்புரை எழுதிய *லக்ஷ்மி* இலக்கிய இதழ்,

'தமிழ்நாட்டில் மலிந்து, குவிந்து குஜிலியில் விற்கப்படும் நாடகங்களைப் போலல்ல'[7] என்று எழுதுவதே போதுமான பாராட்டாகக் கொள்ளும் அளவுக்கு 'குஜிலி' என்ற தொடருக்கு எதிர்மறைப் பொருள் கூடிவந்தது புலப்படுகின்றது.

புதுப் புத்தகங்கள் விற்கும் கடையில் போய் 'தேசிங்கு ராஜன் கதை'யைக் கேட்டால் கிடைக்காது; 'அதெல்லாம் குஜிலிக் கடையிலே கிடைக்கும் என்று பரிகாசத் தொனியோடு அந்தப் புஸ்தகக் கடைக்காரர் சொல்வார்' என்று கி. வா. ஜகந்நாதன் சொல்லும்போது,[8] இவ்வெகுசன இலக்கியத்தைப் பற்றிய ஏளன உணர்வு எப்படிப் புத்தக உலகம் முழுவதும் நீக்கமற இருந்தது என்பது தெளிவாகிறது.

சைவ சித்தாந்த நூற்பதிப்புக் கழகத்தின் செம்பதிப்புகள் பற்றிக் குறிப்பிட்ட தமிழறிஞர் ச. சச்சிதானந்தம் பிள்ளை, '. . . தமிழ் நூல்கள் அழகிய உருவில் வெளிப்போந்துலவுவது தமிழன்பர் கண்ணுக்கும் கருத்துக்கும் மகிழ்ச்சி தரவேண்டியதொன்றே. குஜிலிக்கடைப் புத்தகங்களைப் பல தலைமுறையாய்க் குறைந்த விலையில் வாங்கினோர்க்கு உயர்ந்த விலையில் நல்ல பதிப்பு வாங்க எளிதில் மனம் வராது. . . .' என்று எழுதுகிறார்.[9] 'காகித வளன், "பைண்டிங்கு" அழகு' கொண்ட நற்பதிப்பு, மோசமான அச்சில், தரந்தாழ்ந்த தாளில் விளங்கும் குஜிலிப் பதிப்பு என்ற இருமை நிறுவப் பெறுவது புலப்படுகின்றது.

இதையொத்ததோர் இருமை சொ. முருகப்பாவிடமும் தொழிற்படுவதைக் காணமுடிகின்றது: '. . . இன்று வெளிப்பட்டு நிலவும் கம்பராமாயணப் புத்தகத்தை வைத்துக்கொண்டு கம்பனைப் பற்றி முடிவுகட்டல் ஆகாத காரியம். இப்பொழுதிருக்கிற குஜிலிக்கடை ராமாயணத்தை வைத்தே தமிழறிவு பெற்ற யாவரும் கம்பன் சிறந்த புலவன் என்று முடிவுகட்டியிருக்கின்றனரென்பது ஞாபகப்படுத்திக் கொள்ள வேண்டியதாகும்'.[10]

கம்பன் என்றதும் டி. கே. சி. நினைவுக்கு வருவார். தம் தேர்ந்த சுவையுணர்விற்காக 'ரசிகமணி' என்று பாராட்டப்பெற்ற டி. கே. சிதம்பரநாத முதலியார், 'முக்கூடற் பள்ளு' நூலை முதன்முதலில் வாங்கியதைப் பற்றிக் கூறுவது இங்கு விரிவாக மேற்கோள் காட்டத் தகுந்தது.

> சுமார் இருபது வருஷத்துக்குமுன் சென்னை குஜிலிக்கடைத் தெருவில் ஒரு வியாபாரி தமிழ்ப் புஸ்தகங்களைக் கீழே பரப்பி விற்றுக்கொண்டிருந்தான்; பீங்கான் கடையின் முகப்புக்குப் பக்கத்தில்த்தான். டிட்மார் லாந்தல் வாங்கப்போன நான், புஸ்தக வியாபாரியிடம், யோசனை ஒன்றும் ரொம்பவும் பண்ணிவிடாமல், 'முக்கூடல்ப் பள்ளு இருக்கிறதா?' என்று கேட்டேன். 'ஆமாம், இருக்கிறதையா' என்று சொல்லி, ஒரு புஸ்தகத்தை எடுத்து, தூசியை நன்றாய்த் தட்டிவிட்டு . . . 'இதோ'

என்று கையில்க் கொடுத்தான். விலை எட்டணா என்று போட்டிருந்தது. 'இதா விலை?' என்று கேட்டேன். 'புஸ்தகத்தில் போடுகிற விலை அது. ஒன்றரை அணா கொடுங்கள்' என்றான் அவன். நானும் சந்தோஷமாய் ஒன்றரை அணாவைக் கொடுத்துவிட்டுப் புஸ்தகத்தை வாங்கிக்கொண்டேன்.

புஸ்தகம் எப்படி இருந்தது? கடுதாசி செய்கிறவர்கள் தமிழ்ப் புஸ்தகத்தை அட்டையைப் பார்த்த உடனேயே இனம் கண்டுபிடித்துவிட வேண்டும் என்று, அதற்குத் தனியான மார்பிள் பேப்பர். தூசியைத் துடைத்தால் அப்படியே திரைந்து கையோடு கையாய் வந்துவிடும். முதுகுக்கும் மூக்குக்கும் காலிகோ. வைதிகமான காலிகோ; அதாவது காவி ஏற்றிய காலிகோ. சாதாரணக் காவித் துணிதான்; உபசாரமாகக் காலிகோ என்று சொல்லுகிறது. அட்டையைத் திறந்து உள்ளே பார்த்தால் அது ஒரு தனியான கடுதாசி. டக்கா மஸ்லின் எல்லாம் தோற்றுப் போய்விடும்: அவ்வளவு மென்மை; அவ்வளவு மிருது. முதல் பக்கத்தைத் திருப்பினேன். அப்படியே மத்தியில் கிழிந்துவிட்டது. எல்லாவற்றையும்விட விசித்திரம், அச்சு வாகனம் ஏறிய அழகுதான். ஏதோ ஒரு ஏட்டைக் கம்பாஸிட்டர் பையன் கையில் கொடுத்துவிட்டு, 'உன் இஷ்டம் போல் அச்சைக் கோத்துவை' என்று சொல்லிவிட்டார் 'பதிப்பாசிரியர்'. அகராதி, இலக்கணம், யாப்பியல் எல்லாவற்றையும் ஹதம் பண்ணினான் பையன். எப்படியோ தவிட்டு நிறமாய் இருந்த கடுதாசியில் கறுப்பு அடைசி நூலாகவே ஆய்விட்டது. ஒரு செய்யுளையாவது உருவாகக் காணமுடியவில்லை — ஏன், ஒரு அடியைக்கூடக் காண்பது கஷ்டமாய் இருந்தது. நூலை வாசிக்கிறதைவிட, நூறு குறுக்கெழுத்துப் போட்டியைத் தீர்த்துவிடலாம்.[11]

சுத்தப் பதிப்பு X குஜிலிப் பதிப்பு என்ற இருமை எதிர்வை மிக நயமாக டி.கே.சி. கட்டமைப்பதை இங்குக் காணமுடிகிறது. குஜிலிப் பதிப்புகள் தெருவில் இறைந்து கிடக்கும். அவற்றை விற்பவரை 'அன்' விகுதிபோட்டு ஒருமையில் விளிக்கலாம், சுட்டலாம். நூற்கட்டடம் மோசம். நலிந்த தாள். தாறுமாறான அச்சு. அச்சுக்கோத்தவர் ஒரு சிறுவன் (இது முற்றிலும் ஊகத்தின் அடிப்படையில் அமைந்தது. இதற்கான சான்று எங்குப் பெறப்பட்டது என்பது தெரியவில்லை.) பாடங்கள் பிழையானவை. எழுத்துப் பிழையைச் சொல்ல வேண்டியதில்லை. சரியான உருவத்திலும் அவை அச்சிடப்படுவதில்லை. இந்த வகையிலான குஜிலிப் பதிப்பு பற்றிய வருணனை, மு. அருணாசலம் போன்ற ஒரு புலவரால் பதிப்பித்து வெளியிடப்பட்ட பதிப்புக்கு மதிப்புரையாகவும், பின்னர் அணிந்துரையாகவும் அமைந்திருக்கின்றது என்பதைக் கருத்தில் கொள்ள வேண்டும். இதன் மூலமாக, புதிய பதிப்பு முந்தைய

குஜிலிப் பதிப்பிலிருந்து வேறாக, பிறிதொன்றாகக் கட்டமைக்கப் படுவதைக் காண முடியும்.

இத்தகைய பார்வையை மேட்டிமையினர் அனைவரும் பெருமளவில் பகிர்ந்துகொண்டனர். காலனிய அரசாங்கமும் இதே போன்றதொரு ஏளனப் பார்வையினையே குஜிலி நூல்களைப் பொறுத்தமட்டில் கொண்டிருந்தது. 1867ஆம் ஆண்டின் நூற்பதிவுச் சட்டத்தின் கீழ் கட்டாயமாகப் பதியப்பெற்று வரவு பெறப்பட்ட நூல்களெல்லாம் நூற்பதிவாளர் (Registrar of Books) அலுவலகத்தில் குவியலாயின. 1930கள் அளவில் இவ்வாறு குவிந்த நூல்களைப் பத்திரப்படுத்திப் பேணுவது நூற்பதிவாளருக்குப் பெருந்தொல்லையாக ஆயிற்று. இதனால் சில குறிப்பிட்ட வகையான நூல்களைத் தேர்ந்து, பிரித்தெடுத்து, அழித்துவிடலாம் என்று அரசுக்கு அவர் பரிந் துரைத்தார். இவ்வாறு அழிப்பதற்கெனத் தேர்ந்தெடுத்த பிரிவுகளில் இந்நூற் பொருளான முச்சந்தி இலக்கியம் முதன்மை வகித்தது. இது பற்றி நூற்பதிவாளர் பின்வருமாறு எழுதினார் :

> பஜார் புத்தகங்களை — அதாவது பொதுவிடங்களிலும் சந்தைகளிலும் தெருக்களிலும் விற்கப்படும், மோசமான அச்சில் அமைந்த, மோசமான தாளில் மோசமான முறையில் அமைக்கப்பட்டு, அச்சுப் பிழைகள் மலிந்து, கீழான மொழியில் அமைந்த நூல்களையே இங்கு நான் சுட்டுகிறேன் — நாம் அழித்துவிடலாம். எந்தவொரு நூலகத்திற்கும் இவை மானக்கேடேயாகும். நல்லதங்காள், அல்லியரசாணி, கள்ளன் பாட்டு. . . . முதலானவற்றையே நான் குறிப்பிடுகிறேன்.[12]

(நூற் பதிவாளரின் இப்பரிந்துரையை ஏற்றுக்கொண்டு, அரசாங்கம் இத்தகைய நூல்களை அழித்துவிட அனுமதி நல்கியது இலக்கிய வரலாற்றுக்குப் பேரிழப்பாகும். ஏராளமான குஜிலி நூல்கள் இம்முடிவால் இல்லாமல் ஒழிந்துபோய்விட்டன.)

இவ்வாறு தமிழ் நடுத்தர வர்க்க அறிவாளர்கள் முச்சந்தி இலக்கி யத்தை மிகக் கீழாகக் கருதி ஏளனம் செய்தனர். இழிவுபடுத்தினர். இப்பார்வை இன்றளவும்கூட நிலவுகிறது.

நூற்றாண்டுவாரியாகத் தமிழ் இலக்கிய வரலாற்றைப் பல தொகுதி களாகப் புலமை மிளிர எழுதியவரும், தமிழ்ப் பதிப்பு வரலாற்றில் ஆழங்கால்பட்டவருமாகிய மு. அருணாசலம் பல இடங்களில் குஜிலிப் பதிப்புகளைப் பற்றி ஏளனத்துடன் குறிப்பிடுகிறார். சித்தர் பாடலுக்கு ‘நல்ல பதிப்பும் இல்லை. குஜிலிப் பதிப்பு என்று சொல்லப்பெறும் பதிப்பொன்றுதான் உண்டு. இது புலவர்கள் – ஆராய்ச்சியாளர் பார்வையில்லாமல் மீண்டும் மீண்டும் பிழைகளையே அச்சிட்டு வருவதாயுள்ளது’[13] என்றவாறு பல இடங்களில் அவர் சொல்லிச் செல்கிறார்.

காவடிச் சிந்து இயற்றித் தமிழ் இலக்கிய வரலாற்றில் நிலையான இடத்தைப் பிடித்துக்கொண்ட அண்ணாமலை ரெட்டியாரின் பாடல்கள் அனைத்தையும் ஒருசேரத் தொகுத்துப் பதிப்பித்த அரங்க. சீனிவாசன், தமது காவடிச் சிந்து பதிப்புக்கு எழுதிய முன்னுரையில் பின்வருமாறு குறிப்பிடுகிறார்.

காவடிச் சிந்து நூல் பதிப்புகள் பல திரட்டினேன். அவை அனைத்தும் 'குஜிலிக் கடை'ப் பதிப்புக்களே. எழுத்துப் பிழைகள் மலிந்தவை. பாடங்களை அவரவர் இஷ்டம் போல் திருத்தியுள்ளனர். பல இடங்களில் ஓசை குறைந்தன. சில இடங்கள் பிழைபட்டுப் பொருள் காண முடியாமல் இருந்தன.[14] இதனைத் தம் சுயசரிதையிலும் மிக அழுத்திக் கூறுகிறார்: 'அதுவரை காவடிச் சிந்து சுத்தப் பதிப்பாக யாருமே வெளியிடவில்லை. குஜிலிக்கடைப் பதிப்புக்களே கிடைத்தன. அதில் ஓரடியில் நான்கு பிழையாவது இருக்கும்.'[15]

இவ்வாறு மக்களால் விரும்பிப் படிக்கப்பட்ட, தமிழகச் சிறுநகரங்கள் மற்றும் சிற்றூர்களிலும்கூடப் பரந்து நிலவிய முச்சந்தி இலக்கியத்தைச் சுட்ட, தமிழக நடுத்தர வர்க்க அறிவாளர்கள் குஜிலி என்ற சொல்லைக் கைக்கொண்டுள்ளனர். ஏளனம், கேலி, இழிவுபடுத்தல் ஆகியவற்றுக்கு இது இலக்காகியுள்ளது. இப்பண்புகள் அனைத்தும் குஜிலி என்ற சொல்லின்மீது ஏற்றப்பட்டுள்ளன. முற்றிலும் எதிர்மறையான குறிப்புகளிலிருந்தே குஜிலி இலக்கியம் பற்றி அறிய இயல்கின்றது. வெகுசனப் பண்பாடு பற்றிய நடுத்தர வர்க்கப் பார்வையின் தவிர்க்க முடியாத கோளாறு இது.

இதன் வரலாற்றை, அதாவது 'குஜிலி' என்ற இந்த ஒரு சொல் எப்படி ஓர் உருவகமாக உருப்பெற்றது என்பதை இனிக் காண்போம்.

சான்றுக் குறிப்புகள்

1. 'தமிழ்ப் பாஷைப் பயிற்சி', *விவேக சிந்தாமணி*, 1(1), மே 1892.
2. வே. மோசே ஐயர், 'புஸ்தக வாசிப்பு', *விவேக சிந்தாமணி*, 1(8), டிசம்பர் 1892.
3. அ. மாதவையா, *பத்மாவதி சரித்திரம்*, முதல் பாகம், ஒன்பதாம் அதிகாரம், என்.சி.பி.எச்., சென்னை, 1994, ப.58.
4. 'ஆர்பத்நாட் கம்பெனியாரைப் பற்றிய ஓர் தமிழ்க் கும்மி (கொம்மி)ப் பாட்டு', *இந்தியா*, 17 நவம்பர் 1906, ரா.அ. பத்மநாபன் (ப—ர்), *பாரதி புதையல் பெருந்திரட்டு*, வானதி, சென்னை, 1982, ப.465.
5. மறுபதிப்பு : *குமரி மலர்*, 33(10), ஜனவரி 1977.
6. மறுபதிப்பு : *லக்ஷ்மி*, 2(4), நவம்பர் 1924.

7. *லக்ஷ்மி*, 2(5), டிசம்பர் 1924.

8. கி.வா. ஜகந்நாதன், 'பழம் புஸ்தகங்கள்', *சுதேசமித்திரன்* (வாரப்பதிப்பு), 26 டிசம்பர் 1943.

9. வ. திருவரங்கம் பிள்ளைக்குச் ச. சச்சிதானந்தம் பிள்ளை கடிதம், திருவில்லிப்புத்தூர், 16 மார்ச் 1922.

10. சொ. முருகப்பா, 'நல்ல பதிப்பு வரவேண்டும்', *கம்பன் கவிதை*, நவயுகப் பிரசுராலயம், சென்னை, பிரமாதி—பங்குனி (1940).

11. மு. அருணாசலம் (ப—ர்), *முக்கூடற் பள்ளு*, தமிழ் நூலகம், சென்னை, 1949. (இதன் முதல் பதிப்பு 1940இல் வெளியானபோது *கலைமகள்*, மார்ச் 1940 இதழில் டி. கே. சி. எழுதிய மதிப்புரை, இரண்டாம் பதிப்புக்கு அணிந்துரையாக அமைந்தது.) தமிழ்ப் பத்திரிகையுலகில் குறுக்கெழுத்துப் போட்டிகள் கோலோச்சிய காலமது. *ஆனந்த விகடன்* இதை ஒரு வெற்றிகரமான வியாபார உத்தியாகப் பயன்படுத்தி வந்தது; இதற்கெனவே ஓர் அகராதியைக்கூட வெளியிட்டது. டி. கே. சி. மேற்கோளின் கடைசி வரியின் குறிப்பு இது.

12. G.O.No.1349, Public (General), 19 October 1932, Government of Madras. இந்நூலில் சான்று காட்டப்படும் அரசாணைகள் அனைத்தும் தமிழ்நாடு ஆவணக்காப்பகத்தில் உள்ள சென்னை அரசாங்கத்தின் நடவடிக்கைகளைக் குறிப்பிடும்.

13. மு. அருணாசலம், *தமிழ் இலக்கிய வரலாறு, பதினான்காம் நூற்றாண்டு*, காந்தி வித்தியாலயம், திருச்சிற்றம்பலம், 1969, ப. 344. மேலும் காண்க: *தமிழ் இலக்கிய வரலாறு, பதினாறாம் நூற்றாண்டு*, முதல் பாகம், 1977, ப. 76; *தமிழ் இலக்கிய வரலாறு, பதினைந்தாம் நூற்றாண்டு*, 1969, ப. 197.

14. அரங்க. சீனிவாசன், *காவடிச் சிந்தும் கவிஞன் வரலாறும்*, சேகர் பதிப்பகம், சென்னை, 1984, ப. 24.

15. அரங்க. சீனிவாசன், *நினைவு அலைகள்*, வானதி பதிப்பகம், சென்னை, 1996, ப. 148.

2
‘குஜிலி’: இடப்பெயரிலிருந்து உருவகம்வரை

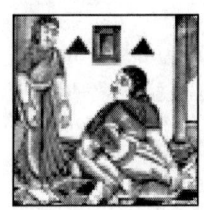

பத்தொன்பதாம் நூற்றாண்டின் மிக முக்கிய அகராதியான வின்சுலோ அகராதி, ‘குச்சிலி’ என்பதற்கு ‘An evening bazaar in a town. அந்திக்கடை’ எனப் பொருளுரைக்கின்றது.[1] இதனை அடியொற்றியே, ச. வையாபுரிப் பிள்ளையின் சென்னைப் பல்கலைக்கழகத் தமிழ்ப் பேரகராதியும் ‘குஜிலி’ என்பதற்குக் ‘காண்க: குஜிலிக் கடை’ எனச் சுட்டி, அதற்கு ‘Evening Bazaar; அந்திக் கடை’ என்று பொருள் தருகிறது. இதற்கு ஆதாரமாக ‘Loc.’ அதாவது ‘local usage’ என அதனை ஓர் உள்ளூர் வழக்காகக் கொள்கின்றது.[2] (தில்லைக் கோவிந்தன் என்ற தம் ஆங்கில நாவலின் அடிக்குறிப்பில் ‘குஜிலி’ என்பதற்கு ‘A bazaar in Madras which is very busy in the evenings’ என்று அ. மாதவையாவும் பொருள் தருகிறார்.)[3]

இவ்வாறு ‘குஜிலிக்கடை’ அல்லது ‘குஜிலி பஜார்’ என்பதை மாலை நேர, அந்திக் கடைத்தெரு எனப் பொதுப்பட வின்சுலோ மற்றும் வையாபுரிப் பிள்ளை அகராதிகளும், அ. மாதவையாவும் குறித்தாலும், உண்மையில் அது சென்னை நகரின் சென்ட்ரல் ரயில் நிலையத்திற்கருகிலுள்ள பூங்கா நகரில் அமைந்துள்ளது. வள்ளலார் இராமலிங்க அடிகளால் ‘தருமமிகு சென்னை ...’ என்று பாடப்பெற்ற கந்தக் கோட்டம் என்ற கந்தசுவாமி கோயிலைச் சுற்றியுள்ள கடைத்தெருவே ‘குஜிலி பஜார்’ எனப்படுவது. ‘... இன்னும் கொஞ்சம் தூரம் வந்தால் பச்சையப்ப முதலியாரின் சிறந்த பள்ளிக்கூடமிருக்கும் [இன்றைய பூக்கடை காவல் நிலையத்திற்கு வடக்கே இருப்பது.] .... போய்க்கொண்டேயிருந்தால் குஜிலியையும், ஜனரல் ஆஸ்பத்திரியென்னும் பெரிய சர்க்கார் ஆஸ்பத்திரி, மதராஸ்

ரயிலின் தலைமையாபீசு [இன்றைய சென்ட்ரல்]... முதலியவைகள் தோன்றும்' என்று அக்காலத்து *வியாச மஞ்சரி* (1900) என்ற நூல் தெளிவாகச் சுட்டுகிறது.⁴

'குஜிலி' என்பது உருது மொழிச் சொல் என்று சென்னைப் பல்கலைக்கழகப் பேரகராதி சுட்டுவது பிழையாக இருக்கலாம்.⁵ இந்தப் பகுதியிலுள்ள — சென்ட்ரலை ஒட்டிச் செல்லும் வால்டாக்ஸ் சாலைக்கும் (இன்றைய வ.உ.சி. சாலை), கந்தசுவாமி கோயிலுக்கும் இடைப்பட்ட பகுதியில் — சிறு தெருக்களிலும் சந்துகளிலும் சென்ற ஒரு நூற்றாண்டுக்கும் மேலாக குஜராத்தி மக்கள் வாழ்ந்துவருகின்றனர். (திலீப் குமாரின் சிறுகதைகள் வழியாக நவீனத் தமிழ் இலக்கியத்தில் இடம்பெற்றுவிட்ட சமூகம் இது. அவருடைய *மூங்கில் குருத்து* தொகுதியில் இரு கதைகளுக்கும், *கடவு* தொகுதியின் தலைப்புக் கதைக்கும் இந்தப் பகுதியே கதைக் களன் ஆகும்.) குஜராத்தி மக்களைத் தமிழில் குச்சரர், குச்சிலியர், குச்சரியர் என்று வழங்குவதுண்டு. இவற்றின் திரிந்த, மருவிய வடிவே 'குஜிலி'. குஜிலி, குஜிலிக்கடை என்று பல இடங்களில் குறிப்பிடும் *மதிமோச விளக்கம்* என்ற நூல், ஓரிடத்தில் குஜராத்திப்பேட்டை என்றும் சுட்டுகிறது.⁶ மேலும், *டம்பாச்சாரி விலாசமும்* (1872) குஜிலியை 'குச்சிலிக்கடை' என்றே சுட்டுகிறது.

1895இல் வெளியான *சென்னை கந்தசுவாமி வேடர்பறி மஹோற்சவ வழிநடைப் பதம்* என்ற பாட்டுப் புத்தகம் இதைத் தெளிவுபடக் கூறுகிறது.⁷ (முச்சந்தி இலக்கியத்தின் பாடுகளத்தை நிறுவுவதற்கு முச்சந்தி இலக்கியமே சான்றாவது பொருத்தம்தானே !)

இனிக்கு முந்திரிப்பருப்புக்கடை யோரத்திருக்கும் ரதம்பாராய் இங்கு
இயங்கல் குச்சிலி யாக்கர் கடையிதற் கெதிரில் தோணுது சீராய்

பனிக்குஞ் சந்த்ரனளாவு மிமோரியல்
பகுருந் தங்கசாலைத் தெருவா மீதில்
தனிக்குஞ் செம்படவர் பிள்ளையார் தாளை
ஸ்தௌத்தியஞ் செய்யிப்போதே —
குவித்துக் கரங்களைமாதே

என்றும்,

கேட்டவரந்தரும் தோட்டுமலர்ப்பத நாட்டுப் பிள்ளையாரை நேராய்
கண்டு – கிளத்து நெல்மண்டியிருப்பு கிடங்கு வெற்றிலைக்
                கடைகள் பாராய்

நீட்டமுள்ள குச்சிலிக் கடையாமிது
நிகழ்த்துந் தங்கக்கடை நூல்கிடங்கது
வாட்டமில்லாமலே பெண்ரதியே பார்த்து
வருவோம் மகிழ்வாய் மானே — துரதமுடன் செந்தேனே.

என்றும், அதற்கடுத்து ‘பன்னற்கரிய பச்சையப்ப முதலி பாடசாலை யாமிதுவே — நீடு சைனா பஜாரதுவே’ என்றும் வழிநடைப்பத ஆசிரியர் பாடுகிறார். மெமோரியல் ஹால், தங்கசாலைத் தெரு, பச்சையப்பன் பள்ளி ஆகியவற்றுக்கிடையே ‘குச்சிலிக்கடை’ இருந்தது என்பது இச்செய்திகளிலிருந்து உறுதிப்படுகிறது.

இப்பகுதியில் வாழ்ந்துவந்த — அல்லது பத்தொன்பதாம் நூற்றாண்டின் இடைப்பகுதியில் குடியேறியிருக்கக்கூடிய — குஜராத்தி மக்களைக் கொண்டு குஜிலிக் கடை என்ற இடப்பெயர் அமைந்தது என்பதும் இச்செய்திகளிலிருந்து தெரிகின்றது.

அக்காலத்தில் குஜிலிக் கடைத்தெரு பல்வேறு வகையான — மலிவான — பொருள்களுக்குப் பெயர்பெற்றிருந்தது. மயிலை கொ. பட்டாபிராம முதலியார் என்பவர் எழுதிய *விஷ்ணு ஸ்தல மஞ்சரி* என்ற யாத்திரைக் கையேடு பின்வருமாறு அதனை வருணிக்கிறது.

> குஜிலிக் கடை : சைனா பஜார் வீதி. மாலைக் காலத்தில் எப்போதும் ஜன நெருக்கமுள்ள இவ்வீதியைப் பார்க்க வெகு வினோத விழாவாயிருக்கும். செலவழிக்க மனம் வராதவர்களும் வாங்கக்கூடிய துணிமணிகளும், கண்கவர் பழ தினுசுகளும், சித்திரப் படங்களும், பொன் வெள்ளி ஆபரணங்களும், செம்பு பித்தளை வெங்கலப் பாத்திரங்களும், வாசனை திரவியங்களும், குடை, ஜோடு, கொம்பு, தடிகளும், மிட்டாய் தினுசுகளும், புஸ்தகங்களும் மற்றும் பல வஸ்துக்களும் விற்கும் கடைகள் எண்ணிறந்தன.[8]

சற்று முன்பு குறித்த வழிநடைப் பதம், வெற்றிலை, பூட்டுச்சாவி, லாந்தர் விளக்குகள், பிரம்புப் பொருள்கள் (குஜிலிக் கடைப் பகுதிக்குப் பிரம்புக் கடைத் தெரு — ரட்டன் பஜார் என்ற பெயரும் உண்டு. ‘ரட்டன்’ என்றால் உருது மொழியில் ‘பிரம்பு’ என்று பொருள்), முந்திரி முதலான பொருள்கள் கிடைக்கும் எனப் பாடுகின்றது. ‘பௌண்டன் பேனா, காப்பு, கொலுசு, அட்டிகை, கெடியாரம்’ முதலான பொருள்களும் அங்கு மலிவாகக் கிடைக்குமாம்.

மலிவான எளிய பொருள்களுக்கு குஜிலிக் கடை அக்காலத்தில் பெயர் பெற்றிருந்தது தெரிகின்றது. சென்னைக் கிறித்துவக் கல்லூரியில் பணிக்கமர்ந்து, ஜார்ஜ் டவுண் மண்ணடியில் குடிபுகுந்த மறைமலையடிகள் தமக்குத் தேவையான தட்டு, பாத்திரம், சீப்பு, சிம்னி, தாள், வெள்ளிப் பொருள் முதலானவற்றை குஜிலிக் கடையில் அவ்வப்போது வாங்கி வந்திருப்பது அவருடைய நாட்குறிப்புகளிலிருந்து தெரிகிறது.[9] ‘டிட்மார் லாந்தல்’ விளக்கை குஜிலிக் கடையில் வாங்கப்போனபோதுதான் டி.கே.சி., முக்கூடற் பள்ளு நூலைக் கண்ணுற்று வாங்கினார் என்பதையும் நினைவில் கொள்வோம்.

ஆனால், உண்மையில் குஜிலிக் கடை சாதாரணமானதொரு கடைத்தெரு அன்று. அதற்கு வேறொரு தன்மையும் பாங்கும்

இருந்தன. முன்பு நாம் சுட்டிய யாத்திரைக் கையேடு, சமயப் பயணியரை,

> வேடிக்கை பார்ப்பதிலேயே மனம் செலுத்தாமல் அப்போதுக்கப்போது தங்களுடைய ஜேபியிலும் மடியிலும் வைத்திருக்கும் பணப்பைகளை கவனித்து வரவேண்டும். இவ்விடத்தில் முடிச்சவிழ்க்கும் பேர்வழிகள் அதிகம். இங்கு விளக்கு வெளிச்சம் போராத குறையொன்றுண்டு. சென்னை நகரசபையார் இதைக் கவனித்து ஜியார்ஜ் அரசரின் உருவச் சிலைக்கு எதிரில் அதிக வெளிச்சம் தரக்கூடிய கொத்து விளக்கு ஒன்றை அமைக்கப் பெற்றால் வெகு நலமாயிருக்கும்[10]

என்று எச்சரித்ததோடு சென்னை மாநகராட்சிக்கும் ஆலோசனை கூறியது.

குஜிலிக் கடையில் பழைய புத்தகங்களைத் தேடிச்செல்லும் அ. மாதவையாவின் தில்லைக் கோவிந்தன் தன் சட்டைப் பையிலிருந்த ஐம்பது ரூபாயை ஜேப்படியில் இழக்கிறான்.[11]

தமிழ்த் திறனாய்வியலின் முன்னோடியான தி. செல்வகேசவராய முதலியார் *அபிநவக் கதைகள்* என்ற பெயரில் தொகுக்கப்பட்ட நூற்கதை ஒன்றில், 'குஜிலியில் அந்த ஸமயம் வேலையில்லா'தவர்கள், பீபிள்ஸ் பார்க் என்ற, அதற்கு மிக அருகில் அமைந்த கேளிக்கை மையத்தில் தமது கைவேலையைக் காட்டுவார்கள் என்று குறிப்பிடுகிறார் : 'ஜேபியிலுள்ள நோட்டுகளும் மடியிலுள்ள காசுகளும் மேலேயுள்ள அங்கவஸ்திரங்களும் ஸ்திரீகளின் கண்டமாலைகளும் இவர்களைக் கண்டால் மாயமாய்ப் போய்விடும். கோழிதிருடிக் கூடவிருந்து குலாவுவது போல், இவர்கள் மிகவும் பரிதபித்து, "படவாவைப் பிடி, பிடி", "அதோ ஓடுகிறான் கழுதை அடி, அடி" என்று கூவிப் போக்குக் காட்டுவார்கள்.'[12]

ஜேப்படி திருடர்களும் பிக்பாக்கெட்டுகளும் முடிச்சவிழ்ப் போரும் மலிந்திருந்ததால் குஜிலிக் கடை திருட்டு பஜார் என்றே பெயர் பெற்றிருந்ததாம். இதைப் பற்றி அ. மாதவையா பின்வருமாறு கூறுகிறார்.

> சென்னையிலே, குஜிலியின் முக்கில் ஒரு வீதிக்கு 'ஈவினிங் பெஜார்' என்றும், அடுத்த வீதிக்கு 'தீவிங் பெஜார்' என்றும் பெயரிருந்தது. இதை நான் முதலில் கவனித்தபோது, உண்மை எவ்வாறிருப்பினும், ராஜதானி நகரத்திலே ஒரு வீதிக்கு 'தீவிங் பெஜார் ரோடு' (அதாவது திருட்டுக் கடைத் தெரு) என்றிருப்பது நகரவாசிகளுக்கேனும் போலீசாருக்கேனும் கௌரவம் தருவதன்று என்று நினைத்து, அப்பொழுது முனிசிபல் கமிஷனராயிருந்த என் நண்பர் மலோனி துரைக்கு அதைப் பற்றி எழுத, அவர் 'தீவிங் பெஜார்' என்ற பெயரை 'குஜிலி பெஜார்' என்று மாற்றினார்.[13]

திருட்டுப் பட்டம் பெற்றதோடு மட்டுமல்லாமல், ஏமாற்றுக்காரர்கள் நிறைந்த இடமாகவும் குஜிலி இருந்திருக்கிறது. 'சென்னைக் குஜிலியிலும் மூர் மார்க்கட்டிலும் சிலர் மூக்குக் கண்ணாடி, கத்தரிக்கோல், கிலிட்டுப் பூசியிருக்கிற பொத்தான் முதலியவைகளில் ஏதாவதொன்றை வைத்துக்கொண்டு அதை அடிக்கடி துடைத்துக்கொண்டே திரிந்துகொண்டு', ஏமாந்தவர்களை ஏய்த்துவிடுவார்கள் என்று *மதிமோச விளக்கம்* கூறுகிறது. மேலும், வகைவகையான விலைப் பட்டியல்களை அச்சிட்டு வினியோகம் செய்தும், இதழ்களில் விளம்பரம் செய்தும் மலிவான பொருள்களை வி. பி. யில் விற்று ஆதாயம் தேடிய மோசடிக்காரர்கள் குஜிலியிலேயே அப்பொருள்களை வாங்கினார்களாம்.[14]

குஜிலியில் பொருள்கள் மலிவாகக் கிடைத்ததற்குக் காரண மில்லாமல் இல்லை. '... கருமாந்தரத்தில் ... கொடுத்த தோவர்த்தியைக் குச்சிலிக் கடையில் கோமுட்டிக்கு விற்றுப்போட்டு ... வயிறு வளர்க் கின்ற கும்பகோண ஐயர்' என்றும், 'கருமாந்தரத்தில் கொடுக்கப்பட்ட வஸ்திரங்களைக் குச்சிலிக் கடையில் பார்ப்பார் கொண்டுவந்து' விற்பர் என்றும் பத்தொன்பதாம் நூற்றாண்டின் மிகப் புகழ்பெற்ற காசி விசுவநாத முதலியாரின் *டம்பாச்சாரி விலாசம்* என்ற சுவையான புனைகதை ஒருமுறைக்கு இருமுறை குறிப்பிடுகிறது.[15] ஏற்கெனவே பயன்படுத்தப்பட்ட பொருள்களும் திருட்டுப் பொருள்களும் குஜிலியில் தடையில்லாமல் புழங்கியிருக்கின்றன என்று சொல்லலாம்.

மேலும், பூட்டு சாவி செய்வோரும் குஜிலியில் விளங்கியிருக் கின்றனர். தமது அலமாரியின் சாவி தொலைந்துபோனபோது, குஜிலியிலிருந்து இத்தொழில் செய்யும் ஒருவரை மறைமலையடிகள் அழைத்துச் சென்று புதுச்சாவி போட்டதைத் தம் நாட்குறிப்புகளில் பதிந்துள்ளார்.[16] இத்தகையவர்கள், யோக்கியமானவர்களுக்கு மட்டுமே புதுச் சாவி போட்டுத்தந்திருப்பார்கள் என்று நம்புவதற்கில்லை. இவர்களாலும் குஜிலிக்கு இகழும் வசையும் கூடின.

மேலும், பரத்தையர், டாபர் நடமாட்டமும் குஜிலியில் இருந்திருக் கிறது. இன்றுவரை சென்னையின் வழக்குத் தமிழில் பரத்தையரை குஜிலி என்று குறிப்பிடக் காண்கிறோம். இது எப்படி இருப்பினும், மினுங்கும் தன்மையுடைய ஒரு வகையான நவநாகரிகப் பொட்டுக்கு, 'குச்சிலியப் பொட்டு' என்று பெயரிருந்திருக்கிறது. உயர்குடியைச் சேர்ந்த இளம்பெண்கள் இதை அணிய விரும்பினால் வீட்டுப் பெரியோர் கண்டிப்புக்கு அவர்கள் ஆளாக நேரிட்டதென்றும் அறியமுடிகிறது. இதற்குத் 'தளுக்குப் பொட்டு' என்றே சென்னைப் பல்கலைக்கழகத் தமிழ்ப் பேரகராதி பொருளுரைக்கிறது.[17] மதுரைத் தமிழ்ப் பேரகராதியும் இதனை வழிமொழிகிறது.[18]

இவ்வாறு முடிச்சவிழ்ப்போரும், நாணயமற்ற வணிகர்களும், நெறியற்ற முறையில் பூட்டு சாவி செய்வோரும், பரத்தையரும்

உலாவும் இடமாக குஜிலி கருதப்பட்டது. சென்னை நகரின் மோசடி நடவடிக்கைகள் அனைத்திற்கும் கலைக்களஞ்சியம் போலவும் கையேடு போலவும் விளங்கிய *மதிமோச விளக்கம்* என்ற நூலின் ஆசிரியர் தூசி இராஜகோபால பூபதி, 'சென்னையில் மோசங்களுக்குத் தாயிடமாயிருப்பது குஜிலிக் கடை என்று நான் சொல்ல வேண்டிய தில்லை'[19] என்று கூறுமளவுக்கு குஜிலி பெரும் பெயர் பெற்றிருந்தது.

இந்த குஜிலியில்தான், பத்தொன்பதாம் நூற்றாண்டின் கடைசிப் பகுதியிலிருந்து 1960கள் வரையும்கூடப் பாட்டுப் புத்தகங்கள், கதைப் பாடல்கள் போன்ற வெகுசன, நாட்டார் இலக்கியங்கள் அச்சிடப்பட்டு, விநியோகமும் விற்பனையும் செய்யப்பட்டன. முன்பு குறித்த *சென்னை கந்தசுவாமி வேடர்பறி மஹோற்சவ வழிநடைப் பதம்*, 'ஈகைவானாகும் புஷ்பரதச் செட்டியார் எழிலச்சுக்கூட'த்தையும், 'சாற்றும் ரத்ன நாயகனாதி வித்தியாதரங்கிணியா மச்சுக் கூட'த்தையும் வழிநடையில் சுட்டிக்காட்டுகிறது. விந்தன் நாவலான *பாலும் பாவையும்* (1951) கதைநாயகன் கனகலிங்கம், குஜிலியில் உள்ள ஒரு புத்தகக் கடையில் தான் வேலை பார்க்கிறான்.[20]

குஜிலி பஜாரில் செயல்பட்டதால் அங்கு வெளியான நூல்களுக்கும் குஜிலி என்ற பெயரே ஏற்பட்டுவிட்டது. இப்பெயர்ச்சொல் பின்பு வினைச்சொல்லாகவும் மாறியது. (இன்ன நூல் 'குஜிலியாகவும் கிடைக்கும்' என்று பல விளம்பரங்கள் அறிவிக்கின்றன. மேலும் 'சுத்தப் பதிப்பு' என்பதற்கு எதிர்ச்சொல்லாகவும் 'குஜிலி' வழங்கப் பட்டிருக்கிறது. குஜிலிக்காரர்களே தம் நூல்களைச் 'சுத்தப் பதிப்பு' என்று சொல்லிக்கொண்ட விந்தை வேறு.)

இருபதாம் நூற்றாண்டின் முற்பகுதியில் எழுச்சி பெற்ற தமிழ் நடுத்தர வர்க்கம், நவீனத்துவ மாற்றங்களின் உடனிகழ்வாக, கலை இலக்கியங்களை வரையறை செய்த காலத்திலே, முச்சந்தி இலக்கியத்தை விலக்கி வைத்தது. இவ்வியக்கப்போக்கில், இவ்வகை இலக்கியத்திற்கு குஜிலி இலக்கியம் என்ற பெயர் இடப்பெற்றது. குஜிலியின் இழி தன்மைகள் — முடிச்சவிழ்ப்பு, திருட்டு, ஏமாற்று, மோசடி, பரத்தமை, தளுக்கு — முதலானவை இதன்வழி அங்கிருந்து உற்பத்தியான இலக்கியத்தின்மீதும் ஏற்றப்பட்டன. மிக விரைவில், குஜிலி என்ற சொல் மேற்குறித்த பண்புகள் அனைத்தின் கொள்கலனாக மாறியது. நடுத்தர வர்க்கம் விரும்பத்தகாதது என்று வரையறுத்த அனைத்தையும் சுட்டும் ஓர் உருவகமாக, குறியீடாக குஜிலி அமைந்துவிட்டது. ஓர் இடப்பெயர், பண்பாட்டு உருவகமாக மாறிய கதை இது.

பிற பண்பாடுகளிலும் இதற்கு ஒப்புமை உண்டு. இலண்டனிலுள்ள 'கிரப் சாலை' (*Grub Street*) இதனையொத்த தன்மையோடிருந் திருக்கிறது.[21] கல்கத்தாவின் 'பத்தாலா' என்ற இடப்பெயரிலிருந்து, அங்கிருந்து வெளியான படைப்புகளைச் சுட்டும் உருவகம் அமைந்ததை வங்காளப் பண்பாட்டு ஆய்வாளர்கள் எடுத்துக்காட்டியுள்ளனர்.[22]

சான்றுக் குறிப்புகள்

1. *Winslow's A Comprehensive Tamil and English Dictionary*, 1862 (AES reprint 1979), p. 312.
2. *Tamil Lexicon*, vol.2, part 2, University of Madras, 1927, p. 1063.
3. A Madhaviah, *Thillai Govindan*, London, 1916, p. 62.
4. பி.ஏ. பிரணதார்த்திஹர சிவன், *வியாச மஞ்சரி*, மறுபதிப்பு: *குமரி மலர், 25(9), டிசம்பர் 1968.*
5. *Tamil Lexicon*, vol.2, part 2, p.1063.
6. தூசி இராஜகோபால பூபதி, *மதிமோச விளக்கம்*, ஆனந்த போதினி, சென்னை, *1929*, ப. *193*. அன்றைய சென்னை நகரில் நடந்த அன்றாட மோசடிகளை விளக்கும் இந்நூல் பற்றி மேலும் *அறிய:* A.R. Venkatachalapathy, 'Street Smart in Chennai: The City in Popular Imagination', in C.S. Lakshmi (ed.), *The Unhurried City: Writings on Chennai,* Penguin, New Delhi, 2004.
7. *சென்னை கந்தசுவாமி வேடர்பறி மஹோற்சவ வழிநடைப் பதம். இஃது சுண்ணாம்புக்குளம் அப்பாசாமி செட்டியாரவர்கள் கேட்டுக்கொண்டபடி இராயபுரம் வா. சொக்கலிங்கம் பிள்ளையாலியற்றப்பட்டு அமுந்தூர் வீராஸாமி நாயகரவர்களது வித்தியாதரங்கிணி அச்சுக்கூடத்திற் பதிப்பிக்கப்பட்டது, 1895.*
8. மயிலை கொ. பட்டாபிராம முதலியார், *விஷ்ணு ஸ்தல மஞ்சரி*, *1908—1913*, மறுபதிப்பு: ஏ.கே. செட்டியார் (ப—ர்), *தமிழ்நாடு (பயணக் கட்டுரைகள்)*, வெளியீடு: ஆர். ராமசந்திரன் — ஏ. வீரப்பன், சென்னை, *1968*, ப.*17*.
9. *மறைமலையடிகள் நாட்குறிப்புகள், 17 மார்ச் 1898, 23* மே *1898, 19* ஜனவரி *1899, 20* ஜனவரி *1899, 5 மார்ச் 1899.*
10. மயிலை கொ. பட்டாபிராம முதலியார், *விஷ்ணு ஸ்தல மஞ்சரி*, *1908—1913*, மறுபதிப்பு: ஏ.கே. செட்டியார் (ப—ர்), *தமிழ்நாடு*, ப.*17*.
11. A Madhaviah, *Thillai Govindan*, p.62.
12. தி. செல்வகேசவராய முதலியார், *அபிநவக் கதைகள்*, சென்னை, *1921*, ப. *67*.
13. *பஞ்சாமிர்தம்*, புரட்டாசி *1925*. மேற்கோளில் அழுத்தம் நூலாசிரியருடையது.
14. தூசி இராஜகோபால பூபதி, *மதிமோச விளக்கம்*, ப. *64*.

15. மேற்கோள் : ரகுநாதன், *சமுதாய இலக்கியம்*, மீனாட்சி புத்தக நிலையம், மதுரை, *1980*, ப. *146, 152.*

16. *மறைமலையடிகள் நாட்குறிப்புகள், 23* மே *1898.*

17. Tamil Lexicon, vol.2, part 2, p.955.

18. *மதுரைத் தமிழ்ப் பேரகராதி (முதல் பாகம்)*, இ. மா. கோபாலகிருஷ்ண கோன், மதுரை, *1956*, ப.*647.*

19. தூசி இராஜகோபால பூபதி, *மதிமோச விளக்கம்*, ப.*80.*

20. விந்தன், *பாலும் பாவையும், (முதல் பதிப்பு 1951)*, ஸ்டார் பிரசுரம், சென்னை, *1978 (மறுபதிப்பு)*, ப.*11, 61.*

21. காண்க: Pat Rogers, *Grub Street: Studies in a Subculture*, London, 1972, Chapter 6: 'The Grub Street Myth'. மேலும் காண்க Kathy MacDermott, 'Literature and the Grub Street Myth' in P. Humm, et.al (eds.), *Popular Fictions*, London, 1986.

22. காண்க: Sumanta Banerjee, *The Parlour and the Street*, Seagull, 1989, Calcutta, p.184. மேலும் காண்க B.S. Kesavan, *Printing and Publishing in India*, vol.I, National Book Trust, Delhi, 1985, pp.283-87.

3
குஜிலி இலக்கியம்

முந்திய இயல்களில் கண்டவாறு சிலவகையான எழுத்துகள் குஜிலி நூல்கள் என்று குறிப்பிடப்பட்டன. குஜிலி என்ற பெயர் அதைக் கண்டித்தவர்களால் மட்டுமல்லாமல், அதைப் படைத்தவர்களாலும் ஏற்றுக்கொள்ளப்பட்டு, வழங்கப்பட்டிருக்கிறது. ஆனால் இந்த குஜிலி இலக்கியம் ஒரே தன்மைத்தானதன்று. குஜிலி என்று வகைப் படுத்தப்பட்ட இலக்கியத்திற்குள்ளும், உருவத்திலும் உள்ளடக்கத்திலும் தன்மையிலும் வேறுபட்ட பல்வேறு வகையான நூல்கள் உண்டு.

சென்னை புரசைப்பாக்கம் பூ. மு. இராஜு முதலியார் அண்டு சன்ஸ் என்ற குஜிலி பதிப்பகம் வெளியிட்ட விலைப்பட்டியல் பின்வருமாறு தன் தொள்ளாயிரத்துக்கும் மேற்பட்ட வெளியீடுகளை வகைப்படுத்திக் காட்டுகிறது. (ஒவ்வொரு பிரிவிலும் பட்டியலிடப்பட்டுள்ள நூல்களின் எண்ணிக்கை அடைப்புக் குறிக்குள் வழங்கப்பட்டுள்ளது.)

சமய நூல்கள் (145)

கதைப் புத்தகங்கள் (60)

அம்மானை (30)

விலாசங்கள் (28)

நாடகங்கள் (38)

கீர்த்தனை (48)

வைத்தியம் (74)

சோதிடம் (73)

ஓரணா புஸ்தகம் (20)
9 பை விலையுள்ள புஸ்தகம் (12)
6 பை விலையுள்ள புஸ்தகம் (21)
துலுக்குப் புஸ்தகம் (105)
பெரிய எழுத்துப் புஸ்தகங்கள் (13)
தமிழ்ப் பாடசாலை புத்தகங்கள் (56)
சொற்றொடர் ஆக்கங்கள் (17)
நூதனமாய் அச்சிட்ட புத்தகங்கள் (132)

இந்த வகைப்பாடு கவனத்திற்குரியது. குஜிலி இலக்கியங்களை வெளியிட்ட பதிப்பாளர்கள் தங்கள் வெளியீடுகளை எவ்வாறு வகைப்படுத்தினார்கள், எந்தப் பிரிவுகளின்கீழ் தம் வெளியீடுகளை அவற்றை வாங்கக்கூடிய வாசகர்கள் மற்றும் வியாபாரிகளின் முன் வைத்தார்கள் என்பதை இவ்விலைப்பட்டியல் காட்டுகிறது. பொருள் அடிப்படையில் மட்டுமல்லாமல் (சமயம், கதை, துலுக்குப் புஸ்தகங்கள்), இலக்கிய வடிவம் (அம்மானை, விலாசம்), பா வடிவம் (அம்மானை, கீர்த்தனை), விலை (ஓரணா புஸ்தகம், 6 பை விலையுள்ள புஸ்தகம்), அச்செழுத்தின் அளவு (பெரிய எழுத்துப் புத்தகங்கள்), இவற்றுக்கு அப்பாற்பட்ட 'நூதனமாய் அச்சிட்ட புத்தகங்கள்' என்று வகைப் படுத்தப்பட்டு விளம்பரப்படுத்தப்பட்டுள்ளன.

ஒவ்வொரு பிரிவுக்குள்ளும் பல்வேறு நூல்கள் அடங்கும். சமயம் என்ற பிரிவு மிக விரிவானது. கம்பராமாயணம், திருவாசகம், தேவாரம், பெரிய புராணம், திருப்புகழ் முதலான பக்தி இலக்கியங் களின் செய்யுள் தொகுப்புகளும், வெறும் உரைநடையில் பொருள் விளங்கக் கூறும் நூல்களும் முக்கிய இடம்பெற்றன. கந்த புராணம், விநாயக புராணம் ஆகியவற்றின் வசன வடிவமும் உண்டு. தமிழ்ப் பேரிலக்கிய மரபும் கருவூலமும் இருபதாம் நூற்றாண்டின் முற்பகுதியில் வரையறுக்கப்பட்டபொழுது 'சிற்றிலக்கியம்' என்று பெயரிடப்பட்ட தொண்ணூற்றாறு சிறு பிரபந்த வகைகள் மிகப் பரவலாக குஜிலியாக வழங்கின. (தொண்ணூற்றாறு பிரபந்தங்கள் என்ற எண்ணிக்கையும் ஒரு மரபு, ஐதீகம் மட்டுமேயாகும். வெவ்வேறு பாட்டியல் இலக்கண நூல்கள் வேறுவேறு எண்ணிக்கையினையே தருகின்றன.) அம்மானை, மாலை, கீர்த்தனை முதலான பிரபந்த வகைகள் இவற்றுள் முக்கிய மானவை, பெருவழக்கானவை. நல்லதங்காள் கதை, ஏணியேற்றம், பழையனூர் நீலி கதை, அல்லியரசாணி மாலை, நந்தனார் சரித்திரக் கீர்த்தனை, இராம நாடகக் கீர்த்தனை, ஆரவல்லி சூரவல்லி கதை, மதுரை வீரன் கதை, தேசிங்கு ராஜன் கதை முதலான நூல்கள் இப்பிரிவில் பெரும்புகழ் பெற்றவை. விலாசம் என்பது ஒருவகையான நாடகம். காசி விசுவநாத முதலியாரின் *டம்பாசாரி விலாசம்* இவ்வகையில் மிகப் புகழ்பெற்றது. பத்தொன்பதாம் நூற்றாண்டில் இது மேடையேற்றமும் பெற்றுள்ளது. (புதுமைப்பித்தன், கு. அழகிரிசாமி

வழி இதனை அறிந்த ரகுநாதன், இதுபற்றி விரிவாக எழுதிய கட்டுரையின் மூலமாகத் தமிழன்பர்கள் பலர் இதனை அறிவார்கள்.)

மருத்துவ நூல்கள் பெரிதும் வாகட விளக்கம், பதார்த்த குண சிந்தாமணி என்றவாறு அமையும். மாட்டு வாகடம், அஸ்வினி சாஸ்திரம் முதலான விலங்கு மருத்துவ நூல்களும் உண்டு. ஜோதிட நூல்கள் பலவகை. 'பெண்டுகள் ருது நூல் சாஸ்திரம்' என்பது பெண்கள் பருவமடையும் காலத்தைக் கொண்டு வருவதுரைப்பது; 'சித்திரையில் புருஷருக்கு ஆகாதப்பா / சுகமடைவாள் வைகாசி மாதமானால்' என்ற போக்கில் இது அமையும். 'ஸ்திரீகள் புஷ்பணி இலக்ஷணமறிய, ருதுமாத பலன், ருதுகால பலன், ருதுவாரப் பலன், ருதுலக்கினப் பலன், ருது திதிப்பலன், ஆருடத்திற்குப் பலன், ருதுலக்கின பாவ பலன், ருது சாந்திக்குப் பலன்' என்று பல பலன்கள் இதில் அடங்கும். சகுனங்கள், பட்சி சகுனங்கள், காக்கைக் காதல், ஆந்தைக் காதல், பல்லி விழும் பலன், பல்லி சொல்லுக்குப் பலன், 16 திக்குப் பல்லிக் காதல், தும்மல் சகுனம், தேங்காய் சகுனம் என்று நிமித்திக, ஆருட, சோதிடச் செய்திகளுக்கும் தனித்தனி நூல்கள் உண்டு. பாய்ச்சிகையை உருட்டி அதில் விழும் இலக்கத்தைப் பொறுத்து வருவதுரைப்பது பாய்ச்சிகை சாஸ்திரம். அகஸ்தியர் ஆருடம் என்பது

> செயல்போலே மனதிலுள்ள கவலைதீரும்
> சிக்கலின்றி நினைப்பதெல்லாம் சித்தியாகும்
> பயமின்றி எத்தொழிலும் செய்யலாகும்
> பகட்டமாய் மாடுமனை வாங்கநேரும்
> துயரளிக்கும் நோய் விலகும் துன்பம் நீங்கும்
> துஷ்டர்களின் சகவாசம் துலைந்து போகும்
> மயிலோனி னருளாலே சிலநாள் போக
> மாதாவின் பொருள்சேரும் மதிப்புண்டாமே

என்றவாறு அமையும். 'திருடு பிடிக்கும் சாஸ்திரமென்னும் களவுநூல் சாஸ்திரம்' களவுபோவதால் ஏற்படும் பலனை — கிழமைதோறும், லக்கினந்தோறும் — எடுத்துரைத்தது. இவை பெரும்பாலும் பல பக்கங்கள் கொண்டு, சிறு நூல் முதல் பெரு நூல் வரை என்று அடையாளப்படுத்தக்கூடிய அளவில் புத்தகமாக விளங்கும்.

இவற்றைத் தவிர 8 அல்லது 16 பக்கம் கொண்ட சிறுசிறு பாட்டுப் புத்தகங்களும் உண்டு. மேற்குறித்த அதே பொருள்களிலும் வடிவங்களிலும் இப்பாட்டுப் புத்தகங்கள் இருக்கும். ஆனால் ஒரு முக்கியக் கூறில் இவை வேறுபட்டன. பெரும்பான்மையும் இவை தெருமுனைகளிலும், முச்சந்தி நாற்சந்திகளிலும், சந்தை, திருவிழாக்கள் போன்ற மக்கள் கூடுமிடங்களிலும் பாடிக்காட்டப்பட்டு விலைகூவி விற்கப்பட்டன. அவற்றின் விலையைக் கொண்டு ஓரணா பாட்டுப் புத்தகம், அரையணா பாட்டுப்புத்தகம் என்றவாறு அடையாளப் படுத்தவும் பட்டன.

வெவ்வேறு ஊர்களிலுள்ள நாட்டார் தெய்வங்களைப் பற்றிய பாடல் புத்தகங்கள் — முக்கியமாகத் தாய்த் தெய்வங்களாகிய அம்மன்களைப் பற்றி — ஒவ்வொரு பாட்டுக்காரரிடமும் எப்போதும் கைவசம் இருக்கும். அந்தந்த நாட்டார் தெய்வங்களின் ஆண்டுத் திருவிழா, கொடைவிழா ஆகியவற்றின்பொழுது மிக அதிகமாக இவை விற்பனையாகும். எடுத்துக்காட்டாக ஒரு நாட்டார் தெய்வத்தைப் பார்ப்போம். தூத்துக்குடி மாவட்டம் திருவைகுண்டம் வட்டத்திலுள்ள ஏரல் என்ற ஊராட்சியின் சேர்மனாக விளங்கிய அருணாசல நாடார் மறைந்த பிறகு, அவர் தெய்வமாக்கப்பட்டார். அப்பகுதியில் இவர் வழிபாடு பெருமளவு பரவியது. இன்றளவும்கூட தென்மாவட்டங்களில் சேர்மதுரை, சேர்மக்கனி, சேர்மராஜ் என்று இவர் பெயரைக் குழந்தைகளுக்கு இடுவதுண்டு. இந்தச் சேர்மன் அருணாசல நாடார் என்ற நாட்டார் தெய்வத்தைப் பற்றிய பத்துக்கும் மேற்பட்ட பாடல்களை அறிய முடிகின்றது :

1. ஏரல்நகர் ஸ்ரீமத் சேர்மன் அருணாசல சுவாமிகள் அம்மானை (1917)
2. ஏரல் அருணாசல சுவாமிகள் பூலோக நதியில் சிந்துவிளையாடல் அம்மானை (1911)
3. ஏறல் மாநகர் சேர்மன் ஸ்ரீ அருணாசல சுவாமிகள் மாலை (1915, 1922)
4. ஸ்ரீ அருணாசல சுவாமிகள் பேரில் மாதப் பதிகம், வாரப்பதிகம் மகத்துவச் சிந்து (1919)
5. ஏறன் மாநகர் சேர்மன் அருணாசல சுவாமி திருவருள் மகிமை நோட்டுச் சந்தப்பா (1921)
6. அருணாசல சுவாமி புதிய பக்தி இன்பரசக் கீர்த்தனம் (1922)
7. ஏறல் சேர்மக் கடவுள் அற்புதச் சிந்து (1914)
8. ஏரல் அருணாசல சுவாமி அற்புத வழிநடைச் சிந்து (1918)
9. ஏரல் மாநகர் சேர்மன் அருணாசல சுவாமிகள் சிந்து விஜய பக்திரசக் கீர்த்தனை (1922)
10. ஏறல் மாநகரம் சேர்மன் ஸ்ரீமத் அருணாசல சுவாமிகள் தோத்திரக் கீர்த்தனை (1922)
11. அருணாசல சுவாமிகள் வழிநடைச் சிந்து (1912)
12. ஏரல் மாநகரிலெழுந்தருளிய ஜெகதீசன் சேர்மெனவதாரக் கும்மி (1911)
13. ஏறல் சேர்மன் தெய்வீகச் சிந்து (1911)

இவற்றைத் தவிர, தாலாட்டுகளும் ஒப்பாரிகளும் எப்போதுமே விற்பனையாகும் புத்தகங்கள். ‘ஒப்பாரிப் பாடல்களெல்லாம் ஒரே வகையான ஓசையுடையனவே .... அடியின் சுருக்கம் பெருக்கத்திற்றான்

வேறுபாடு' என்பார் புலவர் குழந்தை.[1] தாய், தந்தை, மகன், மகள், உடன்பிறந்தார், பாட்டன் பாட்டி, மாமன் மாமி, பிற சுற்றத்தார் முதலிய ஒவ்வொருவருக்கும் தனித்தனி ஒப்பாரிகள் உண்டு. ஒப்பாரிப் பாடல்களைக் கூவி விற்கும்போது, அதைப் பொருட்படுத்தாமல் சென்ற ஒரு பெண்ணை, 'உன் மாமியார் இறந்தால் ஒப்பாரி வைக்க வேண்டாமா' என்று தொழில்திறனோடு அழைத்த பாட்டுக் காரர்கள் இருந்திருக்கிறார்கள். 'ஆராரோ' என்ற சந்தத்தில் மட்டுமல்லாமல் 'தூரி தூரி தூராரோ / தூரி தூரி தூராரோ' என்ற சந்தத்திலும் தாலாட்டுப் பாடல்கள் உண்டு. பெண் பிள்ளைத் தாலாட்டு, ஆண் பிள்ளைத் தாலாட்டு எனவும் தனியே இருந்துள்ளன. தங்கச் சிந்து, குள்ளத்தாராச் சிந்து ஆகியன தங்கம், குள்ளத்தாரா என்பன மீண்டும் மீண்டும் அடி முடிவில் பலுக்கப்படும் அடியுறுப்பாய் அமைந்து, அவ்வகைப் பாட்டுக்கு உரிய பெயராகவும் அமைந்தன.

இவை போல் சேவற்பாட்டு, புறாப்பாட்டு என்பனவும் உண்டு. ஏலப்பாட்டு அல்லது கப்பற்பாட்டு என்பதும் இவ்வகையினவே. ஏசல் என்பது பழிப்பது போல் புகழ்வதும், புகழ்வது போல் பழிப்பதுமாக அமைந்த பாட்டு. உடுக்கைப் பாட்டு என்பது 'உடுக்கையடித்துக்கொண்டு முன்னும் பின்னுமாக இருவர் பாடுதல். பாட்டு — முன்பாட்டு, பின்பாட்டு எனவும் பாடுவோர் முன்பாட்டுப் பாடுவோன், பின்பாட்டுப் பாடுவோன் எனவும் வழங்கும். அடி அல்லது பாட்டு முடிந்ததும், பின்பாட்டுக்காரன் முன்பாட்டுக்காரனாக மாறியும், இருவரும் சேர்ந்து பாடுவர்' என்கிறார் புலவர் குழந்தை.[2]

தன்னனச் சந்தம், தன்னானே சந்தம் ஆகிய சந்தங்களிலும் பாட்டுகள் உண்டு. திருமணத்தின்பொழுது பாடப்படும் நலுங்குப் பாடல்கள், மாப்பிள்ளை ஏசல் போன்ற பாடல்களும் அச்சிடப்பட்டு குஜிலியாக வெளியிடப்பட்டன. (எ—டு: 'சம்மந்தி மாப்பிள்ளையை ஏசல் என்னும் கலியாணப் பாட்டு', 1929).

லாவணி அல்லது எரிந்த கட்சி, எரியாத கட்சி மிகப் புகழ்பெற்றதொரு வடிவமாகும். காமன் பாடல் என்றும் இது வழங்கும். நாடகம் போல் விளம்பரப்படுத்தப்பட்டு நிகழ்த்துகலையாகவும் அச்சிட்ட பாடலாகவும் இருவகையாகவும் இது வழங்கியிருக்கிறது. சிவபெருமான் உண்மையிலேயே காமனை எரித்தான், இல்லை அது ஓர் உருவகமே என்ற இரு கட்சிகள் சம்வாதம் செய்வதே எரிந்த கட்சி, எரியாத கட்சியாகும்.

முதல்முதலில் பிறந்து மூர்த்திரூபமாய் நின்ற
தெங்கள்சிவனா அல்லதுங்கள் மதனா இந்த
கதையை முதல் தெரிந்து பாடவராததுங்கள்
குணபேதமா கொண்ட மனதிடமா முத

பிறவிக்குபிரமனாச்சே வரத்திற்கு ஈசனாச்சே
பொய்யாகுமா முன்னோர்சொல் மாறுமா ஆனால்

வரத்தையழித்து துஷ்ட தனத்தையொழிக்க மாலின்
முறைமீறுமா உங்கள் குறைதீருமா முத

எதற்கும் உதவியில்லா மதனை தெய்வமென்பது
ஈனமல்லவா உலகில வமானமல்லவா யார்க்கும்
பதட்டமாய் காதல்தந்து பங்கமடையும் குண
சுபாவமல்லவா பிறந்த தோஷமல்லவா முத

வாழ்வதும் மாள்வதும் மாதேவன் செயலல்லால்
யார்செயல்காண் நினைத்துபார் தெரியுங்காண் இல்லை
தாழ்வதும் தேய்வதும் தரித்திரமடைவதும்
பல வினைதான் செய்த பழிபாவம்தான் முத

என்று எரிந்த கட்சியாடுவதும், அதற்கு விடையாகப் பின்வருமாறு எரியாத கட்சியாடுவதும் வழக்கம்.

இவ்வுலகில் ஈசன்கண்ணாலே எரிந்தவன்
எந்த மதனையா
எவ்வுயிர்க்கும் காரணப்பொருளாய் இருந்தவன்
எந்த மதனையா இவ்

மன்மதன்மால்மகனென்றீரே மால் முதல்
பிறந்ததெவ்வாறே
நன்மணம்புரிந்ததார்சீரே லட்சுமிக்கு
நயந்த மதன் யாரே இவ்

மாரனும் ரதியும் சிவன்தோளில்
வந்ததாய் வழுத்துதொரு நூலில்
பாரினும் பிர்மனுடசூலில் பயந்ததாய்
பகரு தன்னாளில் இவ்

தக்ஷன் மகன் சிரத்தை தனக்கென்று மன்மதன்
ஜனித்ததாய் ஒன்று
மெச்சும் சங்கல்பன் மகனென்று விளம்புதே
வேறோர் நூல்பண்டு இவ்

பூமனின் பிறப்பையிவ்வாறு புறட்டுதே
புராணம் பலவாறு
நாமெதை நம்புவதுபாரு தக்கனால்
நலிந்தமதன் யாரு இவ்

மோகனின்ஜெனன முதற்கோணல் முடிந்து
முற்றிலும் கோணல்
ஆகமக்குப்பை பெரும் ஊழல் அதை நம்பி
அலைவதேன் வீணில் இவ்

சத்திக்கும் சிவனுக்கும் துண்டா சையோகம்
தந்தமதன் ஒன்றா
நத்தியே பாப்புதாசன் நன்றாய் நவின்றதர்க்
கான்சர்நீ கொண்டா இவ்

இவ்வாறு எரிந்த கட்சி எரியாத கட்சி ஆடும்போது பாடலின் இறுதியில் பாடல் இயற்றுநர் தம் பெயரை இணைப்பதும் வழக்கம். எரியாத கட்சி கேள்வி லாவணி இயற்றிய தஞ்சை வி. எஸ். பாப்புதாசர் தம் பெயரை முத்திரை வரியாக இணைத்துக்கொண்டுள்ளதை மேலே காண்க. (இரு கட்சியினர் ஒருவருக்கொருவர் தொடர்ந்து பதிலடி கொடுப்பதைக் குறிக்க இன்றளவும் லாவணி பாடுதல் என்றும் எரிந்த கட்சி, எரியாத கட்சி ஆடுவதென்றும் பயன்படுத்தப் படுகின்றது. மு. கருணாநிதி அடிக்கடி இத்தொடர்களைப் பயன்படுத்து வதுண்டு. நவீனத் தமிழ் இலக்கியத்தில் இத்தொடரை — தம் கதைகள் பற்றி இருவேறு கருத்து நிலைப்பாடுகள் இருப்பதைக் குறிக்க — அழுத்தமாகப் பயன்படுத்தியவர் புதுமைப்பித்தன்.) நிகழ்த்துகலையாகப் பயிலும்போது எரிந்த கட்சியாடுவோர் எப்போதும் எரிந்த கட்சியே ஆடுவதும், அவ்வாறே எரியாத கட்சியாடுவோர் எப்போதும் எரியாத கட்சியே ஆடுவதும் வழக்கம். இதன்படி, இதில் வல்லவர்கள் தம் பெயருக்கு முன்னொட்டாக 'எரிந்த கட்சி', 'எரியாத கட்சி' என்றும் இட்டுக்கொள்வதுண்டு. 'ஸ்ரீமான் சி.என். லக்ஷ்மிகாந்தம் மரண கீதம்' (1944) ஆசிரியர் தம்மைக் 'காமதகன கண்டனக் கட்சி இ. பார்த்தசாரதி நாயுடு' என்றே அழைத்துக்கொள்கிறார். சந்தர்ப்பத்திற்கு ஏற்ப வாதங்களை இட்டுக்கட்டி வழக்காடும் திறம் இதில் முக்கியம். இச்சம்வாதம் நிகழும் களங்களிலும் தருணங்களிலும் லாவணிப் பாடல் புத்தகங்கள் விற்கப்படும். (எ—டு: 'எரிந்த கட்சி சிங்கார லாவணி', 'எரியாத கட்சி கேள்வி லாவணி'.)

தெருவோரப் பாடல்களில் கோலோச்சிய வடிவங்களில் கும்மியும் சிந்தும் தலையானவை. அன்றாட நிகழ்ச்சிகளைச் சுவைபடப் பாடுவதற்கு இவ்விரு வடிவங்களும் பெரிதும் வழங்கியிருக்கின்றன. யாப்பு அடிப்படையில் கும்மியை, இயற்கும்மி, ஒயிற்கும்மி, ஓரடிக் கும்மி, இரட்டைக் கும்மி என்று நால்வகைப்படுத்துவார் புலவர் குழந்தை.[3]

கும்மியைவிட மிகப் பெருவழக்கானது சிந்து. யாப்பு அடிப்படையிலும் பொருள் அடிப்படையிலும் சிந்து பலவகைப்படும். சமனிலைச் சிந்து என்பதனுள் எட்டு வெவ்வேறு வகையிலும், வியனிலைச் சிந்து என்பதில் மேலும் பல வகையிலும் பாகுபடுத்திக் காட்டுகிறார் புலவர் குழந்தை.[4] இவை தவிர ஒயிற் சிந்து, நொண்டிச் சிந்து எனவும் வகைகளுண்டு.

பொருள் அடிப்படையிலும் சிந்துகளை வகைப்படுத்தலாம். வழிநடைச் சிந்து என்பது ஓரிடத்திலிருந்து இன்னோர் இடத்திற்கு

செல்லும்பொழுது ஒருவன், தன்னோடு வரும் பெண்ணுக்கு வழியிலுள்ள காட்சிகளையெல்லாம் சுட்டிச் செல்லும் பாங்கில் அமைந்திருக்கும். இதுவே வழிநடைப் பதமாகவும் அமைவதுண்டு. (இத்தகைய ஓர் சிறு நூலை முன் இயலில் கண்டோம்.) தொடக்கத்தில், சமயப் பொருள் பற்றியே வழிநடைச் சிந்து அமைந்தது. ஒரு சமயத் தலத்திற்குச் செல்லும் வழியில், அத்தலம் தொடர்பான புராணங்களையும் காட்சிகளையும் இடங்களையும் சுட்டிச் செல்வதாய் இது அமைந்தது. எடுத்துக்காட்டு: 'சங்கர நயினார் கோயில் வழிநடைச் சிந்து' (1915); 'கள்ளக்குரிச்சி தாலூக்கா நல்லாற்றூர் மகம்மாரியம்மன் ரதோற்சவ வழிநடைப் பதம்' (1916). பின்பு பொதுப் பொருள்களிலும் இது அமைந்தது. பீபிள்ஸ் பார்க் போன்ற சமயம் சாராப் பொழுது போக்குத் தலங்களுக்குச் செல்வதும் வழிநடைச் சிந்துக்குப் பாடுபொருளாகியிருக்கின்றது. உப்புமா செய்வது எப்படி என்பதை வழிநடைப் பாட்டாக உரைத்த 'உப்புமா வழிநடைப் பாட்டு'ம் உண்டு.

காவடிச் சிந்து என்பது முருகன் கோயிலுக்கு — முக்கியமாகத் திருச்செந்தூர் — கூட்டமாகக் கூடிக் காவடி தூக்கிச் செல்லும்போது பாடுவதாகும். சென்னிகுளம் அண்ணாமலை ரெட்டியார் (1860—1891) எழுதிய 24 காவடிச் சிந்துப் பாடல்கள் அவ்வடிவத்திற்குத் தமிழ் இலக்கியக் கருவூலத்தில் நீங்கா இடத்தைப் பெற்றுத்தந்துவிட்டன. வளையற் சிந்து என்பது உரையாடலாக அமையும். இவ்வாறு சம்வாதமாக அமையும் சிந்துகள் பிற 'ஆண்பிள்ளை வீண்பிள்ளை சிந்து', 'தடிக்கழுதை பாட்டு', 'இங்கிலேண்டு காப்பிக்கும் இண்டியன் பழயதுக்கும் நேர்ந்த சண்டைச் சிந்து', 'காப்பிக்கும் பழையதுக்கும் சண்டை, தேத்தண்ணீர் மத்திசம்' 'தனலட்சுமிக்கும் தைரிய லட்சுமிக்கும் தர்க்கம்' முதலானவை. 'தங்கமே', 'குள்ளத்தாரா' என்ற அடியுறுப்புகள் அமைந்தவை தங்கச் சிந்து, குள்ளத்தாராச் சிந்து என்று முன்னரே குறிப்பிட்டோம்.

ஏற்றமிறைக்கும்போது பாடும் பாட்டை அடியொற்றி வெவ்வேறு கதைகளை உரைப்பது ஏற்றப்பாட்டு : விராட பர்வத்தை உரைப்பது 'விராடபர்வ ஏற்றப்பாட்டு' (1913). 'அரிச்சந்திரன் ஏத்தப் பாட்டு'. காட்டாக, 'மேழிற்குடியூர் சுப்பிரமணியர் பேரில் பாடியிறைக்கும் ஏற்றப்பாட்'டிலிருந்து (1912) ஒரு பகுதியைக் காண்போம்.

இரண்டுடனே வாரி
எட்டுடனே வாரி
எப்படியும் நம்மை
ரட்சிப்பரே கர்த்தர்
கச்சிப் பெருந்தேவி
கரிவரதன் றேவி
கம்பன் மனையாட்டி
காமாட்சித் தாயார்

ஏலவர் குழவி
ஏகாம்பரனாதர்
உனை மறவேன் வேலா

(10—ம் பரியம்)

ஒரு பதியாலெட்டாம்
உலகமெல்லாமாதா
உமையவளொருத்தி
பரமன் மனையாட்டி
பார்வதி கௌரி
ஐங்கரனைப் பெற்ற
மங்கை சிவகாமி
இனிமறவேன் வேலா.

இவ்வாறு சிந்துகளையும் பிற தெருவோரப் பாடல் வகைகளையும் வகைப்படுத்தவும் வரையறைப்படுத்தவும் செய்தாலும், இப்பாடல் மரபு உயிர்ப்புடன் விளங்கியதால் புதுப்புது வகைகள் தோன்றிக் கொண்டேயிருந்தன. கொலைகளைப் பற்றியே பாடும் பாடல்கள் கொலைச்சிந்து என்ற புதுவகையாயின. அரு. மருததுரை 42 கொலைச் சிந்துகளைப் பட்டியலிட்டுள்ளார்.[5] அதற்கு மேலும் ஏராளமான கொலைச் சிந்துகள் உண்டு என்பது தெளிவு.

இந்திய விடுதலைப் போராட்டத்தின்போது, தேசிய இயக்கத் தலைவர்கள் கைதானபோது எழுதப்பட்ட பாடல்கள் 'அரெஸ்டுப் பாட்டு' என்றே ஒரு தனிவகையாக உருவாயின. அவ்வப்போது நிகழும் விபத்துகளைப் பற்றிப் பாடும் பாடல்கள் 'விபத்துச் சிந்து' என்றே குறிப்பிடப்பட்டுள்ளன. 'திருச்சினாப்பள்ளி ரயில் சிந்து' (1917), 'சிவரகோட்டை பாலத்தில் ரயில் முட்டிய சிந்து' (1912), 'ஆரோக்கியமாதா உத்ஸபம் பார்க்கச் சென்றோர்கள் திருநாகை உப்பாற்றில் அபாயமாய் மரணமடைந்த சிந்து' (1913), 'வீராநத்தம் யேரி உடைந்த சிதம்பர வெள்ளம்' ஆகியவை இத்தகையன. புயல்களைப் பற்றிய பாடல்கள் 'புயல் கும்மி' என்றும் அழைக்கப் பட்டுள்ளன. பெரியோரின் மறைவு பற்றியவை மரணச் சிந்து எனப்பட்டன. ஆத்திசூடி சிந்து, திருப்புகழ்ச் சிந்து, முருகர் சிந்து, விநோதச் சிந்து, சரித்திரச் சிந்து, கலியுகச் சிந்து, கள்ளுக்கடைச் சிந்து எனப் பலப்பல வகைகள் விளங்கியுள்ளன. இவை யாப்பு, அமைப்பு ஆகியவற்றின் அடிப்படையிலல்லாமல் நுவல் பொருளாலேயே வேறுபடுகின்றன.

சமயச் சார்பான, வழிபாடு தொடர்பான பாடல்களையும், மருத்துவம், ஜோதிடம் முதலானவை பற்றிய புத்தகங்களையும் தவிர அறம், ஒழுக்கம், நேர்மை முதலானவற்றைப் போதிக்கும் நூல்களும் இவற்றில் உண்டு. சூதாடுதல், சீட்டுக் கட்டி ஏமாறுதல், பரத்தையரை நாடுதலின் தீமை முதலானவை பற்றிப் பல பாடல்கள்

உண்டு: ‘காசைக் கவரும் வேசி விலக்கு’, ‘மோசடி வியாபார சிந்து’ *(1917)* ‘குதிரைப் பந்தயப் பாட்டு என்னும் கிண்டி ரேஸ் பாட்டு’ *(1928)*, ‘அகிலமெங்கும் புகழ்ந்துகட்டும் அண்டா சீட்டுப் பாட்டு’.

இவற்றைத்தான் ‘வண்டிக்காரன் பாட்டு, ஓடக்காரன் பாட்டு, ஏற்றமிறைப்போன் பாட்டு, குள்ளத்தாரா பாட்டு, முத்துவீராயி பாட்டு’ என்று எகத்தாளமாகப் பதிவு செய்கிறது *சுதந்திரச் சங்கு*.[6]

இவை எல்லாவற்றையும்விட இன்றளவும் இத்தெருவோர இலக்கியம் பற்றிய ஈர்ப்பு ஏற்படுவதற்கு ஒரு முக்கிய காரணம் அக்காலச் செய்திகளை உடனுக்குடன் பாடல் கட்டிப் பாடியதே ஆகும். அன்றாடம் நிகழ்ந்த கொலை, கொள்ளை, அரசியல் முதலான பரபரப்புச் செய்திகள் சுடச்சுடப் பாடலாக்கப்பட்டன. இதை அக்கால அறிவாளர் ஒருவர் எதிர்மறையாகப் பார்த்தாலும் அழுத்தமாகச் சுட்டுவதைக் காண்கிறோம்.

> எங்கேயாவது ரயில் வண்டி விழ வேண்டும்; யாரையாவது யாராவது கொலை செய்ய வேண்டும்; அல்லது எவளாவதொருத்தி குரங்குக் குட்டியைப் பிரசவிக்க வேண்டும்; அல்லது மூன்று முகத்தோடு ஒரு குழந்தை தோன்ற வேண்டும்; அல்லது பட்டணம் தீப்பட்டு எரிய வேண்டும்; உடனே ஷை கவிஞர் அபூர்வமாக ஓர் கவியைப் பாடிவிடுவார்.[7]

வெகுசன ஊடகங்கள் பரவலாகாத காலத்தில் — *சுதேசமித்திரன்* நாளிதழ் சில ஆயிரம் படிகளே விற்ற காலத்தில் — இத்தகு பாடுபொருள் கொண்ட பாடல்கள் நல்வரவேற்பைப் பெற்றன. (இதனால் இவை செய்தி இதழ்கள் என்று சொல்வது பொருத்தமற்றதாகும். குஜிலி இலக்கியம் விரிந்த, ஆழமான சமூக வேர்கள் கொண்ட ஒரு பண்பாட்டு வடிவமாகும். அதன் பயன் அல்லது வினையை மட்டும் கருதி, கருத்துப் பரவல் சாதனமாகக் கொள்வது ஏற்றுக்கொள்ளத் தக்கதன்று.) உள்ளூர் வம்புகள், கொலைகள், தொற்று நோய்கள், புதிய வாகனங்களின் அறிமுகம் முதலானவை ஆர்வமூட்டும் செய்திகளாக இருந்தன: ‘திருவண்ணாமலை பிளேக்கு சிந்து’ *(1906)*;[8] ‘மேல் பறக்கும் மோட்டார் கார் சிந்து’ *(1913)*, ‘துரைத்தனத்தாரிடம் சேலம் குடிகள் செய்துகொள்ளும் பிளேக்கு விண்ணப்பம்’ *(1916)* போன்றவை சில எடுத்துக்காட்டுகள். ஜெர்மன் நீர்மூழ்கிப் போர்க்கப்பலான ‘எம்டன்’ என்பது தமிழ்ச் சமூக மனத்தில் ஆழ ஊன்றியதொரு பெயர். அதைப் பற்றியும் உடனுக்குடன் பாடல்கள் புனையப்பட்டுள்ளன: ‘சிங்கப்பூருக்கு வடக்கில் கீலிங் என்ற தீவில் ஜர்மன் எம்டன் கப்பலை பிரிட்டிஷ்காரர் சிட்னி என்ற குரூஸர் கப்பல் குண்டாலடித்து கொளுத்திய யுத்த மகிழ்ச்சி சிந்து’ *(1914)*; ‘எம்டன் கப்பலை குண்டாலடித்து துரத்திய வல்லமைச் சிந்து’ *(1914)*.

கல்கியின் *தியாக பூமி* (1939) நாவலில் இதுபற்றிய சுவையானதொரு குறிப்பு உள்ளது. அந்நாவலின் கதைத் தலைவி சாவித்திரி மீது அவள் கணவன் ஸ்ரீதரன் திருமணவுரிமையை நிலைநாட்டுவதற்காக நீதிமன்றத்தில் வழக்குத் தொடுக்கிறான். இதில் சாட்சி கூற சாவித்திரியின் தந்தை சம்பு சாஸ்திரிக்கு நீதிமன்றத்தின் அழைப் பாணை வருகிறது. துறவி போல் உலகியலிலிருந்து விலகி வாழும் அம்முதியவர், அழைப்பாணை கொண்டுவரும் அமீனாவிடம் வியப்புடன் இது பற்றி வினவுகிறார். அதற்கு அவர், 'ஆமாங்க சாமி! இந்தக் கேஸு இப்போ ரொம்ப அடிபடுதுங்களே! காலணாப் பாட்டுப் புத்தகங்கூட வந்துடுத்தே!' என்று பதில் கூறுகிறார்![9]

1930களின் இடையில் 'குப்புபாய் கற்பழிப்பு வழக்கு', 'கிராமணி கொலை வழக்கு' என்பன பற்றியெல்லாம் பாடல்கள் வெளியானதாக அக்காலத்தில் *சுதேசமித்திரன்* நிருபராக இருந்த சாண்டில்யனும் குறிப்பிடுகிறார்.[10]

இவ்வகை அன்றாடச் செய்திகளைப் பாடுவதில் கொலைச் சிந்து மிகப் புகழ்பெற்றது. திருடர்களாலும், ஏமாற்றுக்காரர்களாலும், மோசம்போன மனைவியராலும், ஏமாற்றப்பட்ட கணவர்களாலும் நிகழ்ந்த கொலைகளைப் பற்றிய நூற்றுக்கும் மேற்பட்ட கொலைச்சிந்துகளை அறிய முடிகின்றது.

ஜம்புலிங்க நாடார், சந்தனத் தேவர், கொடுக்கூர் ஆறுமுகப் படையாச்சி, மலையூர் மம்பட்டியான் போன்ற சமூகம்சார் கொள்ளையர் ஒவ்வொருவரைப் பற்றியும் பல பாடல்கள் உலவியிருக்கின்றன. 'தெக்ஷணபீட கள்ளச்சிங்கம் ஜெம்புலிங்க நாடார் பராக்கிரம சிந்து' (1921), '30–7–22க்கு ஆடி மீ 15உ பாளையங்கோட்டை பெரிய ஜெயிலிலிருந்து செம்புலிங்க நாடார் ஓடிப்போன பாட்டு' (1922), 'ஜம்புலிங்க நாடார் துர்விளையாடற் சிந்து' (1928) 'செம்புலிங்க நாடார் மாண்டுபோன அலங்கோலச் சிந்து' (1923), 'செம்புலிங்கம் திருவிளையாடல் சிந்து (1923) போன்றவை ஜம்புலிங்கத்தின் பெரும் புகழுக்குக் கட்டியங்கூறுகின்றன. 1923இல் சுடப்பட்டு இறந்த பல்லாண்டுகளுக்குப் பிறகும்கூட ஜம்புலிங்கம் பற்றிய இப்பாடல்களில் பல மீண்டும் மீண்டும் அச்சாகியிருக்கின்றன என்பதும் குறிப்பிடத் தகுந்த செய்தி. ஜம்புலிங்கத்திற்கடுத்துப் பெரும்புகழ் பெற்றவர் ஆறுமுகப் படையாச்சி எனலாம்: 'கொடுக்கூர் ஆருமுக படையாக்ஷி அலங்கோலச் சிந்து' (1925); 'கொடுக்கூர் ஆறுமுகம் கொலைச் சிந்து'.

1920களிலிருந்து, இந்திய தேசிய இயக்கம் வெகுசன இயக்கமாக மாறிய கட்டத்தில் தேசியம் தொடர்பான பாடல்களும் எழுந்தன. (இது பற்றித் தனியே ஓர் இயலில் பின்னர் காண்போம்.) சுயமரியாதை இயக்கமும் பொதுவுடைமை இயக்கமும் காலத்தால் பிந்தியதாலோ என்னவோ, 'சுயமரியாதைச் சங்கீத ரத்தினம்' (1935), 'சமதர்ம கீதம்', 'ஹோம்ரூல் கண்டன திராவிட முன்னேற்ற இராஜ விஸ்வாசக்

கும்மி' (1918), 'சுயமரியாதைச் சங்கீத ரத்தினம்' (1934) போன்ற சில நூல்களைத் தவிர இவை தொடர்பான நூல்கள் அதிகமாக குஜிலியில் வெளிப்படவில்லை.

1920களிலும் 1930களின் தொடக்கத்திலும் — பேசும் படத்தின் வருகைக்குச் சற்று முந்திய காலகட்டத்தில் — 'கிராமபோன் புரட்சி' என்று சொல்லத்தக்க அளவுக்குத் தமிழகமெங்கும் கிராமபோன் இசைத்தட்டுகளின் மூலம் இசைப் பாடல்கள் பரவின. 'வானொலி இல்லாத காலம். "கிராமபோன் ரிகார்டு"களில்தான் பாடல் கேட்க இயலும்' என்று அக்காலப் பகுதியை நினைவுகூர்வார் அரங்க. சீனிவாசன்.[11] எச். எம். வி., கொலம்பியா, ஓடியன் முதலான இசைத்தட்டுக் கம்பெனிகள் பிரபல நாடக மேடைப் பாடகர்களைக் கொண்டும், அதிகம் அறியாத பாடகர்களைப் பிரபலமாக ஆக்கியும் நூற்றுக்கணக்கில் இசைத்தட்டுகளை வெளியிட்டன.[12] மதுரகவி பாஸ்கரதாஸ் எச்.எம்.வி. கம்பெனியில் மாதச் சம்பளத்திற்குப் பாடல்களை எழுதிக்கொடுத்திருப்பதாகவும் தெரிகிறது.[13]

கிராமபோன் பாடல்கள் பிரபலமானதில் குஜிலிக்கும் பெரிய பங்குண்டு. இசைத்தட்டுக் கம்பெனிகள் தம் பாடல்களை அச்சிட்டு விநியோகம் செய்ததுபோக, குஜிலிக் கடைக்காரர்களும் அவற்றைச் சிறுசிறு நூல்களாக அச்சிட்டு விற்றனர். இவை உரிய அனுமதி பெற்று வெளியிடப்படவில்லை என்பது சொல்லாமலே பெறப்படும். இது மட்டுமல்லாமல் இவற்றை அச்சிட்டு வெளியிடுவதில் கடும் போட்டியும் நிலவியது. 'கிராமபோன் சங்கீதத் திரட்டு', 'கிராமபோன் சங்கீதாம்ருதம்', 'கிராமபோன் கீர்த்தனாம்ருதம்', 'கிராமபோன் கீதாம்ருத களஞ்சியம்' என்ற பெயரில் பல பாகங்களாக இவை வெளியிடப்பட்டன. சில சமயங்களில் இவற்றுக்கு முன்னொட்டாக 'S.V. சுப்பைய பாகவதர் பாடிவரும் . . .' என்று பாடியவர் பெயரைக் குறித்தும் நூல்கள் வெளியாயின. புகழ்பெற்ற பாடகர்களுக்கு — எஸ். எஸ். விஸ்வநாததாஸ், எஸ். ஜி. கிட்டப்பா, கே. பி. சுந்தராம்பாள், என். எஸ். 'பபூன்' ஷண்முகம் — மட்டுமே இவ்வாறு தனிப்பாட்டுப் புத்தகங்கள் வரும்; மற்றையோர் பாடல்கள் 'அநேக சங்கீத வித்வான்கள் பாடிய . . .', 'பல வித்துவான்களால் பாடிவரும் . . .' என்ற முன்னொட்டோடேயே வெளிவந்தன.

நாடகமேடைப் பாடல்களும், சில சமயங்களில், நாடகப் பிரதிகளும்கூட குஜிலியில் அச்சாகியுள்ளன. கிராமபோன் இசைத்தட்டுப் பாடல்கள் அச்சானதையொத்த ஒரு போக்கு இது. புகழ்பெற்ற நாடகமேடை நடிகர்களுக்கே இத்தகு நூல்கள் பெரும்பாலும் அமைந்தன. 'ராஜபார்ட் எஸ். எஸ். விஸ்வநாத தாஸ், வி. எஸ். சுந்தரேச அய்யர் இவர்கள் பாடிவரும் சீயார்தாஸ் சிறப்பு தேசிய கீதம்' (1932) என்றவாறு இந்நூல்கள் அமைந்தன.

காலமாற்றங்களுக்கேற்ப குஜிலிப் புத்தக வியாபாரிகள் தங்கள் வணிகத்தில் புதுமைகள் புகுத்திக்கொண்டதை இது காட்டுகின்றது.

இவ்வாறு சமய சந்தர்ப்பங்களுக்கேற்பப் பாடல் கட்டி, அச்சிட்டு விற்பதில் ஒரு முக்கிய நடைமுறைச் சிக்கல் இருந்தது. பரபரப்பான நிகழ்வு ஒன்று நடக்கும்போது எழுதப்படும் பாடல், அடுத்த பரபரப்பு நிகழ்வு வந்ததும் மறந்துபோகும். (தொடர்ந்து பரபரப்பாக விளங்கும் நிகழ்ச்சிக்கு, இரண்டாம் பாகம், மூன்றாம் பாகம் என்று தொடர்ச்சியாகப் பாடல் புத்தகங்கள் வெளியிடப்பட்டது இதன் மறுபக்கமாகும்.) இந்நிலையில் விற்பனையாகாமல் தேங்கிவிடும் பாடல் புத்தகங்களைத் தொடர்ந்து விற்றுத் தீர்ப்பதற்கு ஒரு வழியை குஜிலிக் கடையினர் கண்டுபிடித்தனர். விற்காமல் எஞ்சிய பாடல் புத்தகங்களை ஒரு நூலாகக் கட்டடம் செய்து அவற்றை விற்கலாயினர். இதற்குச் 'சில்லறைக் கோவை', 'சில்லறைக் கோர்வை', 'சில்லறைக் கட்டடம்' என்று பெயர். இவ்வாறு தொகுத்துத் தயாரிக்கப்பட்ட சில்லறைக் கோவைகளிலும் சில்லறைக் கட்டடங்களிலும் பொருள் ஒருமை பெரும்பாலும் இராது. '100 புத்தகம் அடங்கிய நூதன இன்பரசக் கோர்வை', '200 புத்தகம் ஒன்றாய் சேர்ந்த பல பாட்டுச் சில்லரைக் கோவை' என்றவாறு பெயரிடப்பட்டு இத்தகைய தொகுப்புகள் வெளியிடப்பட்டன. இவ்வாறு பல்வேறு வகையான பாடல் புத்தகங்கள் அடங்கிய பெருந்தொகுதிகள் தவிர, ஒரே பொருளமைந்த பாட்டுப் புத்தகங்களையும் ஒருசேரத் தைத்து நூலாக்குவதுண்டு. '25 பகவத்யான பதிகக் கொத்து', '25 தற்கால தமாஷ் பாட்டுக் கொத்து', '16 தேசத்ததிசயக் கொலைக் கொத்து', '16 அலங்காரக் கொத்து' முதலானவை இத்தகைய ஒரு பொருளில் அமைந்த சில்லறைக் கோவை / கட்டடங்கள் ஆகும். தனித்தனிப் பாட்டுப் புத்தகங்களைவிடச் சில்லறைக் கட்டடங்கள் மலிவானவை என்பதைச் சொல்ல வேண்டியதில்லை. எடுத்துக்காட்டாக '25 தற்கால தமாஷ் பாட்டுக் கொத்'தின் விலை நான்கணா. தனிப் புத்தகம் அரையணாவாகும். தனித்தனியாக விற்றிருந்தால் முக்கால் ரூபாய்க்கு மேல் விலை இருந்திருக்க வேண்டிய நூல்கள், அதில் மூன்றில் ஒரு பங்கு விலைக்கு விற்கப்பட்டிருப்பது தெரிகின்றது.

குஜிலி இலக்கியத்தின் ஒரு பிரிவில் புதுமைக்கூறு மிகத் துலக்கமாகத் தெரிகிறது. ஒரு நூற்றாண்டு கழிந்த பிறகும், இன்றும்கூட அதன்மீது ஓர் ஈர்ப்பை ஏற்படுத்துவது இப்புதுமைக்கூறே என்று சொல்லலாம். காலனியாதிக்கச் சூழலில் புதுப்புதுப் பொருள்களின் வருகையை உடனுக்குடன் எதிர்கொண்டு பதிவு செய்திருக்கிறது குஜிலி இலக்கியம். புகைவண்டி, மின்சார விளக்கு, மண்ணெண்ணெய், சிகரெட்,

காபி, தேநீர் என அனைத்தின் வரவும் பதியப் பெற்றிருக்கின்றன. புகைவண்டிச் சிந்து என்று தனிவகைமையே அமைந்துவிட்டதை முன்னரே சுட்டினோம். (வெகு மக்களின் நாடித்துடிப்பை நன்கறிந்த கலைவாணர் என். எஸ். கிருஷ்ணன் தம் கிந்தன் காலட்சேபத்தில் ரயிலை முக்கிய உருவகமாகக் கையாள்வதை நினைவுகூர்வோம். வெகுசனப் பண்பாட்டிலிருந்தே அவர் இதனைப் பெற்றிருக்கக் கூடும்.) மின்விளக்கு பற்றிய இக்கீர்த்தனையைப் பார்ப்போமே.

பல்லவி

கர்நாடகம் தன்னிலே
கைவிளங்கும் மெய்விளங்கும்

அநுபல்லவி

மெய்யான ஆமணக்கும்
முத்தா லெரிவிளக்கும்
எல்லாம்பொய் ஏமாற்றிவிட்டதையா

ஜனங்களைத்தான்
இம் மட்டுமா இன்னு
முரைக்கட்டுமா

சரணங்கள்

என்னையில்லாமல் கரண்ட்டிலெரியும்
எலக்கிட்ரிக் என்றொரு விளக்குமாச்சுது
இப் போ து

முன்னாளின் விளக்குகளும் முழிப்பாட்ட மாகிடவே
என்னதான் செய்வோமென்று ஏங்கிமங்கி எரியுதின்னு
லஸ்தர் குலோப்புகட்கும் மதிப்பில்லையே
நல்ல பவர்லாம் புகட்கும் குதிப்பில்லையே
எங்குமொலி தரும் பாஸ்கரன் போல வி
ளங்கிடும் மின்சார சக்திக் கோர் வந்தனம்
இப் போ து

இவ்வாறு புதுப்பொருள்களைப் பற்றிப் பாடியதோடு, புதியவற்றின் வருகையால் பழையவற்றுக்கு ஏற்பட்ட நெருக்கடியையும் குஜிலி இலக்கியம் விட்டு வைக்கவில்லை. சம்வாதமாக அமையும் ஒரு புதிய வகையினமாகவே இது அமைந்துவிட்டது. ‘இங்கிலேண்டு காப்பிக்கும் இண்டியன் பழயதுக்கும் நேர்ந்த சண்டைச் சிந்து’, ‘விளக்கெண்ணெய் சிமினியெண்ணெய்ச் சண்டைக் கும்மி’ முதலானவை இத்தகைய பட்டிமன்றத் தன்மையின. புதுமையும்

பழமையும் சமரிடும் இச்சிந்து வகையில் இன்னுமொரு உறுப்பும் பின்பு இணைக்கப்பட்டது: சண்டையிடும் புதுமைக்கும் பழமைக்கும் இடையிலே இன்னுமொரு பொருள் நடுவிலிருந்து சமாதானம் செய்வது. 'சீமைத் துணி கதர்த் துணி சண்டை, ஜப்பான் துணி சமாதானம்', 'காப்பிக்கும் பழையதுக்கும் சண்டை, தேத்தண்ணீர் மத்திசம்', 'விளக்கெண்ணைக்கும் கிருஸ்னாயிலென்ற மண்ணெண் ணைக்கும் சண்டையின் கும்மி, நல்லெண்ணெய் சமாதானப்படுத்து தல்', 'இங்கிரிஷுக்கும் தமிழுக்கும் சண்டை இந்துஸ்தானி மத்யஸ்தம்' (1924), 'பீடிக்கும் சுருட்டுக்கும் சண்டை, சிகிரெட் பிரபு சமாதானம்' (1924) முதலானவை இதற்கு எடுத்துக்காட்டுகள். பாரதியைப் போன்ற பெரும் தேசியக் கவிஞரே பாடாத ஆர்பத்நாட் வீழ்ச்சி, ஜாலியான் வாலாபாக் படுகொலை முதலானவை பற்றிப் பாடியவர்கள் குஜிலிக் கவிஞர்கள் என்பதை நாம் மறந்துவிடுவதற்கில்லை.

இவ்வாறு குஜிலி இலக்கியத்தின் புதுமையைத் துலக்கிக் காட்டும்பொழுது, அதனுள் பொதிந்திருந்த பத்தாம்பசலித்தனத்தையும் நாம் மறந்துவிடக்கூடாது. மிக விரைவாகப் புதிய மாற்றங்கள் நிகழ்ந்த காலகட்டத்தில் குஜிலி இலக்கியவாணர்கள் பெரிதும் பழைமையின் சார்பிலேயே இருந்திருக்கின்றனர். புதிய மாற்றங்களைக் கலிகாலம் என்ற மரபுவழிக் கருத்தாக்கத்தோடு இணைத்து, கலியின் கொடும் வெளிப்பாடாகவே அவற்றை அவர்கள் புரிந்து கொண்டுள்ள னர். கலியுகச் சிந்து என்றே ஒரு புதிய வடிவம் இதன் விளைவாக உருவானது. நவீன காலத்தில் ஏற்பட்ட மாற்றங்களை எதிர்மறையாக உரைப்பதே இதன் பாடுபொருள்.

பெண்டுகள்வியாபாரஞ் செய்துபிழைக்கலாச்சி
புருஷன்வெளுக்கக்கட்டி பினத்தித்திரியலாச்சி
சண்டைசாடிக்கெல்லாம் பணத்தையிரைக்கலாச்சி
சாமிக்குக்கொடுப்பவர் தரணியில்மருந்தாச்சி

பஞ்சாங்கப்படிப்பெல்லாம் பஞ்சாய்ப்பறந்துபோச்சி
பறைச்சிக்குப்பணந்தந்து சிறப்பாய்நடக்கலாச்சி
அஞ்சாமற்பரசோற்றில் அந்தணர்விழலாச்சி
அவர்மனைவியெல்லாம் அழுதுபுலம்பலாச்சி

குலங்கெட்டுப்போச்சி அந்தணராலேயே
குடிகெட்டுப்போச்சி

துரைக்குப்பிறந்தவன்போல் டொப்பிசட்டைகளாச்சி
ஜோடும்செருப்பும்போச்சி பூட்சுதூக்கலாச்சி
அடுப்பங்கரையில்கூட இங்கிலீஷ்பேசலாச்சி
ஐயமார்குடிக்கவே அடிக்கொருகடையாச்சி

இவ்வாறு சிறுமணவூர் முனிசாமி முதலியாரின் 'கலியுகச் சிந்து' புலம்பியதென்றால் 'புருஷனுடன் பிராணம்விட்ட பதிவிரதைகள்

சிந்து' சதி வழக்கத்தைப் போற்றிப் பாடியது. இவர்களுக்குக் 'காலமென்றால் காலம் அனியாயக் கலிகாலம் / புருஷர் ஸ்திரீகளுக்கு பயந்து நடக்குங்காலம்' ('காலையில் தாலிகட்டி மாலையில் பிள்ளைபெற்ற மதிமோசச் சிந்து').

கலியுகச் சிந்திற்கு மாற்றாக 'கலியுக சமாதானம்' என்றுமொரு நூல் வெளிவந்ததையும் நாம் இங்குக் குறிப்பிடவேண்டும்.

பல்லவி

கோபஞ்செய்யாதீர்   இதுகலியுகமென்று
தோஷஞ்சொல்லாதீர்

அநுபல்லவி

கோபமகற்றுவிப   ரீதபுராணத்தின்
தாபத்தைக் கேளுங்கள்   ஞாபகமற்றோரே கோ

சரணங்கள்

1. தருமத்தையொருபோதும்   தாங்கள் நினையாரென்றும்
   தஞ்சமென்றடுத்தோரை   வஞ்சித்திடுவாரென்றும்
   குருபத்தினிமாரை   கூடநினைப்பாரென்றும்
   கொடுத்தகடனைக் கேட்டால் அடிக்கத் துணிவாரென்றும்

   கதை கட்டினீரே   முந்தியுகத்தை
   பதத்தில் வைத்தீரே இன்றும்

2. அடுத்தோரை வஞ்சித்து   ஆஸ்திசேர்ப்பாரென்றும்
   அளவுக்கு மிஞ்சின   ஸ்ரீயைப் புணர்வாரென்றும்
   கடுத்தமனக்குறி   கல்மனத்தாரென்றும்
   கலியுகத்தால் நல்ல   நெறிநடவாரென்றும்

   வீண் கதை கட்டி கதைகள் புராணத்தை
   விபரீதமாக்கி

வழிவழிவந்த சாதிப்படிவரிசையும் அதிகாரப் படிமுறையும் சிறிது ஆட்டங்காண்பதையே குஜிலி இலக்கியவாணர்களால் பொறுக்க இயலவில்லை என்பது வெளிப்படை. பெண்கள் சிறிதளவு ஏற்றங்காண்பதையும், பார்ப்பனரின் பாரம்பரிய இடம் சற்றே அசைந்து கொடுப்பதையும், தலித்துகளைப் பிணித்த பாரம்பரியத் தளைகள் சிறிது நெகிழ்வதையும் குஜிலி இலக்கியம் அச்சத்தோடுதான் நோக்கியுள்ளது. வெகுசனப் பண்பாட்டை விமரிசனமில்லாமல் கொண்டாடுவோர் கருத்தில் கொள்ள வேண்டிய செய்தி இது.

குஜிலி நூல்களைப் பற்றிப் பேசுங்கால் உள்ளடக்கம் பற்றி மட்டுமல்லாமல், அவற்றின் அச்சு, அமைப்பு, வடிவம், சித்திரங்கள் ஆகியவற்றையும் முக்கியமாக நோக்க வேண்டும். குஜிலி நூல்களின் தனித்தன்மை அவற்றின் பாடுபொருளில் மட்டுமன்றி, புறத்தோற்றத்திலும் பொதிந்திருந்தது. குஜிலி இலக்கியம் பற்றிய நடுத்தர வர்க்கத்தின் விமரிசனங்களில் புறத்தன்மை பற்றியும் குறைகூறப்பட்டதென்பதை நாம் மறந்துவிடலாகாது.

அளவைப் பொறுத்தமட்டில், பல்வேறு அளவுகளில் குஜிலி நூல்கள் வெளியிடப்பட்டிருக்கின்றன. கிரவுன் 1/8, டெமி 1/8 ஆகிய அளவுகளில் மட்டுமல்லாமல் சில வேளைகளில் ராயல் 1/8 அளவிலும் நூல்கள் அச்சாகியிருக்கின்றன. மேலும், கிரவுன் 1/16, டெமி 1/16 அளவிலும் பாட்டு நூல்கள் அச்சாகியிருக்கின்றன. இவை கைக்குள் அடங்கும் அளவின. மிகப் பெரும்பான்மையான குஜிலி நூல்களுக்கு மேலட்டை இருப்பதில்லை. அதிலும் முக்கியமாகப் பாட்டுப் புத்தகங்களுக்கு மேலட்டை தனியே அச்சிடப்படுவதில்லை. அச்சுப் படிவத்தின் முதல் பக்கத்திலேயே தலைப்பைச் சிறிது கொட்டை எழுத்தில் அச்சிடுவதும், பல வேளையில் நடுவில் ஒரு படத்தை வெளியிடுவதும் பெரு வழக்கு. கதைப் பாடல்கள் போன்ற நூல்களுக்கு மட்டும் வண்ணக் கெட்டித் தாளில் படத்தோடு தலைப்பை அச்சிடுவதுண்டு. முக்கூடற் பள்ளை குஜிலிக் கடையில் வாங்கிய டி.கே.சி., மேலட்டையின் முதுகிலும் இருவெளி முக்கிலும் காலிகோ என்ற பெயரில் காவித்துணி ஒட்டப்பட்டிருந்ததைக் குறிப்பிடுகிறார். மேல் அட்டையில் தூசியைத் துடைத்தால் அப்படியே திரைந்து வந்துவிடக்கூடிய தன்மையில் மார்பிள் பேப்பர் ஒட்டப்பட்டிருந்த தையும் டி.கே.சி. சொல்கிறார்.[14] பொதுவாக, அச்சிட்ட மேலட்டைகள் தமிழ்ப் பதிப்புலகில் 1930கள் வரைகூட இல்லை என்னும்போது குஜிலியில் அது வழங்கியிருக்கும் என்று எதிர்பார்க்க இயலாது. பல்வேறு சிறுநூல்கள் சேர்த்துத் தைக்கப்பட்ட 'சில்லறைக் கோவை', 'சில்லறைக் கட்டடம்' போன்ற தொகுப்புகள் நூலால் தைக்கப்பட்டு, கட்டடம் செய்யப்பட்டது தெரிகிறது.

நூலின் பின்பக்க 'அட்டை'யில் பல வேளைகளில் விளம்பரங்கள் அமைந்திருக்கின்றன. குறிப்பிட்ட குஜிலிப் பதிப்பாளரின் பிற நூல்களின் பட்டியலோ அல்லது அவர் விற்பனை செய்த வேறு பொருள்களின் விளம்பரமோ இதில் அமைந்திருக்கின்றன.

தாளைப் பொறுத்தவரை நூல்கள் அனைத்தும் மிக மெல்லிய, விலை குறைந்த, நியூஸ் பிரிண்டை ஒத்த தாளிலேயே அச்சிடப் பட்டுள்ளன. 'டக்கா மஸ்லின் எல்லாம் தோற்றுப் போய்விடும் : அவ்வளவு மென்மை; அவ்வளவு மிருது. முதல் பக்கத்தைத் திருப்பினேன். அப்படியே மத்தியில் கிழிந்துவிட்டது' என்று டி.கே.சி. வஞ்சப்புகழ்ச்சியாகக் குறிப்பிடும் அளவுக்குத் தாளின் தன்மை இருந்தது.[15] இதன் காரணமாகவும், அச்சிடப் பயன்படுத்திய மை

மற்றும் அச்சுப் பொறியின் காரணமாகவும் பல சமயங்களில் ஒருபக்கத்தில் அச்சிட்டது மறு பக்கத்தில் தெரியக்கூடிய நிலையும் இருந்துள்ளது.

அச்சின் தன்மையைப் பொறுத்தவரையில் பல்வேறு வகையான அச்செழுத்துகள் பயன்படுத்தப்பட்டுள்ளன. தடித்த எழுத்துகளும் பெரிய எழுத்துகளும் பெருவழக்காக இருந்துள்ளன. எளிதில் வாசிக்கத்தக்க வகையில் இவ்வாறு தடித்த எழுத்திலும் பெரிய எழுத்திலும் பல நூல்கள் அச்சிடப்பட்டதால் 'பெரிய எழுத்து நூல்கள்' என்றே இவை அறியப்படலாயின. இம்முறையில் எந்த குஜிலி நூலும் அச்சிடப்படலாமாயினும், பெரிதும் கதைப் பாடல்களே இவ்வாறு அச்சிடப்பட்டன. குஜிலி இலக்கியக் களஞ்சியத்தில் இந்நூல்களின் முதன்மை கருதி, மொத்த குஜிலி இலக்கியத்தையுமே குறிப்பிடுவதற்குப் 'பெரிய எழுத்துப் புஸ்தகங்கள்' என்பது ஓர் ஆகுபெயராக விளங்கியிருக்கிறது. இன்றளவும்கூட இத்தொடர் வழக்கிலுள்ளது என்பது இது எவ்வளவு வலுவான ஓர் அடையாளமாக விளங்கியுள்ளது என்பதைக் காட்டுகிறது.

பெரிய எழுத்துகளும் தடித்த எழுத்துகளும் பெருமளவுக்குப் பயன்படுத்தப்பட்டதுபோக பல சமயங்களில் வேறு எழுத்துகளும் அச்சில் கலந்துவிடுவதுண்டு. Wrong point / wrong font என்ற அச்சுக் கலைச்சொற்கள் இதைச் சுட்டும். ஒரு குறிப்பிட்ட அச்செழுத்து அச்சகத்தில் தீர்ந்துவிட்டால், வேறு அச்செழுத்தை எடுத்து குஜிலி அச்சகத்தார் கவலைப்படாமல் பயன்படுத்தியிருப்பதை இது காட்டுகிறது.

குஜிலி நூல்கள் அச்சுப் பிழை மலிந்தவை என்பது மிகப் பரவலாக அறிந்த செய்தி. ர, றகரங்களும், ல,ள,ழகரங்களும் ஏறத்தாழ எந்த வேறுபாடுமின்றிக் கையாளப்பட்டிருப்பதைக் காண முடிகின்றது. இதற்கு எழுத்தாளர் அச்சகத்தார் இருவருமே சம பொறுப்பு என்பதைக் குறிப்பிட வேண்டும். எழுத்துப் பிழைகளும் சொற்பிழை களும் இலக்கணப் பிழைகளும் குஜிலி நூல்களின் சிறப்புக் கூறு ஆகும். (எனவேதான், இந்நூலின் பின்னிணைப்பில் வழங்கப்பட்டுள்ள குஜிலி இலக்கியப் பனுவல்களில் எந்தத் திருத்தமும் செய்யப்படாமல் அப்படியே அச்சிடப்பட்டுள்ளன.)

அச்சமைப்பைப் பொறுத்த அளவில் பல சமயங்களில் பாடலின் வடிவம் எளிதில் இனங்காணும் வகையிலேயே அச்சிடப்பட்டுள்ளன. ஆனால், சில வேளைகளில் அவ்வாறு தெரியாவண்ணம் உரைநடை போலவும்கூட அச்சிடப்பட்டுள்ளன. இரண்டு முறைகளிலும் ஒரே நூலில் பாடல்கள் அச்சாகியுள்ளதைக் காணும்போது, இடப்பற்றாக் குறையின் காரணமாக, ஒரு நூலை 8 அல்லது 16 பக்கத்திற்குள் அடக்கிவிட வேண்டிய தேவை ஏற்பட்டபோது இவ்வாறு செய்யப்

பட்டுள்ளதாகத் தெரிகிறது. பாடலைத் தவிர இடைப்பிறவரலாகத் தொகையறாவும் வசனமும்கூட அமைந்துள்ளன.

படங்கள் குறைவாகவே அச்சிடப்பட்டாலும், அவையும் குஜிலி நூல்களுக்கு ஒரு தனித்தன்மையை வழங்கியுள்ளன. கதைப் பாடல்களின் உள்ளே முழுப்பக்க அளவிற்குக் கதைநிகழ்ச்சிகளைச் சித்தரிக்கும் படங்கள் உள்ளன. கலை நேர்த்தியை எதிர்பார்க்கவியலா தெனினும், இவற்றுக்கு ஒரு தனித்துவம் உள்ளது. இவற்றை முதன்முதலில் வரைந்து, அச்சிட்டவர்கள் யார் என்று தெரியவில்லை. ஆனால், அவை மீண்டும் மீண்டும் படியெடுக்கப்பட்டு, அச்சிடப்பட்டுள்ளனவென்பது மட்டும் தெளிவாகத் தெரிகிறது. இதனாலேயே இவற்றை 'ஐதீகப் படங்கள்' என்றும் குறிப்பிடும் வழக்கம் வந்ததென உய்க்கலாம். படங்களின் கோடுகளைக் காண்கையில், தொடக்கத்தில் மரச்செதுக்குகளாகச் செய்யப்பட்ட பட அச்சுக் கட்டைகள் பின்பு ஈய அச்சுக் கட்டைகளாயின என்று எண்ண வைக்கின்றது. 1940கள் அளவிலேதான், மிகச் சில வேளைகளில் 'ஆப்டோன்' அச்சுக்கட்டை பயன்படுத்தப்பட்டுள்ளது. புகைப்படங்கள் வெளியிடுவதை 'ஆப்டோன்' தொழில்நுட்பம் சாத்தியப்படுத்தியது.

அச்சுக் கட்டைகள் செய்வதென்பது செலவு பிடிக்கும் வேலை. மிக மலிவாக விற்கப்பட்ட குஜிலி நூல்களுக்கெனத் தனியே அச்சுக்கட்டைகள் செய்வதென்பது மிக அருமை. அதிலும் முக்கியமாக எட்டு அல்லது பதினாறு பக்கங் கொண்ட பாட்டுப் புத்தகங்களுக்கு அச்சுக் கட்டை செய்வது கட்டுப்படியாகும் காரியம் இல்லை. இந்த நிலையில் அச்சு வார்ப்பகங்கள் தயார் நிலையில் செய்து விற்ற 'டைப்மேடு பிளாக்'குகளை குஜிலி நூல்கள் பெருமளவு பயன்படுத்தியுள்ளன. 'டைப்மேடு பிளாக்கு'கள் என்பன சில வகையான சிறு படங்களை அப்படியே ஈய வார்ப்பில் வார்த்து, கிலோ கணக்கில் அச்சகங்கள் வாங்கக்கூடிய அளவில் விற்கப்பட்டவை. பிள்ளையார், கண்ணன், முருகன், லட்சுமி, அம்மன்கள், முனிவர்கள் போன்ற கடவுளர்களும், பூக்கள், நாமம், சங்கு, சக்கரம், புராண விலங்குகள் முதலானவையும் இவ்வாறு 'டைப்மேடு பிளாக்'குகளாக வார்க்கப்பட்டன.[16] (ரசீது புத்தகம், கலியாணப் பத்திரிகை, காரியப் பத்திரிகை போன்றவற்றில் இன்றும்கூட இவை பயன்படுத்தப்படுவதைக் காணலாம்.) எந்த அச்சகத்திலும் இவை சிறு அளவிலேனும் இருக்கும். இவற்றை குஜிலிப் பதிப்பகத்தார் பெருமளவு பயன்படுத்தி யிருக்கின்றனர். பல சமயங்களில் பொருத்தமில்லாத இடங்களிலும் அவை பயன்படுத்தப்பட்டுள்ளன. ஒரே படம் வெவ்வேறு பொருளி லமைந்த நூல்களுக்கும் பயன்படுத்தப் பட்டுள்ளதைக் காண முடிகின்றது. உள்ளடக்கத்தில் மட்டுமல்லாமல் புறத்தோற்றத்திலும்கூட குஜிலி நூல்கள் தனித்தன்மையுடையன.

சான்றுக் குறிப்புகள்

1. புலவர் குழந்தை, *தொடையதிகாரம்*, பாரி நிலையம், சென்னை, 1967, ப. 294.

2. மேலது, ப. 290.

3. மேலது, ப. 285.

4. மேலது, ப. 257—326.

5. அரு. மருததுரை, *தமிழில் கொலைச் சிந்து*, அருணா வெளியீடு, முசிறி, 1991, பிற்சேர்க்கை.

6. திப்பு, 'முச்சந்திக் கவிகள்', *சுதந்திரச் சங்கு*, 13 ஜூலை 1933. 'திப்பு' என்பது சுதந்திரச் சங்கு இதழின் ஆசிரியர் சங்கு சுப்பிரமணியனின் புனைபெயர் ஆகும்.

7. மேலது.

8. இதைப் பற்றிய ஓர் ஆய்வுக்குக் காண்க : A.R. Venkatachalapathy, 'Plague : The Subaltern Experience', *Radical Journal of Health,* vol. 1, No. 3, 1995

9. கல்கி, *தியாக பூமி*, வானதி பதிப்பகம், சென்னை, 1988, (முதல் பதிப்பு 1939), ப.325.

10. சாண்டில்யன், *போராட்டங்கள்*, வானதி பதிப்பகம், சென்னை, 1987, ப.43.

11. அரங்க. சீனிவாசன், *காவடிச் சிந்தும் கவிஞன் வரலாறும்*, சேகர் பதிப்பகம், சென்னை, 1984, முன்னுரை.

12. Steve Hughes, 'The "Music Boom" in Tamil South India : Gramophone, Radio and the Making of Mass Culture', *Historical Journal of Film, Radio and Television,* 22 (4), 2002.

13. ச. முருகபூபதி, 'மதுரகவி பாஸ்கரதாஸ்', த. ஸ்டாலின் குணசேகரன் (தொ—ர்), *விடுதலை வேள்வியில் தமிழகம்,* 2, நிவேதிதா பதிப்பகம், மாணிக்கப்பாளையம், 2000, ப.94.

14. டி.கே.சி. முன்னுரை, மு. அருணாசலம் (ப—ர்) *முக்கூடற் பள்ளு,* தமிழ் நூலகம், சென்னை, 1949, ப. 51—2.

15. மேலது.

16. இதைப் பற்றிய மேல்விவரங்களுக்குக் காண்க:
A.R. Venkatachalapathy, 'Art in the Type Foundry: The Cultural Uses of Typemade Blocks in Tamilnadu', *Nunkalai,* March 1999.

4
‘சந்திலே சிந்து’: பாடுநரும் பாடுகளமும்

முன் இயலில் விவரிக்கப்பட்ட குஜிலி இலக்கியம் எவ்வாறு உற்பத்தியானது, அவற்றை உருவாக்கியவர்கள் யார், அவற்றை அச்சிட்டவர்கள், பதிப்பித்தவர்கள் யார், அவை எவ்வாறு பரப்பப்பட்டன என்ற கேள்விகள் அடுத்து எழுகின்றன. அடுத்துவரும் இரண்டு இயல்களில் அவற்றுக்கு விடை காண முயல்வோம்.

குஜிலி நூல்கள் பெரும்பான்மையும் சிறு கடைகள் வழியாகவும் தெருவோரங்களிலும் குவித்துவைத்து விற்கப்பட்டிருக்கின்றன. தமிழ் நூல்களின் விரிவான பட்டியலை முதன்முதலில் (1865) தொகுத்து வெளியிட்டவரும், கிறித்தவ இலக்கியச் சங்கத்தை உருவாக்கியவருமான ஜான் மர்டாக், தம் அலுவலகத்திற்கு மிக அருகில் அமைந்திருந்த குஜிலி பஜாரைப் பற்றிப் பின்வருமாறு கூறுகிறார் : ‘குவியலாகப் புத்தகங்களை வைத்துக்கொண்டு, மாலை வேளைகளில் சுமார் இருபத்தைந்து புத்தகம் கூவுவிலைஞரை (*book-hawkers*) பஜாரில் காண முடியும்.’[1]

குஜிலி பஜாரைத் தவிர, பாட்டுப் புத்தகங்கள் தெருவோரங்களிலும் தெருமுனைகளிலும் கடைத்தெருக்களிலும் பாடி விற்கப்பட்டிருக்கின்றன. இவ்வாறு பாடும்போது ‘டேப்பு’ அடித்தவாறே பாடுவது வழக்கம். ‘கையில் டேப்பெடுத்து ரோஷத்துடன் பாடும் போட்டா போட்டி பாடல்கள்’ என்றே ‘எரிந்த கட்சி சிங்கார லாவணி’ (1928) விளம்பரப்படுத்தப்பட்டுள்ளது. அக்காலப் பகுதியில் சென்னை சிந்தாதரிப்பேட்டையில் வாழ்ந்துவந்த தெ. பொ. மீ., ‘செய்தித் தாள்கள் பரவுவதற்கு முன்னர், ஒவ்வொரு நிகழ்ச்சிக்கும் ஒவ்வொரு சிந்தும்

கும்மியும் வெளிவரும். தெருத்தோறும் அவற்றை விற்பவர் அந்த இசைப் பாடல்களை இனிமையாக உரத்த குரலில் பாடி விற்பர்'[2] என்று கூறியுள்ளார். இவர்களை 'முச்சந்திக் கவிகள்' என்று ஏளனமாகக் குறிப்பிட்ட அக்கால அறிவாளர் ஒருவர், 'கவிஞரே தமது நூலை எடுத்துக்கொண்டு முச்சந்தியில் வந்து நின்றுகொண்டு பாடி விற்கிறாரென்றால் ஏழைகளில் யார்தான் வாங்க மாட்டார்கள்?' என்றும் வினவியிருக்கிறார்.[3]

இதைப் பற்றி அக்காலத் (1935) திருநெல்வேலி மாவட்ட ஆட்சித்தலைவரும் பின்வருமாறு குறிப்பிடுகிறார்: 'தெருவிலே உரக்கப் பாடும் ஆற்றல் கொண்ட சில கூவுவிலைஞர் தெருமுனைகளில் கூட்டம் சேர்த்துக்கொண்டு பாடத் தொடங்குவர். மக்கள் இப்பாடல்களால் கவரப்பட்டு, அவரோடு கூடச்சேர்ந்து பாடுவர். அதன்பிறகு கூடியுள்ள மக்களிடம் புத்தகங்கள் விற்கப்படலாகும்.'[4]

இவ்வாறு கூவிப் பாடுவதற்கு நெடும் மரபு உண்டு. கவிதையின் தோற்றமே வாய்மொழி மரபினது என்பது இன்று அறிவுலகில் பரவலாக ஏற்றுக்கொள்ளப்பட்டுள்ளது. சங்க இலக்கியத்தின் உருவாக்கத்தில் வாய்மொழி மரபின் பங்கைப் பற்றிக் க. கைலாசபதி, ஜார்ஜ் ஹார்ட் ஆகியோர் விரிவாக ஆய்ந்துள்ளனர். ஆயினும் எழுத்து சார்ந்த இலக்கிய உருவாக்கம் நிகழ்ந்த பின்பு, இலக்கியத்தின் பரவல் மற்றும் நுகர்வு / வாசிப்பு பற்றிய ஆய்வுகள் தமிழ் இலக்கியத்தைப் பொறுத்துச் செய்யப்படவில்லை என்றே சொல்ல வேண்டும். நாட்டார் வழக்காறுகளின் பரவல், நுகர்வு பற்றிக் கணிசமான ஆய்வுகள் உள்ளதை இங்கு உறழ்ந்து நோக்கினால் இப்போதாமை நன்கு புலப்படும். இந்நிலையில் எழுத்து சார்ந்த மேலோர் இலக்கியம், வாய்மொழி சார்ந்த நாட்டார் இலக்கியம் ஆகிய இரண்டனுக்கும் இடைப்பட்ட குஜிலி இலக்கியம் பற்றிக் கருதுகோள்களாகவே சில வாதங்களை இங்கு முன்வைக்க வேண்டியுள்ளது.

> ஊரைச் சுடுமோ உலகந் தனைச்சுடுமோ
> ஆரைச் சுடுமோ அறியேனே – நேரே
> பொருப்புவட்ட மானநகிற் பூங்கொடியீ ரிந்த
> நெருப்புவட்ட மான நிலா

என்ற சிறந்த கவிதையைத் தனிப்பாடல் திரட்டை முதன்முதலில் தொகுத்துப் பதிப்பித்த தில்லையம்பூர் சந்திரசேகர கவிராஜ பண்டிதர் எவ்வாறு அறிய நேர்ந்தது என்பதை அவரிடமிருந்து கேட்டறிந்த உ.வே. சாமிநாதையர் கூறுவதை இங்குக் காண்பது பொருந்தும்.

சென்னை வண்ணாரப்பேட்டை சஞ்சீவிராயன் தெருவில் சந்திரசேகர கவிராஜ பண்டிதர் வாழ்ந்து வந்தபோது (பத்தொன்பதாம் நூற்றாண்டின் பிற்பகுதி) ஒரு பிச்சைக்காரர் அத்தெருவழியே வந்தார். 'தெம்மாங்கு, வெண்ணிலாப் பாட்டு, பராபரக் கண்ணி முதலியவற்றை அவன் பாடுவான். ஒரு கண்ணியில் ஓரடியையே திருப்பித் திருப்பிப்

பாடுவான்.' அன்று வீசிய நிலவொளியில், 'ஊரைச் சுடுமோ' எனப் பிச்சைக்காரர் தொடங்கினார். இத்தொடரைக் கேட்ட பண்டிதர், மேலும் அதனைக் கேட்கப் பேராவலுற்றார். 'உலகந்தனைச் சுடுமோ' என்ற அடுத்த இரு சீர்களைக் கேட்டதும், அது ஒரு வெண்பா என்பது அவருக்கு விளங்கிவிட்டது. முழுவதுமாகப் பாடலைக் கேட்க அவர் விரும்பினார். 'தானாக வந்தால் வரும், நானாக நினைத்தால் வருவதில்லை' எனப் பிச்சைக்காரர் அவருடைய ஆவலை ஏமாற்றினார். பின்பு அப்பிச்சைக்காரரை ஒரு நான்கு நாளைக்குப் பின்தொடர்ந்து சென்ற பிறகே பண்டிதருக்கு முழுப் பாடலும் கிடைத்தது![5]

இதுபோல் பாடல் பாடுவதையே தொழிலாகக் கொண்டவர்கள் ஏராளமாக இருந்திருக்கிறார்கள். துரதிருஷ்டவசமாக, இவர்களைப் பற்றிய எதிர்மறையான பதிவுகளே கிடைக்கின்றன. நவீனமயப்பட்டு வந்த நடுத்தர வர்க்கப் பார்வையிலிருந்தே இவர்களைப் பற்றிய விமரிசனப் பதிவுகள் தட்டுப்படுகின்றன. அவற்றை, அவற்றின் துணிபுகளுக்கு எதிராக வாசித்தே நாம் அன்றைய நிலைமையை உய்த்துணர வேண்டியுள்ளது.

மதிமோச விளக்கம் என்ற நூல் இவ்வாறு பாடிப் பிழைப்போரைப் பற்றிப் பலபடக் கூறுகிறது. 'திருத்தணி, திருப்பதி முதலிய இடங்களில் நிலபலங்களுடைய பெரிய குடும்பி'களாகிய 'சந்நியாசிகள்' என்ற ஒரு பிரிவினர், 'இரவானதும் . . . அருத்தமில்லாத ஞானப் பாட்டுகளையும் நல்லதங்காள் பாட்டுகளையும் தெருத்தெருவாய் பாடிக் காலை பழையதுக்கு வழிதேடிக்கொள்ளுகிறார்கள்.'[6] இவர்களைத் தவிர, மாவுப் பூசாரிகள் என்போர்,

> . . . அரி என்ற அட்சரம் அறியாதவர்களாயிருந்தாலும் மதுரை வீரன் பிறப்பு வளர்ப்பு முதல் மதுரை மீனாட்சியம்மனிடம் அடைக்கலமானது வரையில் வெகு தோரணையாய்ப் பாடுவார்கள். அவர்கள் பாடுவது பூசாரிப் பாட்டாயிருந்த போதிலும், அதிலே தில்லாலே, டப்பான், சுருள், வண்ணம், குறிஞ்சி முதலிய தினுசுகளையும் சேர்த்துப் பெண்களைப் பார்த்துக்கொண்டே பாடுவார்கள். உடுக்கைகளைத் தங்கள் காதுக்கருகில் வைத்து அடித்துக்கொண்டே அவர்கள் பிரம்மானந்தத்தில் சொக்கி விடுவார்கள்; சிலம்புகள் போடுவது எந்த சாஸ்திர ஆதாரமோ தெரியாது. அவர்கள் சிலம்புகளை மேலே தூக்கியும், குனிந்தும், நிமிர்ந்தும், மண்டியிட்டும், கால்கள் சந்தில் கோத்து வாங்கியும் ஒருவரை ஒருவர் குத்துவது போலவும் தமது உடல் வேர்க்கப் போடுவார்கள் . . . .[7]

'பெண்களைப் பார்த்துக்கொண்டே' பாடும் இந்த மாவுப் பூசாரிகளைத் தவிர நல்லதங்காள் கதையைப் பாடுவோர் பற்றி *மதிமோசக் களஞ்சியம்* பின்வருமாறு கூறுகிறது.

> கல்வியற்ற மூடர்களும் கைத்தொழில் தெரியாத் தடியர்களும் சேர்ந்து தாங்கள் கதைகாரணம் சொல்வதில் வல்லவர் போன்று மூளி கூழ்ப்பாண்டத்தை நல்லதங்காள் தலையில் போட்டு உடைப்பது போலவும், நல்லதங்காள் தன் பிள்ளைகளைக் கிணற்றில் தள்ளுகிறாப்போலும், நல்லண்ணன் மூளியின் தலைமயிரைப் பிடித்து அடிக்கிறது போலவும் படமெழுதிக் கொண்டு ஜனங்கள் கும்பல் கூடும்படியான வழிப்பாதையில் ஒரு மரத்தின்கீழ் படத்தைப் பரப்பி ஒருவன் தாளம்போட, ஒருவன் உடுக்கையடிக்க, ஒருவன் முன்பாட்டுப் பாட, மீதியிருப்பவர் ... பாடுவார்கள் ... நடுவில் வசனம் பேசுவார்கள். பின் ஜனங்களும் நெருங்கி உட்கார்ந்து, பேதைப் பெண்மக்கள் உருக்கமாகக் கேட்டுக்கொண்டிருக்கையில் சுருக்கமாகப் பாடத் தொடங்குவார்கள் .... இப்படியெல்லாம் பாடி ஜனங்கள் மனதைக் கரைத்து அவர்கள் போடும் காசுகளைச் சேர்த்து மாலையில் பழுக்கக் குடித்துப் புழுதியில் விழுந்து கிடப்பார்கள்.[8]

மேற்கண்ட வருணனைகளின் எதிர்மறைத் தொனியையும் மீறிப் பல செய்திகளை நாம் உணர்ந்துகொள்ள முடியும். இத்தகைய பாடல்களின் உள்ளடக்கம், பாடப்படும் முறை, பாடும் இடம், அவற்றைக் கேட்க மக்கள் குழுமுதல், அவ்வாறு குழுமும் மக்கள் கூட்டம், முக்கியமாகப் பெண்கள் உருக்கமாகக் கேட்டல், காசு போடுதல் ஆகிய செய்திகள் ஐயத்திற்கிடமின்றித் தெளிவாகவே தெரிகின்றன.

உ.வே. சாமிநாதையர், தம் புரவலரான புதுக்கோட்டை சமத்தான திவான் அ. சேஷையா சாஸ்திரியின் மதிநுட்பத்தைப் பற்றிக் கூற வருகையில் குறிப்பிடும் நிகழ்ச்சியும், இத்தகைய பாடல்கள் விற்கப்படும் இடங்களில் கூட்டம் பெருமளவில் குழுமுவதைச் சுட்டுகிறது. (எதிர்மறையாகவும் இடைப்பிறவரலாகவுமே மக்கள் பண்பாட்டைப் பற்றிய ஆவணச் செய்திகள் கிடைக்கும் என்பதற்கு இதுவும் ஒரு சான்று.)

> புதுக்கோட்டையில் சில வீதிகள் கூடுகிற சந்தியில் முன்பு ஐந்து லாந்தற் கம்பமொன்றும் அதைச் சார்ந்த மேடையொன்றும் இருந்தன. அவ்வூரில் ஒரு முகம்மதியர் காலணா, அரையணா விலையுள்ள பாட்டுப் புத்தகங்களைப் பாடிக் கொண்டே விற்பனை செய்துவந்தார். அவரைச் சுற்றிப் பலர் கூடிப் பாட்டுக் கேட்பார்கள்; அவர்களிற் சிலர் புத்தகத்தையும் விலைக்கு வாங்கிக்கொள்வார்கள்.

இந்த நிலையில் அதே இடத்தில் நிலையாக இருந்து விற்றால் ஆதாயமாக இருக்கும் என்று கருதிய அந்த நூல் விற்பனையாளர், சமத்தான அரசுக்கு விண்ணப்பம் எழுதினார். திவான் சேஷையர் 'லாந்தல் பத்திரம்' என்று மட்டும் வெகு சுருக்கமாக ஆணை

எழுதினார். சாயுபுவுக்கு ஒன்றும் விளங்கவில்லை. இருப்பினும் 'அந்த லாந்தல் மேடையிலிருந்து பாட்டுப் பாடி அவர் புத்தக வியாபாரஞ் செய்யத் தொடங்கினார்.'

> ஒருநாள் அளவற்ற கூட்டம் அவரைச் சுற்றிக்கொண்டது. அவர் உத்ஸாகமாகப் பாடும்பொழுது கூட்டத்தில் இருந்த சிறு பையன் ஒருவன் மேடைமீதேறி லாந்தலைப் பிடித்துத் தொங்கிக்கொண்டே கேட்டான். அதைப் புத்தக வியாபாரி கவனித்தார். சிறிது நேரம் அவன் அப்படியே இருந்தாலும், தினந்தோறும் அப்படி யாராவது செய்தாலும் லாந்தல் உடைந்துவிடுமென்பதை அவர் உணர்ந்தார்.

திவான் சேஷையர் வெளியிட்ட ஆணையின் நுட்பம் அப்பொழுது அவருக்குப் புரிந்தது! தெருவோரப் பாடகர்கள் பாடும்பொழுது சேரும் கூட்டத்தை இந்நிகழ்ச்சி சுவையாகப் பதிவு செய்திருக்கிறது.[9]

கொலைச் சிந்துகளைப் பற்றித் தனியே ஆராய்ந்த அரு. மருததுரை, நாட்டுமருந்து விற்பனையாளர்கள் தம் வியாபாரத்தைத் தொடங்குமுன் கூட்டத்தைச் சேர்ப்பதற்காகக் கொலைச்சிந்துகள் பாடியதாகக் குறிப்பிடுகிறார்.[10] இதற்கு அவர் ஆதாரம் காட்டவில்லையாயினும், கூட்டங்கூட்டுவதற்கும் இவ்வகைப் பாடல்கள் பாடுவதற்கும் நேர்த்தொடர்பு உள்ளதென்பது உறுதி.

இந்தப் பாடல்கள் கூவிப்பாடி விற்பதற்காகவே இயற்றி அச்சிடப்பட்டன என்பது அகச்சான்றுகளிலிருந்தும் தெரிகிறது. 'லக்ஷிமியம்மாள் தற்கொலைச் சிந்'தின் ஆசிரியர்,

> லக்ஷிமியின் தற்கொலையை கச்சிதமா யான்பாடி
> தக்ஷணமே விற்கவிடை தா

என்று கடவுள் வாழ்த்தாகப் பாடுவதிலிருந்து, இப்பாடல் நிகழ்ச்சி நடந்த உடனுக்குடன் பாடப்பட்டு விற்கப்பட்டுள்ளது என்பது தெரிகிறது.

இவ்வாறு பாடலைப் பாடுங்கால், அப்பாடல் புத்தகத்தின் விலையும் சேர்த்துப் பாடப்பட்டுள்ளதும் தெரிகிறது.

> 'அம்ஸவல்லிகேசு – அதன் விலையோ ஆறுகாசு'
> *(சிதம்பரம் கசாய்கடை கோபாலு நாயகர் கொலைச் சிந்து)*

> 'கன்னிகொலைகேசு விலை சொன்னேனாறுகாசு'
> *(பிரம்மகுல பார்வதியம்மாள் கொலைச் சிந்து)*

> 'நடந்தகதைபாரு விலைநயமிது காசாறு'
> *(பாவந்துலைய காசியாத்திரை சென்ற காளியப்பன் துயரம்)*

விலை கூறி விற்கும்போது, தம் 'பதிப்பகம்' பற்றியும் இடையில் கூறி அதனை விளம்பரப்படுத்தினர் இப்பாடலாசிரியர்கள். தாமே

பாடி, தாமே அச்சிட்டு, அவற்றைத் தாமே விற்றனர் என்பதற்கு இது ஒரு சான்று. சூளை ஹைரோட் 2ஆம் நம்பரிலிருந்து குஜிலிப் புத்தகத் தொழில் நடத்திய எஸ். டி. மாணிக்க நாயகர் என்பவர் ஸ்ரீ இராமலிங்கம் அண்டு கம்பெனி, ஸ்ரீ மயில்வாகனன் பிரஸ் முதலான பெயர்களில் தொழில்நடத்தி வந்தார். அவர் வெளியிட்ட *அதிசய மைனர்கள் பாட்டு (1929)* என்ற பாட்டுப் புத்தகத்திலே, 'ஆண்டிப் பண்டாரம் என்ற வர்ண மெட்'டில் அமைந்த பாடலினூடே பின்வருமாறு அந்நிறுவனங்கள் விளம்பரப்படுத்தப்படுகின்றன.

வீணுக்கிவ் வூர்திரிந்து வுழலுவதி லென்னபலன்
மாணிக்கநாயகர் ஸ்ரீ மயில்வாகனன் பிரஸை
காணுவோம் வாராய் சூளைகடையிது நேராய்
. . . .
பக்திரஸம்நிறைந்த பஜனைப்பாட்டுடன் மற்ற
எத்திசையும்புகழும் இனியகொலைகேசு சிந்து
. . . .
உண்டாகுமதிசயத்தை விதவிதமா யச்சிலிடும்
ரெண்டாம் நெம்பரில் வாழும் ராமலிங்கம் கம்பெனியை
. . . .

மேலும், தமது பாட்டு வியாபாரத்தைத் தொடர்ச்சியாகவும் இவர்கள் நடத்திவந்தனர். அவ்வப்போது நிகழும் பரபரப்பு நிகழ்ச்சிகளை உடனுக்குடன் பாடுங்கால், முழுவதுமாகப் பாட முடியாது. ஆகவே, தவணை முறையில் அடுத்தடுத்து இவர்கள் இந்நிகழ்ச்சிகளைப் பாடி வந்தனர். இச்செய்தி அவர்கள் இயற்றிய பாடல்களிலேயே புலப்படுத்தப்படுகின்றது.

'வாணியம்பாடி கோவிந்தபுரத்தில் நடந்த ஹஸிநாபிவி சிசு கொலைச் சிந்து *(முதற் பாகம்)*' பாடவந்த சூளை மாணிக்க நாயகர்,

பிள்ளைகள்மேல்நகை போடவேண்டாம் துஷ்ட
  கள்ளருக்கிறை யாக்கவேண்டாமையா
உள்ளபடிபெண்ணுக் கைந்துவயதானால்
  வெளியேகவிடை தரவேண்டாம்

என்று கேட்போர்க்கு அறிவுறுத்தியதோடு நில்லாமல், இறுதியாக ஒரு வாக்குறுதியையும் அளிக்கிறார்.

கேசையுங்கண்டு பிடித்தவுடன்வெகு
  மீசுரமாக விரண்டாம்பாகம்
தாசன்மாணிக்கமும் நேசர்களறிய
  தாமதமில்லாம லச்சடிப்பேன்.

வழக்கில் முன்னேற்றம் ஏற்பட, ஏற்படப் புதிய தகவல்களை நேசர்களுக்குத் தாமதிக்காமல் அறிவிப்பதாகச் சூளை மாணிக்க

நாயகர் அறிவித்திருக்க, 'கொடுக்கூர் ஆறுமுக படையாக்ஷியின் அற்புதக் கலகச் சிந்'தின் ஆசிரியர் அத்தகைய வாக்குறுதியை நிறைவேற்றிவிட்டதனை உரைக்கிறார்.

கொடுக்கூர் ஆறுமுகத்தின் முதற்பாகம் – அன்று
கூரினேனிதுவே ரிரண்டாம் பாகம் – இன்று
படிக்குரேன் விலை அரையணாவாகும் – நன்றாய்
பார்த்து வாங்கிடினுமக் கினிதாகும்.

மேலும், இடைக்கால பக்தி மரபுப் பாடல்களைப் போல் பாடலிறுதியில் ஆசிரியர் தம் பெயரை இணைத்துப் பாடும் 'முத்திரை வரி'யைச் சேர்க்கும் வழக்கமும் இருந்திருக்கிறது.

'இராஜகோபால் கீதம் தராதலத்தின் நீதம்'
(நமதிந்தியத் தொழிலாளர் தலைவர்களின் நற்புகழ் ப்ரபல்ய அற்புத கீதம்)

'யாசின்கவி நாளும் ....'
(லாலா லஜபதி ராய், சுப்ரமண்யப் பாரதியார், இராமநாதபுரம் மகாராஜா ஆகியவர்களின் மரண அநுதாபப் பாட்டுகள்)

'கவி சாற்றிச் சபாபதி தூற்றிப் பதிப்பித்தான்'
(தேயிலைத் தோட்டப் பாட்டு)

'எஸ்.டி. மாணிக்கம் எழுதிவைத்த நற்கீதமே'
(சென்னை விநோத சிங்காரப்பாட்டு)

'இருகொலைசிந்து நீ பாடவேணுமென்று
இஷ்டர்கள் யாவருங் கேட்டதினால்
சிறுமணவூர்முனி சாமிசீடன் சூளை
மாணிக்கம் பாடியே அச்சடித்தான்.
(சிதம்பரம் கசாய்கடை கோபாலு நாயகர் கொலைச் சிந்து)

பாடுகளம்

குஜிலி நூல்கள் தமிழகமெங்கும் பரவலாகப் பரவியிருந்திருக்கின்றன. குஜிலி பஜாரைத் தவிர, அதன் அருகில் அமைந்திருந்த மூர் மார்க்கட், சூளைப் பகுதி, ஜார்ஜ் டவுண் ஆகிய பகுதிகளில் அவை விற்பனையாகியிருக்கின்றன. சூளை இதனைப் பொருத்த மட்டில் முக்கிய மையமாக விளங்கியிருக்கின்றது. தொழிலாளர்கள் அடர்ந்து வசிக்கும் சூளைப் பகுதியைச் சுற்றி, அன்றைய காலத்தில் தென்னகத்தின் மிகப் பெரிய நெசவாலையாக விளங்கிய பக்கிங்காம் கர்நாடிக்கு (பின்னி) ஆலைகளும், சூளை ஆலைகளும் அன்றைய சென்னையின் முக்கியப் போக்குவரத்துச் சாதனமாக விளங்கிய

'நாகரிக யக்ஷ'னாகிய டிராம் வண்டிகளின் பணிமனையும் (இன்றைய பெரியார் திடல்), சென்ட்ரல் ரயில் நிலையமும், சரக்குந்துகள் சுமையை ஏற்றி இறக்கும் மையமான 'சால்ட் கொட்டார்'சும் இருந்தன. உடலுழைப்பைப் பெரிதும் வேண்டிய இத்தொழில்கள் நிகழ்ந்த இவ்விடங்களுக்கிடையில் சூளை விளங்கியதால், பாட்டாளி மக்கள் பெரிதும் புழங்கும் இடமாகவும் இது இருந்தது. ம. சிங்காரவேலர், வி. சக்கரை செட்டியார், பு. ம. ஆதிகேசவ நாயகர், பி. சிவராவ், தெ. பொ. மீனாட்சிசுந்தரம் பிள்ளை ஆகியோரைப் பற்றிய புகழ்ப் பாடல்கள் அடங்கிய 'நமதிந்திய தொழிலாளர் தலைவர்களின் நற்புகழ் ப்ரபல்ய அற்புத கீதம்', 'மடராஸ் ரயில் கலகம்' (1913) போன்ற பாடல்கள் சூளையில் வழங்கியது எதிர்பார்க்கத்தக்கதே. குஜிலி நூல்கள் இயற்றி, அச்சிடப்பட்டு, பாடப்படும் இடமாகச் சூளை விளங்கியதும் பொருத்தமானதே. (இன்றும்கூட, கே. ஏ. மதுரை முதலியாரால் தொடங்கப்பட்ட சண்முகானந்த புத்தகசாலை / புக் டிப்போ செயல்பட்டு வருகிறது.) இதன் காரணமாகவே இவ்வகை இலக்கியத்தைப் படைத்தவர்கள் 'சூளைக் கவிஞர்கள்' என்றும் குறிப்பிடப்பட்டனர்.[11]

மதுரையைப் பொருத்தமட்டில், மீனாட்சி அம்மன் கோயிலுக்கு எதிர்ப்புறம் அமைந்துள்ள புது மண்டபம் குஜிலி இலக்கிய விற்பனை மையமாக இருந்தது. புது மண்டபத்தில் வரிசையாக அமைந்திருந்த புத்தகக் கடைகள், மதுரையைச் சுற்றியிருந்த சிற்றூர் மக்கள் சமயப் பயணமாகவும் பொருள் வாங்கும் நிமித்தமாகவும் வணிகத்திற்காகவும் அன்றாடம் வந்துசென்றபோது அவர்களுக்குப் புத்தகங்களை விற்றன. சித்திரைத் திருவிழா போன்ற விழாக் காலங்களில் குழுமிய பெருங்கூட்டம் புத்தக விற்பனைக்குத் தோதாக இருந்தது. ஆர்வி துரையினரால் நடத்தப்பட்டுவந்த மதுரை ஆலைகள் போன்ற பெரும் நூற்பாலைகளையும் ஆயிரக்கணக்கில் தொழிலாளர்களையும் கொண்டிருந்த நகரம் மதுரை என்பதையும் நாம் மறந்துவிடுவதற் கில்லை. புதுமைப்பித்தனின் கைவண்ணத்தில் 'பொன்னகர'மாக இது சித்தரிக்கப்பட்டதையும் நினைவில் கொள்வோம். 'மணிக்குறவன் கதை', 'கரிமேடு கருவாயன் பாடல்' போன்ற 'புதிய' கதைப்பாடல்களும் பிறந்த தலம் இது. 1930கள் முதல் 1950கள் வரை தமிழின் முக்கியப் பதிப்பகங்களில் ஒன்றாக விளங்கிய இ. மா. கோபாலகிருஷ்ணக் கோன் புது மண்டபத்திலேயே தோற்றம் பெற்றது. (இப்பொழுது புது மண்டபத்தில் குஜிலி இலக்கிய உலகின் எச்சமாக இரண்டொரு புத்தகக் கடைகளே எஞ்சியுள்ளன. அவையும் பெரும்பாலும் பள்ளிக் கூடப் பாடநூல்களையே விற்றுவருகின்றன.) அண்ணாச்சி கந்தசாமி செட்டியார் நிரம்ப காலமாய்த் தாம் தேடிவந்த காரைக்கால் அம்மையார் பாடல் நூலைப் புது மண்டபத்தில் 'ஞாபகமாய்' வாங்கி, 'தலைமாட்டில் வைத்துக்கொண்ட' கதையைக் கி. ராஜநாராயணன் நினைவுகூர்ந்துள்ளார்.[12]

புதுக்கோட்டையில் ஒரு முஸ்லிம் வியாபாரி குஜிலி நூல்கள் விற்றதை முன்னரே குறிப்பிட்டோம். சென்னை, மதுரை போன்ற பெரிய நகரங்கள், புதுக்கோட்டை முதலான சிறுநகரங்கள் நீங்கலான தமிழகக் கிராமப் பகுதிகளில் பாடல் புத்தகம் விற்போர் ஊர் ஊராகவே திரிந்து, விற்றனர். வாரச் சந்தைகளும், நாட்டார் தெய்வக் கோயில் கொடைகளும், பெருங்கோயில் திருவிழாக் கூட்டங்களும் இவர்களின் விற்பனைக் களங்களாக இருந்தன. பெரும் பண்டிகை நாள்களில் கோயில்களில் குழுமிய கூட்டங்களில் இவர்கள் பாடல்களைப் பாடி விற்றனர். (மு. மேத்தாவின் 'திருவிழாவில் ஒரு தெருப்பாடகன்' என்ற கவிதை இங்கு நினைவுக்கு வருகிறது.) திருவரங்கத்து வைகுண்ட ஏகாதசி விழா, திருவண்ணாமலை கார்த்திகை தீபத் திருவிழா, மதுரை சித்திரைத் திருவிழா, மயிலாப்பூர் அறுபத்து மூவர், தெப்பத் திருவிழா முதலான விழா நாள்களை இவர்கள் ஆவலுடன் எதிர்பார்த்திருந்தனர். வைகுண்ட ஏகாதசியின்பொழுது ஸ்ரீரங்கத்தில் நிகழும் இராப்பத்து பகல்பத்து விழாக் காலத்தில் பல்வேறு ஊர்களிலிருந்தும் குஜிலி விற்பனை யாளர்கள் கடை விரித்தனர். ரங்கவிலாஸ் மண்டபத்தில் கடை பரப்பி, மிக மிக மலிவான விலைக்கு அவர்கள் புத்தகங்களை விற்றனர். எவ்வளவு மலிவாக நூல்கள் விற்கப்பட்டனவென்றால், 'ஸ்ரீரங்கத்துப் பாதி விலை' என்றே ஏளனமான பெயர்கூட ஏற்பட்டுவிட்டது.[13]

1910களில் சிறுவனாக இருந்த (பின்னாளில் சென்னை மாநில முதலமைச்சரான) பி. எஸ். குமாரஸ்வாமி ராஜா, அக்காலத்தை நினைவுகூர்கையில், திருவில்லிப்புத்தூரில் ஆடிப்பூர உற்சவத்திற்கு 'அந்தத் தாலுகாவில் சுற்றுமுற்றும் உள்ள ஊரார் பலரும் அதை ஒரு விசேஷத் திருவிழாவாகக் கொள்வார்கள்' என்றும், ஒன்பது நாள் நடைபெறும் அவ்விழாவில்,

> பற்பல சாமான் விற்கும் கடைகள் திருவிழாவுக்கென்றே கொண்டுவரப்பட்டு வரிசைவரிசையாக அமைந்திருக்கும். மற்ற நாட்களில் இருப்பதைவிட, அத்திருவிழாவுக்காக அமைக்கப்பட்ட கடைகளும் அவைகளில் விற்பனைக்கு வைக்கப்பட்டிருக்கும் சாமான்களும் வெகு கவர்ச்சியாக இருக்கும். அவை சிறு பிள்ளைகளின் உள்ளத்தை எப்படிக் கவருமென்று சொல்லவும் வேண்டுமா? .... பல ஊர்களிலிருந்து ஜனங்கள் திரள்திரளாக வந்துபோய்க் கொண்டிருப்பார்கள்

என்றும் விரிவாகவே இத்திருவிழாக்களின் தன்மையை விவரிக்கிறார்.[14] திருவிழாக் காலங்களில் வெளியூர்களிலிருந்து வந்து கடை பரப்பிய புத்தக விற்பனையாளர்களைத் தவிர, பெரும்பாலான கோயில்களில் நிரந்தரமான சிறு புத்தகக் கடைகளும் இருந்தன. (இன்றும்கூடப் பல கோயில்களில் இவற்றைக் காணலாம்.) அவ்வக்கோயில் தலப்

பெருமையை விளக்கும் சிறு நூல்களோடு பொதுவான சில நூல்களும் அங்கு விற்கப்பட்டன.

பெரிய திருவிழாக்களைத் தவிர, தொடர்ந்த விற்பனைக்கும் விநியோகத்திற்கும் வாரச் சந்தைகள் உகந்தனவாக இருந்தன. இராமநாதபுர மாவட்டம் கீரனூர் கிராமத்திலிருந்து இளையான்குடியில் நடைபெறும் சனிக்கிழமை வாரச் சந்தைக்குக் கிழமைதோறும் சென்றுவந்ததை *நகர்சார் நாட்டுப்புறக் கதைப்பாடல்களைப்* புதுமுறையாகப் பதிப்பித்த கே. ஏ. குணசேகரன் குறிப்பிடுகிறார்.[14]

1992இல் ஏறத்தாழ எழுபது வயதான காசிம் என்ற ஒரு தெருப் பாடகரைத் திருவைகுண்டத்தில் நேர்கண்டபோது அவர் கூறிய தகவல்களும் இச்செய்திகளை உறுதிப்படுத்துகின்றன. திருவைகுண்டம் குருசுக் கோயில் விழா, பொறையூர் தர்கா சந்தனக் காப்பு விழா ஆகிய விழாக்களைத் தவிர, தென்திருப்பேரை, ஏரல், பேட்மாநகரம், பொட்டல்புதூர், சீவலப்பேரி, குரங்கணி, திருச்செந்தூர், வள்ளியூர், பாளையங்கோட்டை, கீழக்கரை, உடன்குடி, கயத்தாறு முதலிய ஊர்களில் நடைபெற்ற சந்தைகளிலும் அவர் பாட்டுப் பாடி, புத்தகம் விற்றிருக்கிறார். விழாக்களோ சந்தைகளோ இல்லாத காலங்களில் பேருந்து நிலையங்களிலும் கூட்டங்கூடும் பிற இடங்களிலும் விற்பனை செய்திருக்கிறார். இன்றைய அளவுகோல்களின் படி நான்கைந்து மாவட்டப் பரப்பில் இப்பாட்டுக்காரர்களின் எல்லை அமைந்திருக்கிறது. பத்துப் பதினைந்துக்கு மேற்பட்ட ஊர்களில் இவர்கள் பாடியிருக்கிறார்கள். இத்தனை ஊர்களின் விழா, பண்டிகை, சந்தை கால அட்டவணையை உள்வாங்கிச் செயல்படுவதென்பது வியப்புக்குரியது. அச்சு ஊடகத்திற்கு அப்பாற்பட்டதோர் ஒரும் முறையில் இக்கால அட்டவணை எப்படியோ மக்கள் மனங்களில் பதிந்திருந்திருக்கிறது. (இன்றைய நாள்வழி நாட்காட்டிகள் இதன் அச்சு வடிவம் என்று கருத இடமுண்டு.)

தமிழ் கூறு நல்லுலகின் தென்கோடியில் வாழ்ந்த அழகியநாயகி அம்மாள் தமக்கு குஜிலி நூல்கள் படிக்கக் கிடைத்த விதத்தைப் பின்வருமாறு குறிப்பிடுகிறார்.

> எங்கள் வீட்டுப் பாதைவழியே புஸ்தக வியாபாரி வெள்ளிக் கிழமைச் சந்தைக்குப் புஸ்தகங்கள் விற்கப்போவான். நான் எங்கள் பெரியம்மையிடம் போய், ‘யம்மா, யாவாரி புத்தகங் கொண்டு போறான், வாங்கி தாருங்கம்மா’ என்பேன். கூப்பிடு என்பார்கள். நான் கூப்பிடுவேன். அவன் புஸ்தகக் கெட்டைத் திண்ணையில் இறக்குவான். ஒவ்வொன்றாக எடுத்துப் பார்த்து சூது துகிலுரிதல், அல்லி அரசாணி மாலை, பவளக்கொடி மாலை, முத்துப்பட்டன் கதை, நல்லதங்காள் கதை என்ற குறைந்த புஸ்தகங்களை, குறைந்த விலைக்கு நாலு சக்கரம், சில புஸ்தகம் ஏழு சக்கரம் என்று ஒன்று இரண்டாக வாங்குவோம்.

மேலும், 'அந்திக் கடையில் புஸ்தக வியாபாரி புஸ்தகம் விற்பதைக் கண்டால்' அவருடைய தந்தை 'பிடித்தமான நல்ல கதை புஸ்தகங்களையும் பாட்டு புஸ்தகங்களையும் வாங்கி வருவார்கள்' என்றும் அழகியநாயகி அம்மாள் நினைவுகூர்ந்துள்ளார்.[16]

புதுச்சேரியிலும் குஜிலிப் பாட்டுப் புத்தகங்கள் பரவலாக இருந்ததென அறிய முடிகின்றது. எப்பொழுதுமே கலவரங்களோடு பிரித்துப் பார்க்க முடியாத புதுச்சேரி தேர்தல் பற்றியும் பல பாடல் புத்தகங்கள் உலவியுள்ளன.[17]

இவ்வாறு தமிழகமெங்கும் குஜிலி நூல்கள் பரவியிருக்கின்றன. இவை புழங்காத தமிழ்ப் பகுதிகளே இல்லையென்று சொல்ல முடியும். பிற நாட்டார் இலக்கியத்தின் பரப்புக்கு இவை சற்றும் குறைந்ததில்லை என்பதோடு, அவற்றினும் பரவலாக இருந்தது என்றும் வாதிட இடமுண்டு. தென் தமிழ்நாட்டில் கதைப்பாடல்கள் மிகப் பரவலாக விளங்க, வட தமிழ்நாட்டில் இவை மிகமிகக் குறைவு. தேசிங்கு ராஜன் கதை போன்ற இரண்டொன்றே வட தமிழகத்தில் உருப்பெற்றவை. வில்லுப்பாட்டு தென் தமிழகத்தில் மட்டுமே உண்டு; வட தமிழகத்தில் அறவே இல்லை. தெருக்கூத்து வட தமிழகத்துக்கு உரியது; தென் தமிழகத்தில் இல்லை. குஜிலி இலக்கியங்களோ தமிழகத்தில் பரவாத இடமே இல்லை என்று சொல்வது மிகைக் கூற்றாக மாட்டாது. உறழ்ந்து நோக்குகையில் அச்சு ஊடகத்தின் ஆற்றல் இதுவென்று துணியவும் இடம் உண்டு.

தமிழ்நாடு மட்டுமல்லாமல் அன்றைய மைசூர் சமத்தானத்திலிருந்த கோலார் தங்கவயல் பகுதியிலும் குஜிலி இலக்கியம் தோன்றிப் பரவியிருப்பது புதியதும் கவனத்துக்கு உரியதுமான செய்தி.[18] பத்தொன்பதாம் நூற்றாண்டின் பிற்பகுதியில் கோலாரின் தங்கச் சுரங்கங்களில் நவீன முதலாளிய / காலனிய முறைகளைக் கொண்டு தங்கம் வெட்டியெடுக்கப்பட்டபொழுது, இதற்கான கடும் உடலுழைப்பை நல்கத் தமிழகத்து வட மாவட்டங்களைச் சேர்ந்த தலித் சாதிகளைச் சேர்ந்த மக்கள் அங்குக் குடிபெயர்ந்தனர். கோலார் தங்கவயலின் பட்டாளி வர்க்கத்தினர் ஏறத்தாழ முழுமையும் இவர்களே. மைய நீரோட்டப் புலமை மரபுகளைத் திருப்பிப்போட்ட அயோத்திதாச பண்டிதர் பெரும் அறிவாளராக முகிழ்த்தது இச்சமுதாயப் பின்புலத்தில்தான் என்பதையும் இங்குக் கவனத்திற்கு வருவித்துக்கொள்ள வேண்டும். கோலார் தங்கவயலின் தமிழ் மக்களிடையே உலவிய குஜிலிப் புத்தகங்கள் சில கிடைத்துள்ளன : 'மைசூர் இலாகா கோலார் தங்கவயல் என்னும் கோல்ட் மைன்ஸ் சார்ந்த உலகமதி கள்ளுகடை இன்னும் பலவித பாடலாகிய வழிநடை நொண்டி சிந்து' (1909), 'மைசூர் இலாகா கோலார் தங்கவயல் என்னும் கோல்ட் மையின்ஸ் லேடிகள் பதம்' (1907) மற்றும் 'ஜோடிகள் பதம்' (1908). இவை சென்னையில் அச்சிடப்பட்டிருந்தாலும், தங்கவயல் பகுதியிலேயே பரப்பப்பட்டுள்ளன என்று உறுதிப்படத் தெரிகிறது.

கிடைத்துள்ள இச்சில பாட்டுப் புத்தகங்களும் அப்பகுதியிலிருந்தே கிடைத்துள்ளன என்பதும் கவனத்திற்குரியது. பெரும்பாலான பாடல்கள் தங்கவயலில் கடும் உழைப்பைச் செலுத்திய தொழிலாளர்களுக்கு நற்போதனை வழங்கும் முறையிலேயே அமைந்துள்ளன.

இலங்கையின் மலையகத் தோட்டத் தொழிலாளரிடையேயும் குஜிலிப் பாடல் புத்தகங்கள் உலவியதை இயல் 8இல் விரிவாகக் குறிப்பிட்டுள்ளேன். தமிழகத்தில் அச்சிடப்பட்ட குஜிலி நூல்கள் ஈழத்தில் பரவியிருப்பது உறுதி. ஆனால், அங்கேயே குஜிலி இலக்கியம் உற்பத்தியாகியுள்ளதா என்று அறிய இயலவில்லை.

தமிழ்கூறு நல்லுலகெங்கும் உண்மையிலேயே பரவியிருந்தது குஜிலி இலக்கியம் என்பதில் தடையில்லை.

சான்றுக் குறிப்புகள்

1. John Murdoch, *A Classified Catalogue of Tamil Printed Books with Introductory Notices*, Madras, 1865 (Reprint 1968), p.xi.
2. தெ. பொ. மீனாட்சிசுந்தரன், *நீங்களும் சுவையுங்கள்*, சர்வோதய இலக்கியப் பண்ணை, மதுரை, 1998, ப. 103.
3. திப்பு, 'முச்சந்திக் கவிகள்', *சுதந்திரச் சங்கு*, 13 ஜூலை 1933.
4. G.O.No.58, Public (General), 10 January 1935. 'What generally happens in such cases is this. Some hawkers who have a gift of street-singing generally gather a crowd in street corners and begin to sing. The songs catch the mass and are repeated by them. There is a sale of the books to the crowd assembled.'
5. 'பிச்சைப் பாட்டு', உ.வே. சாமிநாதையர், *நல்லுரைக் கோவை, நான்காம் பாகம்*, உ.வே. சாமிநாதையர் நூல்நிலையம், சென்னை, 1991 (முதல் பதிப்பு 1938), ப.136—142.
6. தூசி இராஜகோபால பூபதி, *மதிமோச விளக்கம்*, ஆனந்த போதினி, சென்னை, 1929, ப.18.
7. மேலது, ப.179.
8. *பூலோக ரகசியம் என்னும் மதிமோசக் களஞ்சியம்*, சென்னை, 1928, ப.127—29.
9. உ.வே. சாமிநாதையர், *நல்லுரைக் கோவை, மூன்றாம் பாகம்*, உ.வே. சாமிநாதையர் நூல்நிலையம், சென்னை, 1991 (முதல் பதிப்பு 1938), ப.23—25.

10. அரு. மருததுரை, *தமிழில் கொலைச் சிந்து*, அருணா வெளியீடு, முசிறி, 1991, ப.30—1.

11. சாண்டில்யன், *போராட்டங்கள்*, வானதி பதிப்பகம், சென்னை, 1987, ப.43.

12. கி. ராஜநாராயணன் கட்டுரைகள், அன்னம், சிவகங்கை, 1991, ப.188.

13. ஜே.ஆர். ரங்கராஜுவின் *இராஜாம்பாள்* நாவலுக்கு மதிப்புரை, அமிர்தகுண போதினி, 15 ஆகஸ்டு 1928.

14. பி.எஸ். குமாரஸ்வாமி ராஜா, *இளமை நினைவுகள்*, பாரதி பதிப்பகம், சென்னை, 1957, ப.45—6 (முதல் பதிப்பு 1955).

15. கே.ஏ. குணசேகரன், *நகர்சார் நாட்டுப்புறக் கதைப்பாடல்கள்*, அன்னம், சிவகங்கை, 1988, ப.18.

16. அழகியநாயகி அம்மாள், *கவலை*, நாட்டார் வழக்காற்றியல் ஆய்வு மையம், பாளையங்கோட்டை, 1998, ப.124.

17. புதுச்சேரியில் குஜிலி நூல்கள் உலவியதைப் பிரபஞ்சன் தன் *மகாநதி* நாவலில் பதிவுசெய்துள்ளார்.

18. கோலார் தங்கவயலில் பாட்டாளி மக்களிடையே உலவிய சில பாடல் நூல்களைத் தம் களப்பணியில் கண்டெடுத்து, எனக்குப் பார்வையிடக் கொடுத்தவர் முனைவர் ஜானகி நாயர். கோலார் தங்கவயல் பற்றிய அவருடைய நூல்: Janaki Nair, *Miners and Millhands: Work, Culture and Politics in Princely Mysore*, Sage, New Delhi, 1998.

5
இயற்றியோரும் வெளியிட்டோரும்

குஜிலி இலக்கியங்களை இயற்றியோரும் பதிப்பித்தோரும் பற்றி மிக அருமையாகவே செய்திகள் கிடைக்கின்றன. கதைப்பாடல்களைப் பொறுத்தமட்டில் இயற்றியவர் என்று ஒருவரைப் பற்றிப் பேச இயலாது. சில தலைமுறைகளாகவேனும் வாய்மொழியாக வழங்கிவந்த மதுரைவீரன் கதை, நல்லதங்காள் கதை போன்ற கதைப்பாடல்கள், அச்சு ஊடகம் தமிழ்ச் சமூகத்தில் பத்தொன்பதாம் நூற்றாண்டின் பிற்பகுதியில் காலூன்றியபோது அச்சிடப்பட்டிருக்கின்றன என்று தெரிகிறது. வாய்மொழியாக உலவியதற்கும் அச்சேறியதற்கும் இடைப்பட்ட ஊடாட்டத்தை, அசைவியக்கத்தை அறியக் கூடவில்லை என்பது மட்டுமல்லாமல் அனுமானிக்கவும் செய்திகள் கிடைக்கவில்லை. கட்டபொம்மன் பற்றிய கதைப்பாடல்களின் பனுவல்களுக்கு இன்றளவும்கூட ஓலைச்சுவடிகள் கிடைக்கின்றன என்பது உண்மைதான். இருபதாம் நூற்றாண்டின் தொடக்கப் பகுதியிலிருந்து சில கதைப் பாடல்களுக்கான ஓலைச்சுவடிப் பிரதிகள் அரசினர் கீழைத்தேய ஓலைச்சுவடி நூலகம் (சென்னை), தஞ்சை சரஸ்வதி மகால் நூலகம் போன்ற சுவடிக் களரிகளில் சேர்க்கப்பட்டன என்றாலும், இப்பனுவல்கள் எவ்வாறு சுவடியாக்கம் பெற்றன என்பதில் தெளிவில்லை. பெருமரபு இலக்கியப் பிரதிகள் — சங்க இலக்கியம், காப்பியங்கள், சமய நூல்கள், புராணங்கள், இலக்கணங்கள் — ஓலையில் எழுதப்பட்ட முறை, அவை வழிவழியாகப் படியெடுக்கப் பட்ட முறை, பாதுகாக்கப்பட்ட முறை போன்ற செய்திகளின் மூலம் இவற்றின் பனுவலாக்கம் பற்றி அறிய முடிவது போல் நாட்டார் கதைப் பாடல்கள் பற்றி அனுமானக் குறிப்புகளைக்கூடத்

திரட்டிக்கொள்ள இயலவில்லை. இது பற்றி விரிவாக ஆராய வேண்டிய புலமைத் தேவை உள்ளது.) இந்த நிலையில் இவற்றின் (அச்சு) நூலாக்கமான அசைவியக்கம் பற்றி ஒன்றும் சொல்வதற்கில்லை. சமூகப் படிநிலையின் மேல்நிலையிலிருந்தவர்களால் அல்லாமல் குஜிலியாகவே இவை அச்சு வாகனம் ஏறின என்பதை மட்டுமே துணிய முடிகின்றது.

கதைப் பாடல்களைத் தவிர, பிற பாடல்களைப் பற்றி ஓரளவுக்குச் சில செய்திகளைப் புதிதாக இந்த ஆய்வுக்காகத் திரட்ட முடிந்துள்ளது. பாடலை இயற்றியோரே பாட்டுப் புத்தகங்களைப் பெரிதும் கூவி விற்றுள்ளனர் என்பதை முன்னரே கண்டோம். பாடலிலேயே இடம்பெறும் 'முத்திரை வரி', விலை பற்றிய குறிப்பு, தொடர்ச்சியாகப் பாடப்பட்ட முறை, சுயவிளம்பரக் கூற்றுகள் ஆகிய அகச்சான்றுகளையும் வேறு புறச்சான்றுகளையும் கொண்டு இதனை நிறுவியுள்ளோம்.

பாடல் புத்தகங்களின் தலைப்புப் பக்கங்களிலிருந்தும் ஆசிரியர் சிலரின் பெயரையும் வேறு சில கூடுதல் தகவல்களையும் அறிய முடிகின்றது. இதைத்தான் *சுதந்திரச் சங்கு* மிக ஏளனமாக, 'ஜெகமெங்கும் புகழ்பெற்ற வம்பூர் வித்வான் வாழைக்காய் குமாரரும், முத்தமிழ்க் கவிவாணர் மூதேவியூர் பண்டிதர் முக்குருணியார் சீடருமாகிய நாற்றிசையிலும் ஜெயக்கொடி நாட்டிய வரகவி வஞ்சகராவால் இயற்றப்பட்ட அரிய நூல்' என்று ஒரு சிறிய புத்தகத்தின் தலைப்பில் போடப்பட்டிருந்தது என்று கூறுகின்றது.[1] குஜிலி நூல்களின் தலைப்புப் பக்கத்தில் ஆரவாரமான முறையில் நூலாசிரியர் பற்றிய செய்திகள் இடம் பெறுவதைப் பற்றிய பகடி இது. விஜயபுரம் நா. சபாபதி தாஸ், பி. ராஜகோபால் நாயுடு, டி. வி. ஆர். சின்னசாமி பிள்ளை, பண்டித எஸ். பீர்முகம்மது இராவுத்தர், திருவீரமாநகர் யாசீன்தாஸ், எம். எஸ். சாப்ஜான், கே. ஏ. மதுரை முதலியார், சூளை மாணிக்க நாயகர், சூளை முனிசாமி முதலியார் முதலான பெயர்கள் பலமுறை தட்டுப்படுகின்றன. சிறுமணவூர் முனிசாமி முதலியார் என்பவர் நூற்றுக்கணக்கில் சிறு நூல்கள் பாடிக் குவித்திருக்கிறார். சூளை மாணிக்க நாயகர் தம்முடைய பாடல்கள் பலவற்றில் 'சிறுமணவூர் முனிசாமி சீடன் சூளை மாணிக்கம் பாடியே அச்சடித்தான்' என்றும், 'சிறுமணவூர் முனிசாமி முதலியாரின் மாணவர் மாணிக்கங்கவி' என்றும் பலப்பலப் பாடல்களில் 'முத்திரை வரி'யைப் பயன்படுத்தியிருக்கிறார். இந்தச் சிறுமணவூர் முனிசாமி முதலியார் ஏராளமான நூல்கள் எழுதினார் என்பதோடு, சென்னை பிரம்பூரில் சிவகாமி விலாச அச்சுக்கூடம் என்றோர் அச்சகத்தை நிறுவி, நடத்தியிருந்ததாகவும் தெரிகிறது. (இவருடைய மகன் சி.மு. கோவிந்தராச முதலியார் சைவ சித்தாந்த நூற்பதிப்புக் கழகத்தின் அப்பர் அச்சகத்தில் பணியாற்றி, தம் 52ஆம் வயதில் காலமாகியிருக்கிறார் எனத் தெரிகிறது.[2] சிறுமணவூர் முனிசாமி முதலியாரின் மகன் என்று பெயரிலிருந்து ஊகிக்க

இடம்தருகிற சிறு. முனி. நடேச முதலியார் என்பவர் 1927ஆம் ஆண்டு *செந்தமிழ்ச் செல்வியில்* நூல்கள் பற்றி இரு கட்டுரைகள் எழுதியுள்ளார்.[3])

ஆர். பி. எஸ். மணி என்பவர் 'சதாவதானம் தே. கி. பாவலர் சீடன்' என்றே தம் பாடல் புத்தகங்களில் தம்மை அறிமுகப்படுத்திக் கொள்கிறார். (தே. கி. பாவலர், தெ. பொ. மீனாட்சிசுந்தரனாரின் அண்ணன் தெ. கிருஷ்ணசாமிப் பாவலர் ஆவார்.) சென்னை, சூளைப் பகுதியில் குஜிலி நூல்களை இயற்றியும் வெளியிட்டும் வந்த கே. ஏ. மதுரை முதலியாரின் *(1909–1974)* சொந்த ஊர் கேளம்பாக்கம். இவருடைய தந்தையின் பெயர் அருணகிரி முதலியார். குஜிலி வியாபாரத்தைத் தவிர சிறு வணிகராகவும் இவர் செயல்பட்டதாக அறியமுடிகிறது.

மேலும் சிலர் அன்றைய நாடகமேடையோடு தொடர்புடையவர்கள் என்பதும் அவர்களுடைய பெயர்களோடு பயன்படுத்தப்படும் அடைமொழிகள் காட்டுகின்றன. 'கன்னியரால் கழுத்து வெட்டுண்ட சின்னப்பன் கொலைச் சிந்து' எழுதிய டி.வி.ஆர். சின்னசாமிப் பிள்ளை, திரிசிரபுரம் அயன்ராஜபார்ட் என்று குறிப்பிடப் பெறுகிறார். வி. ஏ. தியாகராஜ செட்டியார் என்பவர் உபாத்தியாயர் என்று குறிப்பிடப் பெறுகிறார். 'கூடலூரைச் சேர்ந்த அணுக்கப்பட்டு செடல் முத்தாலு அம்மன் சிறப்பு' என்ற பாட்டுப் புத்தகத்தின் ஆசிரியர் அதன் கடைசிப் பக்கத்தில் வெளியிட்ட விளம்பரம், அவருக்கு நாடக உலகோடு இருந்த தொடர்பைக் காட்டுகிறது : 'சகலமான கனவான்களுக்கும் தெரிவிப்பது யாதெனில் சி.அ. நாகரெத்தினம் பிள்ளையவர்களால் கூடலூரைச் சேர்ந்த அணுக்கப்பட்டில் முத்துப்பல்லக்கு வாடகைக்கு விடப்படும். ட்ராமா சயிட்டிங்கி படுதா வேண்டுமானால் முன்பணம் கட்டினால் எழுதிக்கொடுக்கப்படும்.'

வேறு இரண்டொரு பாடலாசிரியர்கள் பற்றித் தற்செயலாகவே செய்திகள் கிடைக்கின்றன. நாகை சாமிநாதன் *(1905—1981)* இவர்களுள் ஒருவர். நாகப்பட்டினத்திற்கு அருகே அந்தணப்பேட்டை என்ற சிற்றூரில் பிறந்த நாகை சாமிநாதன், மூன்றாம் வகுப்புவரை மட்டுமே படித்தவர். வறுமையின் காரணமாகச் சிறுவயதிலேயே மளிகைக் கடையில் வேலைக்குச் சேர்ந்தார். பின்பு, நாட்கூலி அடிப்படையில் நாகை இரயில்வே பணிமனையில் வேலை செய்தார். சித்தர் பாடல்கள், லாவணிப் பாடல்கள், நாடக மெட்டுகள் ஆகியவற்றில் அவருக்குச் சிறுவயதிலேயே பேரார்வம் இருந்திருக்கிறது. இந்த உந்துதலில் தாமாகவே பாடல் புனையத் தொடங்கியிருக்கிறார். அரசியல் விழிப்புணர்வு பெற்ற ஒரு சக தொழிலாளரின் தொடர்பால் *குடியரசு, திராவிடன்* ஆகிய திராவிட இயக்க இதழ்களைப் படித்து, அரசியல் உணர்வு பெற்றார். தொழிற் சங்கத்தில் முனைப்புடன் செயல்பட்டார். சுயமரியாதை இயக்கத்தின் சமதர்மப் பிரிவில்

கே. ஏ. மதுரை முதலியார்

ஆர். பி. எஸ். மணி

ஆர்வம் கொண்டு, பின்பு பொதுவுடைமை இயக்கத்தில் தம்மை இணைத்துக்கொண்டார். இவருடைய பாடல்களில் மிக்க புகழ் பெற்றது, யூஜின் பாட்டியர் எழுதிய சர்வதேசத் தொழிலாளர் கீதத்தின் தமிழாக்கமாகிய, 'பட்டினிக் கொடுஞ்சிறையில் பதறுகின்ற மனிதர்காள்....'

முச்சந்திக் கவிஞர்களின் வகைமாதிரியான ஓர் உதாரணம் என்று நாகை சாமிநாதனைக் குறிப்பிட முடியாவிட்டாலும் சில பொதுமைகளை இனங்காண முடியும். பிற்பட்ட சாதியில் பிறந்து, எளிய குடும்பச் சூழலில் வாழ்ந்து, குறைந்த அளவே கல்வி பெற்று, பெரிதும் செவிவழியாகவும், ஓரளவு குஜிலி நூல்களின் மூலமும் பாட்டுப் பயிற்சி பெற்று, தாமே பாடல் புனையத் தொடங்குதல் என்ற பொதுப் போக்கை நாகை சாமிநாதனிடம் இனங்காண முடிகிறது. நாகை சாமிநாதனின் வாழ்வில் ஏற்பட்ட திருப்பம் திராவிட இயக்க, பொதுவுடைமை இயக்க அரசியல் அறிமுகம் பெற்றதே. (இதனால்தான் பல்லாண்டுகள் கழித்து சி. அறிவுறுவோனும் மா. வளவனும் — அ. மார்க்சின் புனைபெயர் — அவரைத் தேடிக் கண்டுபிடித்து இச்செய்திகளை எழுத்துலகு அறியச் செய்திருக் கின்றனர்.[4])

நாகை சாமிநாதனை ஒத்த மற்றொரு கவிஞர் வெ. நா. திருமூர்த்தி (1904—?). ஈரோடு வட்டம் வெள்ளோட்டம்பரப்பு என்ற சிற்றூரில் பிறந்த வெ. நா. திருமூர்த்தி, நான்காம் வகுப்பு வரை மட்டுமே படித்தவர். ஆடு மேய்த்தல், பலசரக்குக் கடைச் சிப்பந்தி, திருச்சி இருப்புப் பாதைத் தொழிற்சாலையில் வில்லை முடுக்குதல், லாடம் கட்டுதல், பஜனை மடத்தில் பூசாரி, சிறு பாத்திர வியாபாரம் எனப் பலவகை வேலைகளைச் செய்திருக்கிறார். பொதுவுடைமை இயக்கத்தோடு ஏற்பட்ட தொடர்பு அவர் பாடல்களில் வெளிப்பட்டது. லாவணி, சிந்து வடிவத்திலும் புகழ்பெற்ற திரைப்படப் பாடல் மெட்டுகளிலும் அவர் பாடல் பல புனைந்தார்.[5] 'திருச்சி வீதிகளில் ஒரு நாலு சக்கர வண்டியில் வெண்கலப் பாத்திரங்கள், அடுக்களைக்கு உதவும் சின்னஞ்சிறு பொருட்கள் முதலியவற்றை நிரப்பிக்கொண்டு வீதி அதிர இயக்கப் பாடல்கள் முழக்கியவாறு அவர் தமது ஜீவனோபாயத்தை நடத்திவந்தார்' என்றும், 'மாலை நேரங்களில் ஒரு கோவணத்துடன் கையில் ஒரு தகர டப்பாவைத் தட்டிக்கொண்டு குறவன் வேஷத்தில் பாட்டுப் பாடிக் கலை நிகழ்ச்சிகள் நடத்துவார்' என்றும் ஜெயகாந்தன் இவரைப் பற்றிப் பதிவு செய்துள்ளார்.[6] இந்தியப் பொதுவுடைமைக் கட்சியோடு கொண்டிருந்த அரசியல் இயக்கத் தொடர்பின் காரணமாகவே வெ. நா. திருமூர்த்தியும் நினைவுகூரப்பட்டுள்ளார் என்பதனைச் சொல்ல வேண்டியதில்லை. இன்றளவும்கூடக் கோவை ஆலைத் தொழிலாளரிடையே இவருடைய பாடல்கள் வழக்கில் இருப்பது ஓர் அண்மை ஆய்வில் தெரியவந்துள்ளது. (புது தில்லி ஜவகர்லால்

நேரு பல்கலைக்கழக வரலாற்று ஆய்வு மையத்தில் தமிழகப் பஞ்சாலைப் பெண் தொழிலாளர்கள் பற்றி ஆராய்ந்த முனைவர் எம். வி. ஷோபனா, 1980களின் பிற்பகுதியில் நடத்திய களஆய்வில் கோவைத் தொழிலாளர்களிடையே வெ. நா. திருமூர்த்தியின் பல பாடல்களை ஒலிப்பதிவு செய்துள்ளார்.) பாவலர் வரதராசன் தொழில்முறைப் பாடகராக விளங்கியபொழுதும், வெ. நா. திருமூர்த்தியின் வழிவந்தவர் எனல் பொருந்தும்.

'கொடுக்கூர் ஆறுமுகம் கொலைச்சிந்து' எழுதிய ஆதனூர் கதிர்வேல் என்பவர் பற்றிச் சில செய்திகள் கிடைகின்றன. ஆதிதிராவிடர் வகுப்பைச் சேர்ந்த இவர் தென்னார்க்காடு மாவட்டம் வீரானந்தபுரம் என்ற ஊரைச் சேர்ந்தவர். மீன் பிடிப்பது தொழில். எழுதப் படிக்கத் தெரியும்.[7]

மு. இளங்கோவனின் கள ஆய்வின் மூலமாக மற்றொரு பாடகரைப் பற்றிச் சிறிது அறிய இயல்கின்றது. 'டேப் கலைஞர்' குருசாமி தாசு பற்றி 'தஞ்சை, திருச்சி, தென்னார்க்காடு மாவட்டங்களிலும் பிற மாவட்டங்களிலும் சென்ற தலைமுறையில் . . . அறியாதவர்களே இல்லை' என்று சொல்லப்படுகிறது. வன்னியர் சாதியில் பிறந்த இவர் குறிப்பிடத்தகுந்த முறையான கல்வி பெற்றவரில்லை. 1985இல் மறைந்திருக்கிறார். அவ்வப்போது பரபரப்பாகப் பேசப்படும் கொலை, கொள்ளை, பஞ்சம், விபத்துகள் பற்றி இவர் பல பாடல்கள் புனைந்திருக்கிறார். இவர் இயற்றிய சில நூல்கள் : 'தேரெழுந்தூர் கொலைக் கேஸ் பாட்டு', 'ரெயில் விபத்துப் பாட்டு', 'வெள்ளக் கொடுமைப் பாட்டு', 'இட்லர் சிந்து', 'லட்சுமிகாந்தன் கொலைச்சிந்து', 'அடைக்கலமாதா சிந்து', 'நாகூர் ஆண்டவர் சிந்து', 'ரேஷன் சிந்து', 'காந்தி பற்றிய சிந்து', 'பாலக்கரை வளையல் சிந்து', 'சேலத்தில் ஆட்டு வயிற்றில் இரு ஆண் குழந்தை பிறந்தது பற்றிய சிந்து' முதலானவை. இன்றைக்கும் உடையார்பாளையம் பகுதியில், 'கொடுக்கூர் ஆறுமுகம் நாட்டார் — இவர் யாருக்கும் பயப்பட மாட்டார்' என்ற இவருடைய வரிகளைக் கேட்க முடிகின்றதாம். மேலும் அரியலூர், சிதம்பரம், திருவிடைமருதூர் வட்டங்களிலும் இவர் பாடல்கள் இன்றளவும் வழங்குகின்றனவாம்.

'ஜெய வீரசிங்க சிரோன்மணியாகிய தஞ்சை ஜில்லா ஸ்ரீமான் சர். ஏ. டி. பன்னீர்செல்வம் ஆலோசனை மந்திரி பதவிக்காகக் கராச்சியை விட்டு ஏரோபிளேனில் இங்கிலாந்து செல்லுகையில் ஓமான் கடல் சமீபம் மறைவான செல்வச் சிந்து' என்ற பாடலையும் இவர் புனைந்திருக்கிறார். 'ஊரெங்கும் ஜஸ்டிஸ் கக்ஷி உகந்த மகிபரய்யா பாராட்லா பாசுமே செய்தார் — இவரும் நல்ல பஸ்ட்டான பேருமெடுத்தார்' போன்ற வரிகள் அதில் அமைந்துள்ளன.[8]

குஜிலி உலகில் முஸ்லிம்கள் முக்கியப் பங்காற்றியிருப்பது தெரிகிறது. ஒரு குஜிலிப் பதிப்பகம் 'துலுக்குப் புத்தகங்கள்' என்றே தனியாக

ஒரு வகையைக் கொண்டிருந்ததை முன்னரே கண்டோம். குணங்குடி மஸ்தான் சாகிபு, தக்கலை பீர் முகம்மது வாப்பா பாடல்களும் குஜிலியாகக் கிடைத்துள்ளன. இஸ்லாமியர் எழுதிய 63 சிந்து நூல்களைச் சேமுமு முகமதலி பட்டியலிட்டிருக்கிறார்.[9] சமூகத்தின் அடித்தட்டு மக்களின் இலக்கியமாக குஜிலி இருந்துள்ளது என்பதற்கு இதில் இஸ்லாமியர் ஆற்றியுள்ள பங்கு மேலுமொரு சான்றாகும். இஸ்லாமியப் பாடல்களன்றி, 'ஏசுக்கிறிஸ்துநாதருடைய திருப்பாடுகளின் ஒப்பாரி', 'ஞானோபதேசப் பேரின்பக் கும்மி', 'தேவமாதாவின் வியாகுல ஒப்பாரி', 'அர்ச் அந்தோணியார் பேரில் புலம்பல்' போன்ற கிறிஸ்தவ குஜிலிப் பாடல்களும் இருந்திருக்கின்றன.

இவர்களைத் தவிர அக்காலப் பாடகர்கள் பற்றி ஒரு சொல்லடை வழக்கு உண்டு.

> பிச்சைக்குப் பாஸ்கரதாஸ்
> பெருமைக்குச் சங்கரதாஸ்
> இச்சைக்கு முத்துசாமி.

இதனை விளக்கவந்த கவிஞர் சுரதா, 'பிச்சைக்காரர்கள்கூட பாஸ்கரதாஸ் இயற்றிய பாடல்களைப் பாடிப் பிழைத்தார்களாம். வீட்டிற்குள் அமர்ந்து கௌரவமாகப் பாடும் வகையில் பாடல் எழுதியவர் சங்கரதாஸ். இச்சையைப் புகுத்தியவர் உடுமலை முத்துச்சாமி கவிராயர் என்பது இதன் பொருள்' என்று கூறுகிறார்.[10]

பாடல்களைத் தாமே இயற்றி, அச்சிட்டு, விற்ற முச்சந்திக் கவிஞர்களைத் தவிர, கதைப் பாடல்கள் முதலான நூல்களும் வெளியிடப்பட்டனவென்று முன்னரே கண்டோம். இவ்வகைப் புத்தகங்களை வெளியிடவென்றே குஜிலிப் பதிப்பகங்கள் இருந்திருக்கின்றன. இவற்றுள் முக்கியமானவை பி. ரத்ன நாயகர் அண்டு சன்ஸ், ஆர். ஜி. பதி அண்டு கோ, சிறுமணவூர் முனிசாமி முதலியார், சண்முகாநந்தா புக் டெப்போ, ம. ரா. அப்பாத்துரை முதலானவை. பூமகள் விலாச அச்சுக்கூடமும் இவ்வகையில் புகழ்பெற்றது. குஜிலிப் பதிப்பகங்களை ஏளனம் செய்த சங்கு சுப்பிரமணியம் இதற்கு வகைமாதிரியாக இப்பதிப்பகத்தையே 'பொய்மகள் விலாச அச்சுக்கூடம்' எனப் பகடி செய்கிறார்.[11] ஆனால் இவர்கள் செயல்பாடுகள் பற்றி அதிகம் அறியக் கூடவில்லை. 1920களிலும் '30களிலும் தேசியம் என்பது குஜிலி இலக்கியத்தின் நுவல்பொருளாக ஆனபிறகே, (காலனிய) அரசாங்கத்தின் கவனத்திற்கு வந்தது. இதன் காரணமாக அவற்றின்மீது அரசு தன் கண்காணிப்பைச் செலுத்தலானது. ஏராளமான நூல்கள் தடை செய்யவும் பறிமுதல் செய்யவும் பட்டன. அவற்றை இயற்றியோர், அச்சிட்டோர், வெளியிட்டோர், வாசகர் ஆகியோரின்மீது வழக்குகள் தொடரப் பட்டன. இதன் விளைவாக அவற்றைப் பற்றிய எழுத்து வடிவ ஆவணச் செய்திகள் கிடைக்கலாகின்றன. அவற்றிலிருந்தே குஜிலி

நூல்களின் உருவாக்கம் பற்றியும் விநியோகம் முதலான செய்திகள் பற்றியும் ஓரளவு அறிய முடிகின்றது.

'பகத்சிங் கீர்த்தனாம்ருதம்' என்ற பாட்டுப் புத்தகத்தின் ஆசிரியர், வெளியீட்டாளர், அச்சகத்தார் ஆகியோர்மீது இராஜதுரோகக் குற்றத்திற்காக அரசாங்கம் வழக்குத் தொடர்ந்தது. இவ்வழக்கு விசாரணையின்போது வெளிப்பட்ட செய்திகள் குஜிலி நூல்களின் உருவாக்கம், விநியோகம் ஆகியவற்றைப் பற்றிச் சிறிது வெளிச்சம் காட்டுகின்றன. பகத்சிங் தூக்கிலிடப்பட்டபொழுது வி. நடராஜ பிள்ளை என்பவர் சில பாடல்களைப் பாடி, அதனைக் கடலூருக் கருகிலே அமைந்த திருப்பாதிரிப்புலியூரில் வாணி விலாஸ் புக் டிப்போ என்ற சிறு கடையை நடத்திவந்த ராமலிங்கம் செட்டியார் என்பவருக்கு நான்கு ரூபாய்க்கு விற்றிருக்கிறார். இவர் அச்சிறுநூலைச் சென்னை சௌகார்பேட்டையிலிருந்த மனோரஞ்சனி பிரஸ் என்ற அச்சகத்தில் 3,000 படிகள் அச்சிட்டிருக்கிறார். அவ்வச்சகத்தின் உரிமையாளர் பட்டம்மாள் என்பவர் எழுத்தறியாத கைம்பெண்; அவர் சார்பாக அவருடைய சகோதரர் ஒருவர் அச்சகத்தை மேற்பார்த்திருக்கிறார். மதுரையில் சிறு புத்தகக்கடை வைத்திருந்த ஒருவருக்கு 200 படிகளையும், பொம்மைகள் முதலான சிறுபொருள்களைத் திருவாரூர் ரயில் நிலையத்தில் விற்றுவந்த ஒருவர்க்குக் கொஞ்சம் புத்தகங்களையும் (ஆவணத்தில் எண்ணிக்கை குறிப்பிடப்படவில்லை), கடலூரிலும் அதன் சுற்றுப்புற கிராமங்களிலும் புத்தகங்கள் விற்றுவந்த ஒருவர்க்கு 25—30 படிகளை விநியோகிக்க ஏற்பாடு செய்ததாக விசாரணையில் தெரியவந்தது. இதில் நூலாசிரியரே முனைப்புக் காட்டியிருப்பது விற்பனையில் அவருக்குக் கமிஷன் உண்டு என்பதை உணர்த்துகிறது. மேலும், தாம் இராஜ துரோகமாக எதையும் எழுதக் கருதவில்லை என்றும், ஏற்கெனவே இங்கிலாந்து மன்னரைப் பற்றியும், சென்னை மாகாண ஆளுநரைப் பற்றியும் பாடல்கள் புனைந்துள்ளதாக அவர் ஆதாரம் காட்டினார்.[12]

அதே போல் சிதம்பரம் தாலுகாவைச் சேர்ந்த தென்பாதி எஸ். கனகசபை பிள்ளை என்பவர் 'பகத்சிங் அல்லது தூக்குமேடை கர்ஜனை' என்ற நூலை 4,000 படிகள் அச்சிட்டிருக்கிறார். இதை அச்சிட்டதில் அச்சகத்திற்குக் கிடைத்த மொத்த லாபமே நான்கு ரூபாய்தான் என்பது விசாரணையில் தெரியவந்தது.[13]

'சுதந்திர நாதம்' என்ற சிறுநூலை அச்சிட்ட பி. கோவிந்தராஜுலு நாயுடு என்பவர் அச்சுக்கோப்பு செய்பவர் என்றும், 'வேதவல்லி பிரஸ்' என்ற ஒரு சிறு அச்சகமும் நடத்திவந்தவர் என்பதும் காவல் துறை விசாரணையில் தெரியவந்தது.[14]

காங்கிரஸ் கட்சித் தலைவர்கள் கைதானது பற்றிய பாடல்கள் அடங்கிய 'அரஸ்டு பாட்டு (காங்கிரஸ் தலைவர்கள் சிறைச்சென்ற ரிஸல்ட்டும் அடங்கியது)' எழுதிய கே. டி. ஆர். வேணுகோபால்

தாஸ், பாட்டு எழுதுவதையே தொழிலாகக் கொண்டவர் என்பதும், அதனை அச்சிட்ட / வெளியிட்ட கே. ஏ. மதுரை முதலியார் ஒரு 'சிறு புத்தக வியாபாரி' என்பதும் காவல்துறை விசாரணையில் தெரியவந்தது. 'அரஸ்டுப் பாட்டு' 1,000 படிகள் அச்சிடப்பட்டது என்றும் இவ்விசாரணையில் தெரியவந்தது.[15]

இத்தகைய பாட்டுப்புத்தகங்களை வெளியிட்டவர்களும் விற்றவர்களும் மிகச் சிறு அளவிலான வியாபாரத்தில் ஈடுபட்டவர்கள் என்பது மிக முக்கியமானது. இவர்கள் புத்தகம் மட்டுமே விற்கவில்லை என்பதும் கவனத்திற்குரிய செய்தி. பல்வேறு சிறுபொருள்களையும் அவர்கள் விற்றிருக்கின்றனர். காட்டாக, பி. எம். ராஜு முதலியார் அண்டு சன்ஸ், தம்மைப் புத்தகம் மற்றும் மருந்து வியாபாரிகள், ஜெர்மன் வெள்ளி நகை வியாபாரிகள், ரப்பர் ஸ்டாம்பு செய்வோர், வருஷ டயரி மற்றும் ஜெனரல் கமிஷன் ஏஜெண்டுகள் என்று விளம்பரப்படுத்திக்கொண்டுள்ளனர்.[16] சூளை மாணிக்க நாயகர் தமது பாட்டுப் புத்தகங்களிலெல்லாம், 'அசல் கூந்தல் வளரும் தைலம்', 'ஜப்பான் பட்டு குட்டைகள்', 'நரைமயிர் கருக்குந் தைலம்', 'சர்வதேள் விஷ நிவாரண சஞ்சீவி', 'மயிர் போக்கும் சோப்' முதலான பொருள்களைத் தொடர்ந்து விளம்பரம் செய்து வந்திருக்கிறார். பதத்திற்கு ஒரு விளம்பரத்தைக் காண்போம்.

அநுபவமானது! பிரசித்தியடைந்தது! சஞ்சீவிபோன்றது!
அயக்காந்த திராவகம்

மித்திரர்களே! இந்த அபூர்வ மருந்தானது அநேக கொடிய வியாதிகளை ஆச்சரியமாய் கண்டிக்கக்கூடியது. இதை ஆயிரக்கணக்கான ஜனங்கள் உபயோகித்துச் சந்தோஷிக் கின்றனர். வியாதினாலாவது கெட்ட சகவாசத்தினாலாவது இளைத்துப் போயிருக்கும் தேகத்தைப் புஷ்டியாக்கி பல விர்த்தி தருவதில் இது நிகரற்ற மருந்தாகும். ஆங்கிலேய முறைப்படி தயாரிக்கப்பட்ட அருமையானது. சாப்பிடுவதற்கு மிக இன்பமாயிருக்கும். இருமல் நோய் கண்டு அவஸ்தைப் படுபவர்கள் இதை உட்கொண்டால் இரண்டே வேளையில் ஆச்சரியமான சுகத்தையடைவார்கள். இதனால் தீரக்கூடிய அநேக வியாதிகளில் முக்கியமான சிலவற்றை இங்கே குறிக்கிறோம்.

நரைத்த மயிரைக் கறுப்பாக்கும். உஷ்ணத்தினாலாவது புழு வெட்டினாலாவது மயிர் உதிர்வதை நிறுத்தும். நீர் வியாதிகள் தீரும். கண்ணெரிச்சல் கைகால் காந்தல் இவை தீரும். முக வசீகரத்தை உண்டாக்கும். தேக அசதியையோட்டும். ஜீரண சக்தியையும் நல்ல பசியையும் உண்டாக்கும். மனதை அதிக உற்சாகப்படுத்தும். நரம்புகளுக்கு அதிக வலுவைத்

தரும். தேகத்தில் நல்ல இரத்தத்தைச் சுறப்பிக்கும். க்ஷயரோகத்தை க்ஷணத்தில் தீர்க்கும். வாத பித்த சிலேத்துமத்தாலுண்டாகும் ரோகங்களை நிவர்த்திக்கும். சுத்த தாதுக்களுக்கும் நல்ல பலத்தைத் தரும். மூலச்சூடு, மூலவாய்வு, மலச்சிக்கல் இவைகள் தீரும்.

இந்த சஞ்சீவியை நல்ல போஜனத்துடன் 20 நாள் சாப்பிட்டால் இணையில்லாத ஆனந்தத்தைத் தரும். இழந்துபோன தேக திடத்தைப் பழையபடி அடைவதற்கு இதைவிட வேறு மருந்தே கிடையாது. 40 நாள் மருந்து உட்கொள்ளும் பக்ஷத்தில் வியாதியென்பதே அம்மனிதனின் நிழலைக்கூட அணுகாது. தேகம் வச்சிரமேயாகும். இதற்கு யாதொரு பத்தியமுங் கிடையாது.[17]

இவ்வாறு பல்வேறு சிறு பொருள்களை விற்கும் வணிகத்தில் குஜிலி புத்தக வியாபாரிகள் ஈடுபட்டனர் என்பது, அவர்களுடைய தொழிலின் அதிக ஆதாயமற்ற நிலையைக் காட்டுகிறது என்று கொள்ளலாம். பல பாட்டுப் புத்தகங்கள் அரையணாவுக்கு விற்கப்பட்டன என்பதும், '... அதிநூதன சிந்துகளும் கும்மிகளும் கதைகளும் அம்மானைகளும் நாவல்களும் வியாபாரிகளுக்கு விலை சரசமாய்'க் கொடுக்கப்பட்டன என்பதும் நினைவில் கொள்ள வேண்டிய செய்திகள். குஜிலிக் கடையில் முக்கூடற் பள்ளை டி. கே. சி. வாங்கியபொழுது, விலை எட்டணா என்று குறித்திருப்பதைக் கண்டு 'இதா விலை?' என்று திகைப்புடன் அவர் கேட்க, 'புஸ்தகத்தில் போடுகிற விலை அது. ஒன்றரை அணா கொடுங்கள்' என்று கடைக்காரர் கூறினார் என்பதையும் நினைவில் கொள்வோம்.[18] குஜிலி நூல்களின் விலையைப் பற்றி சங்கு சுப்பிரமணியன், 'புத்தகத்தின் விலை தனியாக வாங்கினால் இரண்டு தம்பிடி. மொத்தமாக வாங்கினால் வீசைக் கணக்கில் நிறுத்துத் தருவதாகச் சொல்லிக் கொள்கிறார்கள்' என்று மிக ஏளனமாகக் குறிப்பிடுகிறார்.[19] இந்தச் சூழ்நிலையில் குஜிலிப் புத்தக வியாபாரிகள் எவ்வளவு ஆதாயம் ஈட்டியிருக்க முடியும்? இதன் காரணமாகவே இத்தொழிலில் கடும் போட்டாபோட்டி நிலவியது.

பதிப்புரிமை தொடர்பான செய்திகள் இப்போட்டியை நன்கு உணர்த்துகின்றன. பொதுவாக, குஜிலி நூல்களில் 'மூலத்தன்மை' (originality) என்ற பேச்சுக்கு இடமில்லை. மையநீரோட்ட, மேட்டிமை இலக்கிய அளவுகோல்களைக் கொண்டு குஜிலி இலக்கியம் போன்றதொரு நாட்டார் இலக்கியத்தை அளப்பது பொருத்தமற்ற, இனமையவாத அணுகுமுறையாகும். சமயத் தோத்திர நூல்களும் கதைப்பாடல்களும் வழிவழிவந்த முறையில் அச்சிடப்பட்டன. புதிதாக உருவாக்கப்பட்ட பாட்டுப் புத்தகங்களில் 'மூலத்தன்மை' பற்றிய கேள்வி எழவே செய்கிறது. ஒரே பொருள் பற்றியும் ஒரே வகைமாதிரியிலும் பாடல் புனைவது தொடர்பாக இதை எண்ணிப்

பார்க்கலாம். ஒவ்வொரு பாடலிலும் ஆசிரியர் பெயரை இறுதியில் குறிப்பிடும் 'முத்திரை வரி'யைப் பற்றி முன்பு கூறிய செய்தியை இங்கு நினைவுபடுத்திக்கொள்வோம்.

பெரும்பான்மையான பாடல்களின் அமைப்பு வாய்மொழி மரபு சார்ந்ததாகவே உள்ளது. ஒரு குறிப்பிட்ட சந்த அமைப்புக்குள் சில தொடர்கள் மீண்டும் மீண்டும் பயில்கின்றன. அடைமொழி புணர்த்த பெயர்களும், வாய்பாட்டுத் தொடர்களும் மீண்டும் மீண்டும் பயில்கின்றன. யதார்த்தத்தை அப்படியே பிரதிபலிக்க வேண்டிய சுமை இல்லாத நிலையில், சூழலுக்கும் தேவைக்கும் ஏற்பவே பாடல்கள் இட்டுக்கட்டி அமைக்கப்பட்டுள்ளன. (தேசியம் தொடர்பாக இச்செய்தி அடுத்த இயலில் விரிவாகப் பேசப்படுகின்றது.) புகழ் பெற்ற மெட்டுகளுக்கேற்பப் பாடல் அமைப்பதும் இப்போக்குக்கு வலுச் சேர்த்தது. இந்த நிலையில், வெவ்வேறு ஆசிரியர்களின் பெயரில் பாட்டுப் புத்தகங்கள் வெளிவந்தாலும், பாடலின் அமைப்பிலும் பொருளிலும் உத்திகளிலும் பெரும் வேறுபாடுகளைக் காண முடிவதில்லை. பாடல் புனைபவரின் திறம், சிறுசிறு மாற்றங்களைச் சூழலுக்கு ஏற்பச் செய்வதிலும் (improvisation), பாடலை முச்சந்தியில் நிகழ்த்திக் காட்டுகையில் கேட்பவரின் நிலைக்கேற்பக் கூட்டியும் குறைத்தும் விரித்தும் பாடுவதிலுமே தங்கியிருந்தது. அச்சு வடிவத்தில் இத்திறமையை உணர்வது அருமை. 'பகத்சிங் கீர்த்தனாம்ருதம்' நூலாசிரியர், வெளியீட்டாளர்மீது வழக்குத் தொடரப்பட்டபோது, மாவட்ட மாஜிஸ்திரேட் தம் தீர்ப்பில் குறிப்பிடும் கருத்தை இங்குச் சுட்டுவது பொருத்தமானது : '... ஏற்கெனவே இதே கருப்பொருளில் அமைந்த, தடைசெய்யப்பட்ட நூல்களோடு பல இடங்களில் இப்பாடல் இயைந்திருப்பது ஐயத்திற்குரியது; பல தொடர்கள் அப்படியே ஒத்திருக்கின்றன. சென்னையின் இப்பகுதியில் பிரபலமாயிருக்கும் மெட்டுகளில் ஏற்கெனவே உள்ள செய்திகளைப் பொருத்துவதே ஆசிரியரின் வேலையாக இருந்துள்ளதென நான் ஐயுறுகிறேன்.'[20]

'பீபில்ஸ் பார்க் வழிநடைச் சிந்து' என்ற பாடலைச் சென்னை திருவொற்றியூர் ஸ்ரீ ராமாநுஜம் அச்சுக்கூடமும் (1925), சென்னை சூளை பி. வே. நமசிவாய முதலியாரின் நிரஞ்சன விலாச அச்சியந்திரசாலையும் (1926) வெளியிட்டுள்ளன. ஒப்பிட்டுப் பார்த்தால் ஒரு சில எழுத்து மாற்றங்களைத் தவிர வேறுபாடு ஒன்றுமில்லை. அதே போல் 'ரங்கநாயகிக்கும் நாச்சியாருக்கும் சம்வாதம்' சென்னை திருவொற்றியூர் ஸ்ரீ ராமாநுஜம் அச்சுக்கூடத்திலும் (1925) சென்னை கலைக்கியான முத்திராக்ஷரசாலையிலும் (1926) வெளியிடப் பட்டுள்ளன. இவற்றுக்கிடையிலும் வேறுபாடுகள் இல்லை. இவை போல் பல உதாரணங்களை அடுக்கலாம். சிறுமணவூர் முனிசாமி முதலியாரின் 'கலியுகச் சிந்து' பலரால் பலமுறை வகைவகையாக அச்சிடப்பட்டுள்ளதெனத் தெரிகிறது.

சங்கரதாஸ் சுவாமிகள் போன்ற வெகுசனப் புகழ்பெற்ற இரண்டொரு நூலாசிரியர்களின் நூல்களுக்கு மட்டும் முறையான ராயல்டியும், காப்புரிமையும் விளங்கியுள்ளதெனத் தெரிகிறது. சங்கரதாஸ் சுவாமிகள் மறைந்த சில ஆண்டுகளுக்குப் பிறகு அவர்தம் தம்பி டி.டி. மாடசாமி கணக்கப்பிள்ளை அவருடைய நாடகங்களின் காப்புரிமையை முழுவதுமாக விற்றுவிட்டதைப் பதிவு செய்யும் ஆவணப் பத்திரம் அண்மையில் வெளியாகியுள்ளது. 'சத்தியவான் சாவித்திரி', 'கோவலன்', 'அல்லி', 'பவளக்கொடி', 'ஞான சவுந்தரி', 'சாரங்கதரன்', 'வள்ளி திருமணம்', 'நல்லதங்காள்', 'மயான காண்டம்' ஆகிய ஒன்பது நாடகங்களுக்கான முழு உரிமையை 1925இல் 'மதுரை புதுமண்டபம் புஸ்தக ஷாப் சென்னை பி.நா. சிதம்பர முதலியார் பிரதர்ஸ்'க்கு ரூ 250க்கு அவர் விற்றுள்ளார்.[21]

இந்த நிலையிலும் நூலாசிரியர்களும் புத்தக வெளியீட்டாளரும் தம் பதிப்புரிமையைத் தொடர்ந்து வலியுறுத்தினர். பெரும்பாலான நூல்களின் தலைப்புப் பக்கங்களில் *'Registered Copyright'* என்ற தொடர் அச்சிடப்பட்டது என்று குறிப்பிடும் ஜான் மர்டாக், எப்போதுமே இத்தொடர் ஆங்கிலத்தில் மட்டுமே அச்சிடப்படும் என்றும், அவ்வாறு ஆங்கிலத்தில் அச்சிடுவது வலுத் தரக்கூடியது என்று நம்பப்பட்டது என்றும் குறிப்பிடுகிறார். பல சமயங்களில், *'Rehistered'*, *'Coby right'*, *'Copy write'* என்று பலபட, எழுத்துப்பிழைகளோடு அச்சிடப்பட்டது என்றும் கூறுகிறார்![22]

இவ்வாறு 'சட்டபூர்வமாக'த் தம் பதிப்புரிமையைப் பறைசாற்றிய தோடு நில்லாமல் வேறு முறைகளிலும் குஜிலிக் கடைக்காரர்கள் அதை நிலைநாட்ட முயன்றனர்.

'போலிப் புத்தகங்களைக் கண்டு ஏமாறாமல் ஸ்ரீ மயில்வாகனன் பிரஸில் பதிப்பித்ததா எனப் பார்த்து வாங்கவும்' என்று தொடர்ந்து விளம்பரம் செய்துவந்தார் ஒருவர். மற்றொருவர் பின்வருமாறு அறிவிப்பு வெளியிட்டார்.[23]

> வியாபாரிகட்கும் மற்ற கல்விமான்களுக்கும் *V. R.* ஏழுமலைப் பிள்ளை தெரிவிப்பது யாதெனில் என்னால் பதிப்பித்த புத்தகங்களை சில போலி வியாபாரிகள் துர்எண்ணங்கொண்டு என் பெயர்களையும் பாட்டுகளையும் பாட்டுகளை முன்பின்னாய் பிரட்டியும் பெயர் மட்டும் வைத்துக்கொண்டு அச்சிடுகின்றனர். அப்போலிப் புத்தகங்களை கண்டு ஏமாராமல் *V. R.* ஏழுமலைப் பிள்ளையவர்களால் பதிப்பித்த புத்தகமாவென, தயவுசெய்து பார்த்து வாங்கவும்.
>
> இப்படிக்கு
> *V. R.* ஏழுமலைப் பிள்ளை
> 189 வால்டாக்ஸ் ரோட்
> சௌகார்பேட்டை போஸ்டு, மதராஸ்

ஒருவர் வெளியிட்ட நூல்கள் எப்படிப் பிறரால் மிக எளிதாகவும் பரவலாகவும் கேட்பாரின்றி வெளியிடப்பட்டன என்பதற்கு இவ்வறிக்கை வாசகங்கள் ஒரு சான்று. இதே போக்கில் வேறு சிலர் தாம் கொள்ளும் பாடங்களே சிறந்தனவென்று வாதிட்டு, தம் நூலை விளம்பரம் செய்தனர். புகழ்பெற்ற நாடக மேடைப் பாட்டுகளை அச்சிடும்போது இம்முறை பெரிதும் கையாளப்பட்டது.

> புத்தகம் விற்பனை வேண்டி பெரியார் பெயரால் வெளியிட்டு மோசம் செய்வதை தடுக்க வேண்டி இந்த 'சுதந்தர நாத'மென்ற புத்தகத்தை வெளியிட்டுள்ளது. இதிலுள்ள பாடல் ஒவ்வொன் றும் S. S. விஸ்வநாத தாஸ் அவர்களிடம் நேரில் எழுதி வாங்கியதாகையால் சகோதரர்கள் வேறு போலி புஸ்தகங்களை வாங்கி ஏமாறாதிருக்க எச்சரிக்கின்றேன்.
>
> இப்படிக்கு
> *R.B.S. Mani* [24]

'பாரத கீர்த்தனாம்ருதம்' என்ற நூலை வெளியிட்டவர், 'பகவத்சிங் கிற்காக பாரத மாதா துயர்படுதல்' என்ற தலைப்பில் 'சிறைவாயில் கண்ணீர் வடித்தாள் — பாரத மாதா சிறைவாயில் கண்ணீர் வடித் தாள்' என்றமைந்த பாடலுக்கு ஓர் அடிக்குறிப்பையும் வழங்கினார் :

> குறிப்பு : மற்ற புஸ்தகங்களில் இப்பாட்டு பெரும் பிழையாய் இருக்கிறது. உதாரணமாக கழுத்தை அறுத்ததாலே என இருக்கிறது. தூக்கிலிட்டார்களே அன்றி அறுக்கவில்லை. ஆதலால் நாம் நெறித்ததாலே என்று எழுதியிருப்பதுடன், தொகையறாக்களை எதுகைமோனை எடுப்புகளும் சரியாக திருத்தி அமைக்கப்பட்டிருக்கிறது.

இந்தக் குறிப்போடு, 'ஏற்கனவே பிழையாக (மனப்)பாடம் செய்துள்ளவர்கள் இப்பாட்டு போல் திருத்திக்கொண்டு பிழையற பாடவும்' என்னும் அறிவுரையையும் அவர் வழங்குகிறார்.[25] இதோடு நில்லாமல், 'பண்டித மோதிலால் நேரைப் பரிகொடுத்தோமே' என்ற புகழ்பெற்ற பாடலுக்கு 'அறுபத்து நான்கு கோடி தனத்திற்கதி பனே, அகிலமெலாம் புகழரசனே' என்ற ஒரு புதிய பத்தியை இணைத்து, 'இந்த தொகையறா மற்ற பாட்டுப் புஸ்தகங்களில் கிடையாது. ப்ளேட்டிலும் இது விடுபட்டிருக்கிறது' என அடிக்குறிப்பு வழங்கியுள்ளார்.[26] அச்சாதல், படித்தல், பாடக் கேட்டல், மனப்பாடம் செய்தல், கிராமபோன் பிளேட்டில் பதிவுபெறுதல், அதன்வழி மீண்டும் கேட்டல், மீண்டும் அச்சாதல் என்ற சுழல் வட்டத்தில் குஜிலிப் பாடல்களின் உருவாக்கமும் நுகர்வும் அமைந்திருந்ததை இது காட்டுகிறது.

இத்தகைய 'புலமை'க் குறிப்புகள் பெரிய பயன் தந்தன என்று சொல்ல முடியாது. கடுமையான போட்டியின் விளைவாக, பல்வேறு

பாடலாசிரியரும் வெளியீட்டாளரும் 'ஒரே' பிரதியைப் பல்வேறு வடிவங்களில் அச்சிட்டு வியாபாரம் செய்யவும், மேலும் கடுமையான எச்சரிக்கைகளையும் நடவடிக்கைகளையும் எடுக்கவேண்டிய நிலைக்கு அவர்கள் தள்ளப்பட்டனர்.

> இப்புஸ்தகத்தை வேறு அச்சிடுவோரும் அச்சிடக் கொடுப் போரும் மாற்றி எழுதி அச்சிடுவோரும் எனது புதல்வனென மதிப்பதோடு போத்திரி உண்ணும் ஈனராகவும் கருதப்பட்டு கையாலாகாத லேஜி என்றும் எண்ணப்படும்.

என்று 'ஆங்காரப் படுகொலை அலங்காரச் சிந்து' ஆசிரியர் மிரட்டினார். உரைநடையில் எச்சரிப்பதைவிடச் செந்நாப் புலவர் அரம் பாடுவது போல் பாட்டாகச் சொன்னால் அதிக வலு இருக்கும் என்று கருதியோ என்னவோ சிலர் பாட்டு வடிவிலும் இவ்வகை எச்சரிக்கை விடுத்தனர்.

> இன்னிசை கருவியெனு மினிய கிறாமபோன்
> சங்கீத திரட்டை வெளியிட்டேன் — அந்நீதமாகவென்
> கூத்திபெற்ற பாலன் கூசாம லதனைத்தான்
> பார்த்திருந் தச்சிட்டான் பார்

என்று வெண்பா வடிவில் அச்சுறுத்தினார் 'கிராமபோன் ஸ்வர சாஹித்ய சங்கீத திரட்டு' ஆசிரியர்.[27] வி. ஆர். ஏழுமலைப் பிள்ளையோ 'முக்கிய அறிக்கை விருத்தம்' எழுதினார்.[28]

> உண்மையாய் ஒருவனுக்கு உத்தமி பெற்றிருந்தால்
> அன்புடனெனது நூலை அச்சிட மனதிலெண்ணான்
> முன்நூறு பேர்சேர்ந்து மூதாரி முண்டை பெற்றால்
> என் நூலை அச்சிட எண்ணங்கொள்வான் தானே.

'மூன்று ஜில்லாவிலும் அகப்படாதிருந்து செத்தும் சாகாதிருக்கும் கொடுக்கூர் ஆறுமுக படையாக்ஷி அலங்கோலச் சிந்து' (1925) ஆசிரியர் பி.எஸ். ஆதிமூல படையாக்ஷி பின்வருமாறு எச்சரித்தார்.

> கர்ப்பனை அலங்கோலச் சிந்தை கலியுக மானிடர்க்கு
> பொர்புற வியப்புவோங்க புகல சொன்னவன் மருதமுத்து
> அர்ப்பமாயச் சியற்றியதின் பலனடைவோர் தங்கள்
> பர்ப்பலர் தழுவும் வேசை மகனென பகறலாகும்

இதைப் போலவே 'விஸ்வ குலத்திலுதித்த வெள்ளிக்கடை கன்னியப்ப ஆச்சாரி பெரியகடை வீதியில் குத்துண்டு இறந்த பெருங்கொலை சிந்து' (1915) எழுதிய சூளை கோவிந்தசாமி நாயகர், அதன் கடைசியில் 'எந்தனின் பாட்டைக் கொண்டு இனி வேறு அச்சாபீசில் / சொந்தமாயச் சிலிட்டால் சுதநாகுவானெனக்கு' என்ற 'அரிக்கை விருத்தம்' வெளியிட்டிருக்கிறார்.

பாடித் திரிந்து, சிறு நூல் அச்சிட்டு விற்று, அதன் மூலமாகவே தம் அன்றாட வாழ்க்கையை நடத்தியவர்களிடமிருந்து இத்தகைய கடுஞ்சொற்கள் இந்த வடிவத்தில் வெளிப்படுகின்றன. இவர்களுடைய உலகப் பார்வையும், அவர்கள் கொண்டிருந்த விழுமியங்களும்கூட இவற்றிலிருந்து வெளிப்படுகின்றன.

சான்றுக் குறிப்புகள்

1. திப்பு, 'முச்சந்திக் கவிகள்', *சுதந்திரச் சங்கு*, 13 ஜூலை 1933.
2. *செந்தமிழ்ச் செல்வி*, 25(3), நவம்பர் 1950.
3. சிறு. முனி. நடேச முதலியார், 'வெளியீடுகளும் பயனும்', *செந்தமிழ்ச் செல்வி*, 5(1), ஜனவரி—பிப்ரவரி 1927. மற்றும் 'தமிழ் மக்களும் வெளியீடும்', *செந்தமிழ்ச் செல்வி*, 5(2), பிப்ரவரி—மார்ச், 1927.
4. நாகை சாமிநாதனைப் பற்றிய செய்திகள் நாகை வே. சாமிநாதன், *சமதர்ம கீதம்*, பொன்னி, சென்னை, 1987 என்ற நூலின் பிற்பகுதியில் மா. வளவனும் சி. அறிவுறுவோனும் எழுதி இணைத்துள்ள வாழ்க்கைக் குறிப்பிலிருந்து தொகுக்கப்பட்டது.
5. வெ.நா. திருமூர்த்தி பற்றிய செய்திகள் சங்கைவேலவன் தொகுத்த *கவிஞர் வெ. நா. திருமூர்த்தி பாடல்கள்*, நியூ செஞ்சுரி புக் ஹவுஸ், சென்னை, 1986 என்ற நூலின் தொடக்கத்தில் அமைந்த 'பாமரர் கவிஞர் திருமூர்த்தி' என்ற கட்டுரையிலிருந்து தொகுக்கப்பட்டது. கே.வி. ராமசாமி எழுதிய இக்கட்டுரை *தாமரையில்*(1962) முதன்முதலில் வெளிவந்ததாகத் தெரிகிறது.
6. ஜெயகாந்தன், 'திருமூர்த்தி என்றொரு தெருப்பாடகர்', *சிந்தையில் ஆயிரம்*, மீனாட்சி புத்தக நிலையம், மதுரை, 1987, ப.114— 116.
7. க. முருகானந்தம், *கொடுக்கூர் ஆறுமுகம் கொலைச்சிந்து*, நாட்டார் வழக்காற்றியல் பட்டய ஆய்வேடு, தமிழ் இலக்கியத் துறை, சென்னைப் பல்கலைக்கழகம், 1992, பிற்சேர்க்கை 1.
8. மு. இளங்கோவன், 'டேப்புக் கலைஞர் குருசாமி தாசு', *பழையன புகுதலும்*, வயல்வெளிப் பதிப்பகம், இடைக்கட்டு, 2002, ப. 55—62.
9. சேமுமு முகமதலி, 'ஆய்வு முன்னுரை', கே.எஸ். சையிது முகம்மது அண்ணாவியார் (ப—ர்), *நாகூர்ப் புகைரத வழிச் சிங்கார ஓயிற் சிந்து*, சிங்கைப் பதிப்பகம், சென்னை, 1985, ப. viii-4.
10. சுரதா, *வினாக்களும் சுரதாவின் விடைகளும்*, சுரதா பதிப்பகம், சென்னை, 1991, ப.113.
11. திப்பு, 'முச்சந்திக் கவிகள்', *சுதந்திரச் சங்கு*, 13 ஜூலை 1933.

12. Judgment in C.C.No.11 of 1931 in the District Magistrate's Court of South Arcot, G.O.No.1054, Public (General), Confidential, 12 October 1931.
13. Judgment in C.C.No.9 of 1931 in the District Magistrate's Court of South Arcot, G.O.No.1069, Public (General), Confidential, 8 August 1932.
14. G.O.No.1041, Public (General), Confidential, 8 October 1931.
15. G.O.No.2535, Public (General), Confidential, 29 December 1940.
16. *புலி பாக்கெட் டயரி*, 1909.
17. *அருள்நடை பழனி ஆண்டிப் பண்டாரம் பாட்டு*, சென்னை, 1927. இதே விளம்பரம் சூளை மாணிக்க நாயகரின் சிறு நூல்கள் பலவற்றிலும் இடம்பெற்றுள்ளது.
18. டி.கே.சி. முன்னுரை, மு. அருணாசலம் (ப—ர்), *முக்கூடற் பள்ளு*, தமிழ் நூலகம், சென்னை, 1949, ப. 51.
19. திப்பு, 'முச்சந்திக் கவிகள்', *சுதந்திரச் சங்கு*, 13 ஜூலை 1933.
20. G.O.No.1054, Public (General), Confidential, 12 October 1931. '... his work bears in many places a suspicious likeness to other proscribed books on the same subject, many phrases being identical with phrases in the said book. I suspect that his work was mainly to fit some existing material to tunes popular in this part of Madras.'
21. ம.சா. அறிவுடைநம்பி, 'சங்கரதாசு சுவாமிகள் உரிமைப் பதிவுப் பத்திரம்', *ஆவணம்*, 6, ஜூலை 1995.
22. John Murdoch, *Classified Catalogue of Tamil Printed Books with Introductory Notices*, Madras, 1865 (Reprint 1968), p.lxii.
23. *பரத ஊழிய திலகமென்னும் உப்பு சத்தியாகிரகப் பாட்டு*, வெளியீடு: வி.ஆர். எழுமலைப் பிள்ளை, சென்னை, 1931.
24. R.B.S. மணி, *சர்தார் பகத்சிங் உயிர் விடுத்த சுதந்திர நாதம்*, நான்காம் பாகம், வெளியீடு: கே.ஏ. மதுரை முதலியார், சென்னை, 1931.
25. *பாரத கீர்த்தனாம்ருதம்*, வெளியீடு: கடலூர் நியூஸ் ஏஜென்ஸி, திருப்பாதிரிப்புலியூர், 1931.
26. மேலது.
27. *கிராமபோன் ஸ்வரசாஹித்ய சங்கீத திரட்டு*, நான்காம் பாகம், ஜே. புருஷோத்தம நாயுடு & பிரதர்ஸ், சென்னை, 1930.
28. *பரத ஊழிய திலகமென்னும் உப்பு சத்தியாகிரகப் பாட்டு*, வெளியீடு: வி.ஆர். ஏழுமலைப் பிள்ளை, சென்னை, 1931.

6
குஜிலியும் தேசியமும்

குஜிலி இலக்கியம் மையநீரோட்ட இலக்கிய உலகத்தால் புறக்கணிக்கப்பட்டதெனப் பொதுவாகச் சொல்லலாமென்றாலும், அதன் ஒரு குறிப்பிட்ட கூறு மட்டும் பெருமளவு கவனம் பெற்று வந்துள்ளது. அன்றாட முக்கியத்துவம் வாய்ந்த செய்திகள் முச்சந்திக் கவிஞர்களால் பாடப்பெற்று, பரப்பப்பட்டன என்பதை முன்னரே கண்டோம். அந்த வகையில் வெகுசன இயக்கமாக விளங்கிய தேசிய இயக்கக் கருத்துகளும் நிகழ்ச்சிகளும் தலைமையும் குஜிலி இலக்கியத்தில் இடம் பிடித்தன. சுதேசி இயக்கக் காலகட்டத்திலும்கூட குஜிலியாகச் சில பாடல்கள் தேசிய இயக்கம் தொடர்பாகப் புனையப்பெற்றன என்றாலும்,[1] முதல் உலகப் போருக்குப் பின்பே, தேசியம் முக்கியப் பாடுபொருளாக மாறுகின்றது. காந்தியடிகளின் வரவுக்குப் பின்பு தேசிய இயக்கம் வெகுசன இயக்கமாக உருமாறத் தொடங்குகின்றது. 1919இல் தொடங்கப்பட்ட ஒத்துழையாமை இயக்கம் இவ்வுருமாற்றத்திற்குக் கட்டியங்கூறுகின்றது. அதுவரை மாநாட்டுப் பந்தல்களிலும் மனுக்களிலுமாக வெளிப்பட்ட தேசியப் போராட்டம் தெருவிற்கு இறங்கியது. வெகுசன முக்கியத்துவம் வாய்ந்த செய்திகளை உடனுக்குடன் பாடிய குஜிலிக் கவிஞர்கள் தேசியம் பற்றியும் உடனே பாடல் புனையலாயினர். நாடக மேடைக்கும் குஜிலி இலக்கியத்திற்குமான உறவும் இக்காலகட்டத்தில் வலுப்பெற்றது. தேசிய இயக்கம் இவ்வெகுசன ஊடகத்தில் கால்கொள்ளத் தொடங்குவதையொட்டி, காலனிய அரசாங்கமும் இதில் கவனம் செலுத்தத் தொடங்கியது. இதன் விளைவாகக் காவல் துறையும், உளவுக் காவலரும் குஜிலி இலக்கிய உலகைக் கண்காணிக்கத்

தலைப்பட்டனர். இதன் காரணமாக, குஜிலி உலகம் தொடர்பாக இரகசிய அறிக்கைகளும் மடல்களும் மேலதிகாரிகளுக்கு அனுப்பப் படலாயின. இவற்றின் அடிப்படையில் குஜிலி இலக்கிய உலகின்மீது அரசுக் கண்காணிப்பு கூர்மையானது. இராஜதுரோகமானவை என்று கருதப்பட்ட பல பாடல் புத்தகங்கள் பறிமுதல் செய்யப்பட்டன; தடை செய்யப்பட்டன.[2] அவற்றுள் சிலவற்றை எழுதியவர்கள், வெளியிட்டவர்கள், அச்சிட்டவர்கள்மீது வழக்குத் தொடரப்பட்டது. இதனால் அவர்களுள் பலர் கைது செய்யவும் தண்டிக்கவும் பட்டனர். இந்நடவடிக்கைகளின் காரணமாக உருவான ஆவணங்கள் — இரகசியக் காவல் குறிப்புகள், காவல் துறை அறிக்கைகள், அரசாணைகள், நீதிமன்ற நடவடிக்கைக் குறிப்புகள், தீர்ப்புரைகள் முதலானவை — குஜிலி இலக்கிய உலகைப் பற்றி அறியப் பெருந்துணையாக இருக்கின்றன. சமூகத்தின் கீழ்த்தட்டு என்று சொல்லத்தகும் இவ்வுலகம் பற்றி இதுவரை நாம் கண்டறிந்து, அவ்வுலகத்தினை மீட்டுருவாக்கம் செய்வதற்கு இந்த ஆவணங்களும் ஒரு முக்கிய அடிப்படையாகும். இச்செய்தியை இங்கு வலியுறுத்திச் சொல்வது இன்றியமையாதது.

1919இல் தொடங்கப்பெற்ற ஒத்துழையாமை இயக்கக் காலகட்டத்திலிருந்து தேசியம் தொடர்பான ஏராளமான பாடல் புத்தகங்கள் மளமளவென்று வெளிவரலாயின. தேசியத் தலைவர்கள், ஒத்துழையாமை, மறியல், கள்ளுண்ணாமை, கதர், தீண்டாமை முதலான கருப்பொருள்கள் பற்றி புலபுலவென்று பாடல்கள் வெளிவரலாயின. பாரதி, நாமக்கல் இராமலிங்கம் பிள்ளை போன்ற மேலோர் கவிஞர்களின் பாடல்களும் குஜிலியாக வெளிவரலாயின. மதுரகவி பாஸ்கரதாஸ் (1892 — ?), கம்பம் பீர்முகம்மது பாவலர் (1888—1945) ஆகியோரின் தேசியப் பாடல்கள் பெரிதும் குஜிலி வழியாகவே பரவின. ஜாலியன்வாலாபாக் படுகொலை மிக முக்கியமான பாடுபொருளாக விளங்கியது. காந்தியடிகள் பற்றி எண்ணற்ற பாடல்கள் புனையப்பட்டன. மோதிலால் நேரு, சித்தரஞ்சன் தாஸ் ஆகியோர் முதற்கட்டத்திலும் (1920களிலும், 1930களிலும்), அதன் பின்பு நேதாஜி சுபாஷ் சந்திர போசும், ஜவகர்லால் நேருவும் பலபடப் பாடப்பட்டனர். ('மோதிலால் நேரைப் பறிகொடுத்தோமோ என்ற மெட்டில்' என்ற குறிப்புடன் பல பாடல்கள் வெளியிடப்பட்டனவென்றால் அப்பாடல் எவ்வளவு பரவலாக அறியப்பட்டிருக்கும் என்று ஒருவாறு புரிந்துகொள்ளலாம்.) 1931இல் பகத்சிங் தூக்கிலிடப்பட்டதையொட்டி அவரைப் பற்றியும் ஏராளமான பாடல்கள் எழுதி வெளியிடப்பட்டன. அக்குறிப்பிட்ட காலப் பகுதியில் பகத்சிங்கின் புகழ் காந்தியடிகளின் புகழையும் விஞ்சி நின்றது என்று சொல்வது மிகையில்லை என்னுமளவிற்கு முச்சந்திகளிலும் தெருமுனைகளிலும் நாடக மேடைகளிலும் பகத்சிங் பற்றிய பாடல்கள் ஒலித்தன. 1931—32ஆம் ஆண்டுகளில் மட்டும் 'பகத்சிங் கீர்த்தனாம்ருதம் 1', 'பகத்சிங் தூக்கு அலங்காரம்' 'பகத்சிங்

அல்லது தூக்குமேடை கர்ஜனை', 'பகத்சிங் கொலைச் சிந்து', 'பகத்சிங் தேசிய கீதம்', 'பகதூர் பகத்சிங் பாட்டு', 'சர்தார் பகத்சிங் உயிர் விடுத்த பரிதாபக் கீதம்' ஆகியவை இவற்றுள் சில.³ கள்ளுண்ணாமை, கள்ளுக்கடை மறியல், கதரின் சிறப்பு பற்றிய பாடல்களைத் தவிர, தேசியத் தலைவர்கள் கைதாவதைப் பற்றி எழுதப்பட்ட பாடல்கள் 'அரஸ்டுப் பாட்டு' என்ற ஒரு புது வகைமையாகவே உருவாகிவிட்டன.

'மஹாத்மா சிறப்பு என்னும் காந்தி பாட்டு', 'பண்டித ஜவகர்லால் நேரு சுயராஜ்யத் திலகம்', 'K. B. சுந்தராம்பாள் பாடிய பண்டித மோதிலால் பாட்டு (இதனுடன் காங்ரஸ் பாட்டுகளும் அடங்கியது)', 'மகாத்மா காந்தி மரியல் திலகம்', 'பகவத்சிங் உயிர்விடுத்த சுதந்திர நாதம்', 'தேசபக்தி கீதம்', 'சத்தியாகிரகப் பாட்டு', 'ஆனந்த கதர் பாட்டு', 'காந்தி இர்வின் சமரச வெற்றி', 'ஒத்துழையாமை கும்மி', 'மது விலக்கு பாட்டு என்னும் மரியல் பாட்டு' போன்ற நூல்கள் இத்தகைய பாடல் நூல்களுக்கு எடுத்துக்காட்டுகளாகும்.

இவற்றுள் சில பாடல்கள் நாடக மேடையிலும் பாடப்பட்டன; நாடக மேடைப் பாடல்களாகப் பிறந்து பின்பு நூல் உருவம் பெற்ற பாடல்களும் உண்டு. இன்றளவும் நினைவுகூரப்படும் 'கதர்க்கப்பல் கொடி தோணுதே', 'கொக்குப் பறக்குதடி பாப்பா', 'பாரினில் கொடியது, பஞ்சாப் படுகொலை' முதலான பாடல்கள் இங்குக் குறிப்பிடத்தக்கன.

இவ்வாறு குஜிலி இலக்கியத்தில் தேசியம் இடம்பிடித்தது என்று சொல்லும்போது, சில செய்திகளை நாம் கவனப்படுத்திக் கொள்ள வேண்டும். தேசிய இயக்க, காங்கிரஸ் சார்பு வரலாற்றாசிரியர்களும் வெகுசன இதழியலாளரும் பிரசாரகர்களும் முன்வைப்பது போல் குஜிலியில் வெளிப்பட்ட தேசியம் காங்கிரஸ் கட்சி சார்ந்த தேசியம் அல்ல என்பது மிக முக்கியமான செய்தி. குஜிலிப் பாட்டுக்காரர்கள் கையாண்ட தேசியம், வெகுசனக் கருத்தியல் மற்றும் உளப்பாங்கு சார்ந்து மறுவுருவாக்கமும் மாற்றங்களும் செய்யப்பட்ட தேசியம் ஆகும். உதாரணமாக, இப்பாடல்நூல்களில் விதந்தோதப்பட்ட தேசியத் தலைவர்கள் எல்லாம் ஒரே மாதிரியாக, வழிவழிவந்த சான்றோராகவும் பெரியோராகவும் சித்தரிக்கப்பட்டனர் என்பதை நோக்க வேண்டும். ('காந்தியோ பரம ஏழை சந்நியாசி' என்ற பாடல் காந்திக்குப் பாடிக்காட்டப்பட்டபொழுது, 'அட, என்னை சந்நியாசி ஆக்கிவிட்டார்களா?' என்று அவர் வியந்ததாக ஒரு செவிவழிச் செய்தி உண்டு.) ஒரு தலைவரைப் போற்றுவதற்குப் பயன்படுத்திய அதே தொடர்கள் மற்றொரு தலைவருக்கும் பயன்படுத்தப்படுவதைக் காண முடியும். (வாய்மொழி மரபில் பாடல் புனைதல் பற்றி முன் இயலில் குறிப்பிட்ட கருத்துகளை நினைவூட்டிக்கொள்வோம்.) 'இத்தனாம் வருஷம், இத்தனாம் மாதம், இத்தனாம் தேதி பிறந்து இத்தனாம் தேதியன்று இன்னின்ன செய்து,

இத்தனாம் தேதி காலமான' இன்னார் என்று வகைமாதிரியாகப் பாடல் புனைந்ததைச் சமகால விமரிசகர் ஒருவரும் (எதிர்மறையாகக்) குறிப்பிட்டிருக்கிறார்.[4]

காந்தியும் பகத்சிங்கும் அரசியலில் எதிரும் புதிருமானவர்கள் என்று அறிவோம். பகத்சிங் தூக்கிலிடப்படுவதைத் தடுக்க காந்தி சிறு முயற்சியும் செய்யவில்லை என்பதைப் புதிய ஆய்வுகளும் உறுதிப்படுத்தியுள்ளன. ஆனால் 'பகத்சிங் தூக்கு அலங்காரம்' பாடிய கவிஞரோ தலைப்பிலேயே 'மகாத்மா காந்தியவர்கள் நீடூழி வாழ்க' என்ற வாசகத்தைப் பொறித்திருக்கக் காண்கிறோம்!

'மகாத்மா காந்தி கதர் ஆனந்த ஏலப்பாட்'டை மற்றோர் உதாரணமாக எடுத்துக்கொள்வோமே. 'கதரம்மா காந்தி கதரு காணுங்கள் கைத்தரியால் நெய்த கதரு' என்று தொடங்கும் இப்பாட்டு, கதர் இயக்கம் தொடங்குவதற்கு முன்பே மறைந்துபோன 'கோபாலகிருஷ்ண கோக்கல் கட்டுங் கதரு ... சாமி விவேகானந்தரின்ப கதரு' என்றதோடு நில்லாமல், கதருக்கு எதிரான நிலைப்பாடு எடுத்த திலகர், வ. உ. சி. ஆகியோரையும் விட்டுவைக்காமல், 'கங்காதரத் திலக ரங்கான கதரு ... சிதம்பரம் பிள்ளைக்கு பதந்தந்த கதரு' என்றும் பாடுகிறது! இவற்றுக்கும் மேலாக, வேறு பல சிறப்புகளும் கதருக்கு ஏற்றப்படுகின்றன.

பாரில்பிள்ளைகலி	தீர்த்திடுங்கதரு
பாபகர்மங்களை	போக்கிடுங்கதரு
பத்தினிபெண்கட்கு	சித்திக்குங்கதரு
பலவிதபிணியையும்	துலைத்தோட்டுங்கதரு
பஞ்சை நூலாக்கி நாம்	பண்ணினகதரு
பாதகத்தை நீக்கும்	வேதத்தின்கதரு
பாட்டன் முப்பாட்டனால்	காட்டியகதரு
பரதநாட்டுத்தாய்மார்	வாங்கிக்கொள்வீரே

குஜிலியில் பரப்பப்பட்ட தேசியப் பாடல்களின் உள்ளடக்கம் இப்படியிருந்ததென்றால், அவற்றில் கையாளப்பட்ட படங்களும் மிக சுவாரசியமானவை. குஜராத்தி மக்கள் அணியும் தலைப்பாகையும் குப்பாயமும் துறந்து, அரையாடை மட்டுமே காந்தியடிகள் அணியத் தொடங்கிய பல்லாண்டுகளுக்குப் பிறகும்கூட, முன்பு அணிந்த தலைப்பாகையுடனேயே அவர் இப்பாடல் நூல்களின் முகப்புகளில் காட்சி தருகிறார். பகத்சிங் பற்றிய கையறு நிலைப் பாடலைக் கொண்ட நூலில் கண்ணன், பாமா ருக்மிணியுடன் குழலூதும் காட்சி உள்ளது. சி. ஆர். தாஸ் பற்றிய பாடல் நூலின் தலைப்பில் காந்தி படமும் அதற்கு இருபுறமும் பிள்ளையார் படமும் காளிங்கநர்த்தனமும் சித்தரிக்கப்பட்டுள்ளன; அதில் சி. ஆர். தாஸ் படமே இல்லை என்பது வேறு!

படங்களைவிட சுவாரசியமானவை இப்பாடல் நூல்களில் வெளியிடப்பட்ட விளம்பரங்கள். தேசிய நூல்களை பட்டியலிட்டு விளம்பரப்படுத்திய கே. ஏ. மதுரை முதலியார், அவற்றோடு, 'புதிய பவூன் பாட்டு', 'வேசிகளின் விபரீதம்', 'டாபர் சரித்திரம்' முதலான நூல்களையும் சேர்த்தே விளம்பரப்படுத்தியிருக்கிறார். இவ்விளம்பரம் அடங்கிய 'மோதிலால் பாட்டு (முதல் பாகம்)' நூலின் பின்பக்கத்தில் *கொக்கோகம், மதிமோசக் களஞ்சியம்* ஆகிய நூல்களும் விளம்பரப்படுத்தப்பட்டுள்ளன. மேலும், விளம்பரத்தின் பகுதியாக ஒரு முத்தக் காட்சியும் அச்சிடப்பட்டுள்ளது.

'சர்தார் பகத்சிங் உயிர் விடுத்த பரிதாபக் கீதம்' நூலில் பின்வரும் விளம்பரம் காணப்படுகின்றது.

பாருங்கள் பாருங்கள்
புதிய பாட்டுகள் வெளிவரும் தினத்தை எதிர்பாருங்கள். என்ன?
தாறாபுரம் பாலகவி T. M. திருமலைசாமிதாஸ் எழுதிய
பெருங்கடம்பனூர் N. மணி பாடிவரும்
விகடக் களஞ்சிய மென்னும்
வினோத பவூன் பாட்டு 1, 2 பாகம்
மானிலமெங்கும் மகிமைநாட்டி மாயக்கள்ளரை
குல்லாபோட்ட
N. மணிக்கள்ளன் பாட்டும்
காசினியில் புகழ்பெற்ற காங்கிரஸ் கீதமும் வெளிவரும்
தினத்தை எதிர்பாருங்கள்

இப்படிக்கு
பாலகவி T.M. திருமலைசாமிதாஸ்
தாராபுறம், கோயமுத்தூர் ஜில்லா

பவூன் பாட்டும், கள்ளன் பாட்டும், காங்கிரஸ் கீதமும் ஒன்றாகச் சமாதான சகவாழ்வு நடத்துவதை இதில் காண்கிறோம். 'சுயராஜ்யக் கீதம்' வெளியிட்ட வி. ஆர். ஏழுமலைப் பிள்ளை இன்னும் ஒரு படி மேலே செல்கிறார். அந்நூலின் ஆசிரியரை, 'சுதந்திரக் கப்பல், தேசியத் தோணி, நிஜப்புளுகன், பணக்கொழுப்பு, காமத்தால் நாசமடைந்த கண்ணம்மாள் இன்னுமநேக புத்தகாசிரியர்' என்று அறிமுகப்படுத்தியதோடு, தம்மிடம் 'வெள்ளை எனும் கள்ளநோய்க்கு மருந்து', 'சர்வபடை சங்காரன்', 'சர்வதேள் விஷ நிவாரணி சஞ்சீவி' ஆகியனவும் கிடைக்கும் என விளம்பரப்படுத்தியுள்ளார்.

சந்தம் மிகுந்த பாடல்களும், பொருந்தாத படங்களும், தொடர்பில்லாத 'ஆபாச' விளம்பரங்களும், மட்டமான தாளும், பிழை மலிந்த அச்சும் காலனிய அரசையும், மேட்டிமைக் கருத்துடைய தேசிய இயக்கத்தவரையும் பெரிதும் குழப்பின. தேசியக் கருத்தமைந்த குஜிலிப் பாடல் நூல்கள் ஏராளமானவற்றைப் பறிமுதல் செய்தும்,

தடை செய்தும், வழக்குத் தொடர்ந்தும் நசுக்க முயன்றாலும், பல சமயங்களில் காலனிய அரசுக்கும் குழப்பமே மிகுந்திருந்தது. ஓரிடத்தில் அரசாங்கத் தமிழ் மொழிபெயர்ப்பாளர், 'இப்பாடல்களில் பல்வேறு ஆசிரியர்களின் பெயர்களை அறிய முடியவில்லை.... இச்சிறு பாடல்களின் ஆசிரியர்களைப் பற்றி ஒன்றுமே தெரியாத நிலையில் அவர்கள்மீது வழக்குத் தொடுப்பதில் பயன் உண்டா என்று பார்க்க வேண்டும்' என்று கூறுகிறார்.[5] இன்னொரு அதிகாரி, 'இப்பாடல்கள் வெறும் குப்பை. இவற்றைத் தடை செய்ய வேண்டியதில்லை' என்று கருத்துரைத்தார்.[6] இப்பாடல் நூல்களின் தன்மை பற்றிய அடிப்படை புரிதல்கூட இல்லாத நிலையில் அரசாங்கம் ஒரே சீரான கொள்கையினையோ, நடவடிக்கையினையோ மேற்கொள்ள வில்லை. எந்த அளவுக்கு அரசுக்குக் குழப்பம் நிலவியதென்றால், 'தேசிய ஊஞ்சல், நலங்கு, கதர், மது விலக்கு' என்ற குஜிலிப் புத்தகத்தின் தலைப்பில் அமைந்த 'காந்தி அடிகள் விருப்பம் நிறைவேறுக' என்ற முழக்கத்தையே நூற்தலைப்பாக அவர்கள் கொண்டுவிட்டிருந்தனர்![7] அரசாங்கத் தமிழ் மொழிபெயர்ப்பாளர் கண்டுபிடிக்கும்வரை இது அவர்களுக்குத் தெரியவில்லை.

தேசியம் தொடர்பான குஜிலி நூல்களைப் பற்றிய பார்வையில் காலனிய அரசாங்கத்திற்கும் தேசிய இயக்க, நடுத்தர வர்க்க அறிவாளர்களுக்கும் இடையே பெரிய வேறுபாடு இருந்ததென்று சொல்ல இயலாது. இது ஆழ்ந்த கவனத்திற்குரியது. காலனிய அரசாங்கத்தைப் போலவே நடுத்தர வர்க்க அறிவாளர்களும் குஜிலி நூல்களைக் கேவலமாகவே பார்த்தார்கள். மேட்டிமைத்தனம் இரு சாராருக்கும் பொதுவான பண்பாகவே இருந்துள்ளது. குஜிலி நூல்கள் பற்றிப் பொதுவாக அவர்கள் கொண்டிருந்த தாழ்ந்த கருத்தை முதல் இயலில் விரிவாகவே பார்த்தோம். தேசியம் தொடர்பாக இவை பேசத் தொடங்கியதாலேயே நடுத்தர வர்க்க அறிவாளர்கள் குஜிலி இலக்கியத்தை அங்கீகரித்து ஏற்றுக்கொண்டுவிடவில்லை. ஓரளவு பரந்த பார்வை கொண்டிருந்த எஸ். கிருஷ்ணசாமி சர்மாகூட, 'தமிழகத்தில் தற்பொழுது நவீன உணர்ச்சியை முன்னிட்டுத் தேசாபிமானம் ததும்பும் வழியாகப் பாடுபவர்களில் மூவரை யானறிவேன்!'[8] என்று பாரதியைத் தவிர, சேலம் அர்த்தநாரீஸ்வர வர்மா, பழனி எம். எஸ். எஸ். வேலுச்சாமி கவிராயர் ஆகிய இருவரை மட்டுமே ஏற்றுக்கொண்டார்; பிறரை அவர் அங்கீகரிக்கவில்லை.

சுதந்திரச் சங்கு காலணா இதழின் ஆசிரியர் சங்கு சுப்பிரமணியன் 'திப்பு' என்ற புனைபெயரில் எழுதிய கட்டுரையில் குஜிலிக் கவிஞர்கள் தேசிய இயக்கம் தொடர்பாகப் பாடுவதை எவ்வளவு கடுமையாக விமர்சிக்கின்றார் என்பதைப் பின்வரும் பத்தி காட்டும்.

ஒழுங்காகக் கவிதை கலந்து ஒரு 'தேசீய கீதம்' இயற்றுவதற்கு யோக்கியதை இல்லாதவர்களெல்லாம் தேசியப் பாட்டுகளைக் கூடைக் கணக்கில் பாடியிருக்கின்றார்கள். மோதிலால்

காலமானாரானால் ஒரு பாட்டு, தேசபந்து மறைந்தால் ஒரு பாட்டு, தேயிலைத் தோட்டத்துக்கு ஒரு பாட்டு — இப்படியாகப் பல தேசீய கீதங்கள் இப்போது வழக்கிலிருக் கின்றன. 'இத்தனாம் வருஷம், இத்தனாம் மாதம், இத்தனாம் தேதி பிறந்து, இத்தனாம் தேதி இன்னின்ன செய்து இத்தனாம் தேதி காலமான' என்று பாட்டு நாயகனைப் பற்றி வருணிக்கா விட்டால் இந்தக் கவிகளுக்கு மண்டை வெடித்துப்போகும் போலும்!

'துங்கம்' என்ற பதத்தில் பாட்டு ஆரம்பித்துவிட்டார் களானால் மங்கம், செங்கம், வங்கம், டங்கம் என்று அர்த்தமிருக்கின்றதோ இல்லையோ அடுக்கிக்கொண்டு போவதில் ஒரு பரம திருப்தி இவர்களுக்கு உண்டு. இந்த அபூர்வமான பாடல்கள் நாடக மேடையையும் கிராம போனையும் குத்தகை எடுத்துக்கொண்டிருப்பதைக் காணும்போது சிரிப்பு வருகின்றது. இசைக் கவியில் உண்மையான கவிதை வைத்துப் பாடிய சமீப கால கவிஞருள் பாரதியார்தான் போற்றத்தக்க கவிஞராவர். அவர் பாடல்களை நாடக மேடையில் பாடுவாரைக் காணோம். பிளேட்டில் கொடுப்பாரைக் காணோம். ஆனால் இலுப்பைப் பூக் கவிகளை சர்க்கரைக் கவியென்று விழுங்குவதும் ஓயவில்லை. தயவுசெய்து இக்கவிஞரெல்லாம் தங்கள் புத்தகங்களை மசானத்துக்கனுப்பி ஈமக்கடன்களை முடித்துவிட்டு, பாரதியார், வேதநாயகம் பிள்ளை முதலியோர்களின் பாடல்களை நன்றாகப் படிக்கவேண்டுமென்பது எனது ஆசை .... எப்படியாவது 'முச்சந்திக் கவி' என்ற அபாயத்தினின்று இறந்துபோன தேசீயத் தலைவர்களும் நாமும் தப்பித்துக்கொள்ள வேண்டாமா?[9]

சங்கு சுப்பிரமணியனுக்கு குஜிலிக் கவிஞர்கள் மீதும், முக்கியமாக அவர்கள் காங்கிரஸ் கட்சி ஏகபோக உரிமை கொண்டாடிய தேசியத்தைப் பாடுவது பற்றியும் இருக்கும் சினமும் வெறுப்பும் அவர் கையாளும் ஏளனமும் கடுமையுமான சொற்களிலிருந்து விளக்கவுரை தேவைப்படாமலேயே வெளிப்படுவதைக் காண முடிகின்றது. ஏகாதிபத்திய எதிர்ப்புணர்வையும் விஞ்சிவிடக்கூடிய அளவில் அவருடைய வெகுசனப் பண்பாட்டு எதிர்ப்பு உள்ளதெனலாம்.

எஸ். ஜி. கிட்டப்பாவின் வாழ்க்கை வரலாற்றை எழுதவந்த ஆக்கூர் அனந்தாச்சாரியும், மற்றொன்று விரித்தலாக முச்சந்திக் கவிஞர்களைக் கடுமையாகச் சாடுகிறார்.

தற்போது எந்தத் துறையில் பார்த்தாலும் தேசீய மணமே வீசி வருகின்றது. நடிகர்கள் தேசீய கீதங்களைப் பாட வேண்டுமென ஜனங்கள் விரும்புகின்றனர். ... ஆகையால்

தேசீய கீதங்களை, முக்கியமாகக் காலஞ்சென்ற கவிச் சக்கரவர்த்தி சுப்ரமண்ய பாரதியாரின் பாடல்களை நடிகர்கள் தெரிந்துகொள்ள வேண்டியது அவசியம். தற்போது நம் நாட்டில் பல ‘தான்தோன்றி’ப் புலவர்கள் வெளிக்கிளம்பி *நமது கொள்கைகளுக்கு மாறானதும், பொருத்தமற்றதாயும், சாரமற்றதுமான* தேசீய கீதங்களை உண்டாக்கி வருகின்றனர். அவைகளை கௌரவிக்கவே கூடாது. உண்மையான நடிப்புத் திறமையும், சங்கீத ஞானமும் சிறிதுமேயில்லாத சில நடிகர்கள் அத்தகைய தேசீய கீதங்களைக் கற்றுக்கொண்டு நாடக மேடையில் தோன்றி அசம்பாவிதமாகப் பாடி நாடகங்களைப் பாழ்படுத்தி ஜனங்களை வஞ்சித்துச் சுலபமாகக் கியாதி பெற முயல்வது மிக மிகக் கண்டிக்கத்தகுந்த விஷயமாகும்.[10]

ஆக்கூர் அனந்தாச்சாரியின் கடுஞ்சொற்களில், ‘நமது கொள்கை களுக்கு மாறானதும், பொருத்தமற்றதாயும், சாரமற்றதுமான தேசீய கீதங்கள்’ என்ற தொடர் ஆழ்ந்த சிந்தனைக்கு உரியது. இந்தியத் தேசியம் என்பது ஒற்றைத் தன்மை உடையதன்று. அதனுள் பல போக்குகள் உண்டு. காங்கிரஸ் கட்சியும், முக்கியமாக காந்தியடிகளும் இந்திய தேசியத்திற்கு முழு உரிமை கொண்டாட முயன்றாலும், வேறு பல போக்குகளும் அதற்குள் நிலவவே செய்தன. குறுகிய அரசியல் களத்துக்கு மட்டுமல்லாமல், அதற்கப்பாற்பட்ட, மிக விரிந்த சமூகக் களத்திற்கும் இக்கூற்று கூடுதலாகப் பொருந்தும். இந்நிலையில், வெகுசனப் பண்பாட்டின் முக்கியமான ஊடகமாக விளங்கிய குஜிலி இலக்கிய உலகும் தேசியத்தை அதற்கே உரிய வகையில் புரிந்துகொண்டு, தன் தேவைக்கேற்ப அதனைக் கைவயப் படுத்திக்கொண்டது. வெகுசன இயக்கம் — காலனிய அரசோடு பேச்சு வார்த்தை என்ற இரு முனைச் செயல்திட்டத்தோடு செயல்பட்டு, அரசியல் அதிகாரத்தைக் கைப்பற்ற முயன்ற காங்கிரஸ் தேசியம் வேறு; வெகுசனங்கள் புரிந்துகொண்ட, கைக்கொண்ட தேசியம் வேறு. தலைமையின் கட்டுப்பாட்டை வெகுசன இயக்கம் மீறிச் சென்ற சௌரி சௌரா போன்ற தருணங்களில் இவ்வேறுபாடு வலுவாக வெளிப்படுகின்றது. இதனை அக்காலத்து தேசிய இயக்க அறிவாளர்கள் தெளிவாகவே புரிந்துகொண்டிருந்தனர் என்பதையே சங்கு சுப்பிரமணியன், ஆக்கூர் அனந்தாச்சாரி முதலானோரின் கூற்றுகள் காட்டுகின்றன. சமூகத்தின் மேல்தளத்திலிருந்து முகிழ்க்கும் கருத்தியல் அப்படியே அடித்தளத்திலுள்ள மக்களின் மனத்தில் படிந்துவிடுவதற்கு, அம்மக்கள் பிசைந்துவைத்த களிமண் அல்லர். தேசியத்தை அவர்கள் தமக்குரிய வகையிலேயே கைவயப்படுத்திக் கொள்கின்றனர். சௌரி சௌராவில் ‘மகாத்மா காந்தி கி ஜெய்!’ என்ற முழக்கத்துடன் வன்முறையில் ஈடுபட்ட கோரக்பூர் விவசாயிகளுக்கும், ‘காந்தியோ பரம ஏழை சந்நியாசி’ என்று பாடிய தமிழகத்தின் அடித்தள மக்களுக்கும் இடையே பல ஒப்புமைகளைக்

காண முடியும்.¹¹ ராஜாஜி, சத்தியமூர்த்தி ஆகியோரின் காந்தி வேறு, குஜிலியின் காந்தி வேறு. அதனால்தான் அக்கால நூல் ஒன்று குறிப்பிட்டது போல்,

> பொது ஜனங்களால் தற்போது அபிமானிக்கப்படுவதும், போற்றப்படுவதும் காந்தியெனும் நாமமே. அதனால் எல்லாப் பொருளுக்கும் காந்தியின் பெயரையே சூட்டிவிடுகிறார்கள். ... காந்தி பவான், காந்தி ஓட்டல், காந்தி குடை, காந்தி சோடா, காந்தி பீடி, காந்தி சிகரெட், காந்தி பாம், காந்தி பனியன், காந்தி அண்டு கோ, காந்தி சேலை, காந்தி பொத்தான், காந்தி சாந்து, காந்தி தீக்குச்சி

என்று சகலவிதமான பொருள்களுக்கும் வெகுசனப் பண்பாட்டில் காந்தி பெயர் சூட்டப்பட்டது.¹² காங்கிரசுக்கோ, அல்லது காந்திக்கோ கூட உவப்பளிக்காத இப்பெயர் சூட்டல் தடையற்ற முறையில் செல்வாக்குச் செலுத்தியிருக்கிறது. அதிகாரபூர்வமான தேசியத்தோடு இவ்வெகுசன தேசியத்தை நாம் குழப்பிக்கொள்ளக் கூடாது.

குஜிலி இலக்கியத்தில் தேசியக் கருத்தியலின் ஊடாட்டம் வெகுசனப் பண்பாட்டின் உயிர்ப்பாற்றலைக் காட்டுகின்றது. இதற்கு மறுபக்கமாகச் சமகால தேசிய இயக்க அறிவாளர்கள் இதை அங்கீகரிக்க மறுத்தது, இந்திய தேசிய இயக்கத்தின் மேட்டிமைத்தனத்தைக் காட்டுகிறது. இந்திய விடுதலைக்குப் பிறகு தேசியஞ்சார்ந்த அறிவாளர்கள் தம் வரலாற்று நூல்களில் இவ்வேறுபாட்டை இல்லாதழித்துள்ளனர். குஜிலி இலக்கியம் தேசிய இயக்கத்தால் கடுமையாக விமரிசிக்கப்பட்டதை மறைத்து, சமூகத்தின் அடிமட்டம் வரை தேசிய இயக்கத்தின் செல்வாக்கு வேரோடியிருந்ததற்குச் சான்றாக குஜிலிப் பாடல்கள் காட்டப்படுகின்றன. 'கொக்குப் பறக்குதடி பாப்பா' என்ற பாடல் இடம்பெறாத விடுதலைப் போராட்ட மலரைக் கற்பனை செய்து பார்க்க முடியாது என்றே சொல்லலாம். பல வேளைகளில் மையநீரோட்ட தேசிய இயக்க வரலாற்றுக்குச் சுவை கூட்டும் ஊறுகாயாக இப்பாடல்கள் பயன்படுத்தப் பட்டிருக்கின்றன என்று சொல்வதில் சிறிதும் மிகையில்லை.¹³

சான்றுக் குறிப்புகள்

1. 1907இல் 'சுதேச சிந்து' என்றொரு குஜிலிப் பாட்டுப் புத்தகம் சென்னை கோமளீசுரன் பேட்டையிலிருந்து வெளிவந்துள்ளது.
2. இவ்வாறு தடைசெய்யப்பட்ட 41 நூல்களின் பட்டியலுக்குக் *காண்க:* S. Theodore Baskaran, *The Message-Bearers: The Nationalist Politics and the Entertainment Media in South India*, Cre-A, Madras, 1981, pp 62-3.

3. மேல் விவரம் அறியக் காண்க: சுப. வீரபாண்டியன், *பகத்சிங்கும் இந்திய அரசியலும்*, கனிமுத்துப் பதிப்பகம், சென்னை, 1987, இயல் 5.

4. திப்பு, 'முச்சந்திக் கவிகள்', *சுதந்திரச் சங்கு*, 13 ஜூலை 1933.

5. G.O.No.995, Public (General), Confidential, 19 July 1932. 'The names of the different authors are not known. . . . No information is also available as to whether it is worthwhile prosecuting the authors of these petty songs.'

6. G.O.No.1050, Public (General), Confidential, 10 October 1931. 'The pamphlet is largely bunk and need not . . . be proscribed.'

7. G.O.No.995, Public (General), Confidential, 19 July 1932.

8. பழனி எம்.எஸ்.எஸ். வேலுச்சாமி கவிராயர், *தேசீயக் கீர்த்தனங்கள்*, 1921, எஸ். கிருஷ்ணசாமி சர்மா எழுதிய முகவுரை.

9. திப்பு, 'முச்சந்திக் கவிகள்', *சுதந்திரச் சங்கு*, 13 ஜூலை 1933.

10. ஆக்கூர் அனந்தாச்சாரி, *ஸ்ரீமான் எஸ்.ஜி. கிட்டப்பா சரித்திரம்*, கிட்டப்பா பிரசுராலயம், செங்கோட்டை, 1938 (முதல் பதிப்பு 1933), ப.107. அழுத்தம் நூலாசிரியருடையது.

11. கோரக்பூர் விவசாயிகளின் மனப்பாங்கு பற்றிய விளிம்புநிலை ஆய்வுக்குக் காண்க: Shahid Amin, 'Gandhi as Mahatma: Gorakhpur, Eastern UP, 1921-22' in Ranajit Guha (ed.), *Subaltern Studies* III, Oxford University Press, 1984.

12. *பூலோக ரகசியம் என்னும் மதிமோசக் களஞ்சியம்*, சென்னை, 1928, ப.192.

13. காண்க: அறந்தை நாராயணன் (தொ—ர்), *விடுதலைப் போராட்டப் பாடல்கள்*, நேஷனல் புக் டிரஸ்ட், புது தில்லி, 1998; பொன். சௌரிராசன் (தொ—ர்), *விடுதலை இயக்கத் தமிழ்ப் பாடல்கள்*, சாகித்திய அக்காதெமி, புது தில்லி, 1996; கருப்பையா, *விடுதலை இயக்கத்தில் தமிழகக் கலைஞர்கள்*, சேகர் பதிப்பகம், சென்னை, 1994; *தினமணி சுதந்திரப் பொன்விழா மலர்*, 1997; கா. திரவியம், *தேசியம் வளர்த்த தமிழ்*, பழனியப்பா பிரதர்ஸ், சென்னை, 1974; அ. அருணகிரி, *விடுதலைப் போரில் தமிழ் இலக்கியம்*, வானதி பதிப்பகம், சென்னை, 1992; அ. மா. சாமி, *இந்திய விடுதலைப் போர் : செந்தமிழ் தந்த சீர்*, நவமணி பதிப்பகம், சென்னை, 1998.

7
மேலோர் மரபும் குஜிலி இலக்கியமும்

குஜிலி இலக்கியமும் மையநீரோட்ட இலக்கியமும் இருவேறு உலகில் தொழிற்பட்டாலும் இவ்விரண்டிற்கும் இடையே ஊடாட்டங்கள் இல்லாமல் போய்விடவில்லை. சமூகத்தின் மேல் தளத்தில் உருப்பெற்ற தேசியம் என்ற புதிய கருத்தியலை குஜிலி இலக்கியம் கைவயப்படுத்திக்கொண்டதென்றால், குஜிலி இலக்கியமும் தன் பங்குக்கு மையநீரோட்ட இலக்கியத்தில் தன் செல்வாக்கைச் செலுத்தாமல் போய்விடவில்லை.

புதிய தமிழ்க் கவிதையின் ஊற்றுக்கண்ணாக விளங்கி, தமிழ் மொழியை நவீனப்படுத்தியதில் பெரும்பங்காற்றிய மகாகவி பாரதியிடமிருந்து இந்த ஊடாட்டத்தின் போக்கை விளக்கிக் காட்டுவது பொருத்தமாக இருக்கும்.

வெண்பா, அகவற்பா, விருத்தம், கட்டளைக் கலித்துறை போன்ற பா, பாவினங்களை மட்டுமல்லாமல் ஏராளமான வெகுசனப் பண்பாட்டு வடிவங்களையும் பாரதி கையாண்டிருக்கிறார் என்பது புலமையுலகம் அறிந்த செய்தி. குஜிலி உலகில் கோலோச்சிய 'நந்தனார் சரித்திரக் கீர்த்தனை'யிலிருந்து பல மெட்டுகளை அவர் பயன்படுத்தியிருக்கிறார் : 'மாடு தின்னும் புலையா — உனக்கு மார்கழித் திருநாளா', 'ஓய் நந்தனாரே, நம்ம ஜாதிக்கடுக்குமோ, நியாயந்தானோ நீர் சொல்லும்', 'நாம் என்ன செய்வோம் புலையரே — இந்த பூமியிலில்லாத புதுமையைக் கண்டோம்', 'ஆண்டைக் கடிமைக்காரனல்லவே', 'சேரிமுற்றுஞ் சிவபக்தி பண்ணும்படி விட்டையாம் அடியிட்டையாம்'. வெகுசனப் பண்பாட்டில் ஊன்றிய

தாயுமானவர் ஆனந்தக் களிப்பு மெட்டிலும், கிளிக் கண்ணிகளிலும் பாரதி பல பாடல்களை இயற்றியிருக்கிறார். மேலும், அவர் இயற்றிய இரண்டாயிரத்து இருநூற்றுச் சொச்சம் பாடல்களில் ஏறத்தாழ எண்ணூறு பாடல்கள் சிந்து வடிவங்களில் இயற்றப்பட்டிருக்கின்றன என்பது கவனத்திற்குரிய செய்தி.[1] அதாவது மூன்றில் ஒரு பங்குக்கு மேற்பட்ட பாடல்கள், குஜிலி இலக்கியத்தின் தனித்த பா வடிவமான சிந்தில் அமைந்துள்ளன. பாரதியைச் 'சிந்துக்குத் தந்தை' என்று பாரதிதாசன் அழைத்தது வெற்றுரை அல்ல. குஜிலி இலக்கியம் பற்றி அறியாதவரல்லர் பாரதி என்பதை முதல் இயலிலேயே கண்டோம். மக்களைச் சென்றடைய வேண்டியே பெரிதும் எழுதப்பட்ட தேசியப் பாடல்களில்தான் பாரதி மிகுதியும் சிந்துப் பாடல்களை இயற்றியிருக்கிறார் என்பதும் குறிப்பிடத்தகுந்தது. வடிவத்தில் மட்டுமல்லாமல் உள்ளடக்கத்திலும்கூடச் சில ஒப்புமைகளைப் பார்க்க இயலும். 'பிஜித் தீவிலே ஹிந்து ஸ்திரீகள்' என்ற தலைப்பில் 'கரும்புத் தோட்டத்திலே' என்ற பாரதியின் பாடலைப் போல் தேயிலைத் தோட்டப் பாடல்கள் பலவும் குஜிலியில் உலவியிருக்கின்றன.

   தேயிலைத் தோட்டத்திலே   நம
திந்தியர் சென்று மிரண்டு மெய்மறந்து
   வாயிலாப் பூச்சதுபோல்   மனம்
வாடிக் கிடப்பது கோடிக்கு மேலுண்டு
   தாயிலாப் பிள்ளைகளும்   வீட்டில்
தந்தைக் கடங்காமல் வந்ததுற் மைந்தரும்
   சேயிளை மார்களுடன்   கூடி
சென்றுப் பார்த்தபின்பு நின்று புலம்புரார்   தே

   வோயா தன்றுமுழுதும்   துரை
வோதும் தொழில் செய் தனாதிகள் போல்மிக
   நோயால் தயங்குகிறார்   அந்த
நோக்கம் தெரிந்துதை தாக்குரா ரய்யய்யோ
   வாயார் சொல்லவசமோ   வெகு
வஞ்சனை யென்றுநம் செஞ்சொல் புலம்புது
   நியாய மென்பதேயில்லை   அங்கு
நீதம் சௌக்கடி வாதனை யய்யய்யோ   தே

'எண்ணி ஐந்து வருஷம் [ஒப்பந்தக் கூலியாக] நெட்டாலுக்காவது ஆஸ்திரேலியாவுக்காவது போயிருந்தால் தாயாரைக் கொன்ற பாவம் நிவர்த்தியாகும்' என்ற ஒரு குஜிலி நூலாசிரியரின் அவலச்சுவை ததும்பும் சொல்வன்மை 'துன்பக் கேணி' என்றுரைத்ததற்கு ஒப்பானது என்று வாதிட இடமுண்டு.[2] பாரதியே பாடாத பஞ்சாப் படுகொலை குஜிலியில் பலபடப் பாடப்பட்டதும் நகைமுரண் உடையது.

‘தமிழறிந்த மேலோர்கள் அங்கீகரிக்கத்தக்கதுதானா’ என்று அறியும் பொருட்டுத் தம் சுயசரிதையான ‘கனவு’ (1910) நூலை எழுதிய பாரதி, இரண்டே ஆண்டுகளுக்குள், ‘பாஞ்சாலி சபத’த்திற்கு எழுதிய புகழ்பெற்ற முகவுரையில் தடம் மாறுகிறார். மேலோரின் அங்கீகாரத் தையே முதலில் எதிர்பார்த்த பாரதி, சில ஆண்டுகளுக்குள்ளேயே ஓரிரண்டு வருஷத்து நூற்பழக்கமுள்ளோரை விளிக்கத் தொடங்கி விடுகிறார்.

> எளிய பதங்கள், எளிய நடை, எளிதில் அறிந்துகொள்ளக்கூடிய சந்தம், பொது ஜனங்கள் விரும்பும் மெட்டு — இவற்றினை யுடைய காவியமொன்று தற்காலத்தில் செய்து தருவோன் நமது தாய்மொழிக்குப் புதிய உயிர் தருவோனாகின்றான். ஓரிரண்டு வருஷத்து நூற்பழக்கமுள்ள தமிழ் மக்களெல் லோருக்கும் நன்கு பொருள் விளங்கும்படி எழுதுவதுடன், காவியத்துக்குள்ள நயங்கள் குறைவுபடாமலும் நடத்துதல் வேண்டும்.

தமிழன்பர்கள் பலருக்கும் மனப்பாடமாகியிருக்கும் இத்தொடர் களில் பல குஜிலி இலக்கியத்திற்குப் பொருந்துமாறு அமைந்திருப்பது தற்செயலானதன்று. பாரதியின் எழுத்தில் நாட்டுப்புற இலக்கியத்தின் செல்வாக்கைப் பற்றிப் பலர் குறிப்பிட்டிருக்கிறார்கள். ‘ஏற்றநீர்ப் பாட்டினிசையினிலும், நெல்லிடிக்குங் கொற்றொடியார் குக்குவெனக் கொஞ்சுமொழியினிலும், சுண்ணமிடிப்பார்தம் சுவைமிகுந்த பண் களிலும், … வட்டமிட்டுப் பெண்கள் வளைக்கரங்கள் தாமொலிக்கக் கொட்டியிசைத்திடுமோர் கூட்டமுதப் பாட்டினிலும்’ நெஞ்சைப் பறிகொடுத்த பாவிதான் பாரதி என்பது உண்மையே. என்றாலும்கூட இது நேரடியான தாக்கமாக இல்லாமல், குஜிலி இலக்கியவழியான தாக்குறவாகவும் இருக்க வாய்ப்புண்டு. இதைப் பற்றித் தனியே ஆராய வேண்டும்.

பாரதியை அடியொற்றி எழுதிய பாரதிதாசனிடமும் குஜிலியின் செல்வாக்கைக் காணலாம். அவர் தொடக்க காலத்தில் இயற்றிய ‘கதர் ராட்டினப் பாட்டு’ம் (1930), ‘தொண்டர் வழிநடைப் பாட்டு’ம் (1930) இம்முறையிலேயே அமைந்துள்ளன. பா வடிவிலும் உள்ளடக்கத் திலும் மட்டுமல்லாமல், நூலின் அச்சு, அமைப்பிலும் இவை காலணா பாட்டுப் புத்தகங்களையே ஒத்திருக்கின்றன. நவீனத் தமிழ்க் கவிதை வரலாற்றில் திருப்புமுனையாக அமைந்த *பாரதிதாசன் கவிதைகள்* (1938) முதல் தொகுதியின் வெளியீட்டுக்குப் பிறகு அவர் பாவேந்தராகச் செவ்வியலுக்குத் திரும்பிவிடுகிறார். ஆனால் அதுவரை அவரிடம் இவ்வெகுசனப் பண்பாடு பெரும் செல்வாக்குச் செலுத்தியிருப்பது வெள்ளிடைமலை. 1930களின் தொடக்கத்தில் *குடிஅரசு* இதழில் அவர் எழுதிய பாடல்கள் பலவும், ‘காந்தியோ பரம ஏழை சந்யாசி’, ‘ஆருக்குத்தான் தெரியும் அவர் மகிமை’ முதலான மெட்டுகளில் அமைந்திருக்கின்றன.

தேசியக் கவிஞராகப் புகழ்பெற்ற நாமக்கல் ராமலிங்கம் பிள்ளையின் கதை மிகச் சுவையானது. நாடகங்களுக்கு 'அப்போதைக்கப்போது பாட்டுக்களைச் செய்துகொடுத்த சங்கரதாஸ், உடுமலை சரபம் முத்துச்சாமிக் கவிராயர், சந்தான கிருஷ்ண நாயுடு முதலானவர் களுடைய கவிகளும் என்னுடைய கவிதை எண்ணங்களை வளர்த்தன' என்று தம்மைப் பாட்டெழுத உந்திய சக்திகளை *என் கதையில்* குறிப்பிடும் நாமக்கல்லார், மேலும் ஒரு படி சென்று, 'நாடகப் பாட்டுக்களின் மெட்டுகளெல்லாம் எனக்கு இந்தப் பின்பாட்டுக் காரர்களால்தான் பிடிபட்டது. பாட்டுக்களை இயற்றும்போது உறையூர் சாயபுவின் ஓசைகளை மனதில் நினைத்துக்கொண்டேதான் எழுதுவேன்' என்றும் வெளிப்படையாகவே பதிவு செய்துள்ளார்.[3] தமிழ் நாடக மேடையில் தன்னேரிலாத நட்சத்திரமாக விளங்கிய எஸ். ஜி. கிட்டப்பாவின் நாடகங்களுக்கும் அவர் பாடல்கள் எழுதியுள்ளார் என்பதும் இவ்விடத்தில் குறிப்பிடத்தக்கது. இதனால்தான் தொ.மு.சி. ரகுநாதன் அக்காலத்திலேயே 'நாமக்கல்லார் தேசியத்தின் பேரால் கவியென்று மகுடாபிஷேகம் பண்ணப்பட்டவர். இவரிடம் சாதாரண கவித்துவம் இருந்தாலும், பாட்டு அமைப்பில் திக்கித் திணறுகிறார். சாதாரண மக்களை மகிழ்விக்கும் *பண்டாரப் பாட்டுகள்* எழுதியிருக்கிறார்' என்று இளமை முறுக்கோடு எழுதியிருக்கிறார்.[4] வெகு மக்கள் இயக்கமான பொதுவுடைமைக் கட்சியின் தலையாய அறிவாளர் ஒருவர் இவ்வாறு வெகுசனப் பண்பாட்டை இழித்துரைப்பது நகைமுரண் சுவையுடையது.

பட்டுக்கோட்டை கல்யாணசுந்தரமும் தம் தந்தைக்கு '... முசுகுந்த நாட்டு வழிநடைக் கும்மி நாட்டுப்புறங்களில் யாரிடமாவது இருக்கும். அவசியம் ஒன்று வாங்கி அனுப்ப வேண்டியது' என்று கடிதம் எழுதியிருக்கிறார்.[5] குஜிலி நூல்களில் பட்டுக்கோட்டையாருக்கு இருந்த ஆர்வம் இதிலிருந்து புலப்படும்.

'நாட்டுப்புறப் பாடல் என்று ஒதுக்கப்பட்ட சிந்து, இவர்களால் இலக்கியத்தரம் பெற்று ஏற்றமுற்றது' என்று சிந்துக்கு இலக்கணம் வகுத்த தனித்தமிழ்ப் பெரும்புலவர் இரா. திருமுருகன் குறிப்பிடுவதை மேலோர் மரபின் ஒப்புதல் வாக்குமூலமாகவே கொள்ள வேண்டும்.[6] மையநீரோட்ட இலக்கியத்திற்கும் குஜிலி உலகத்திற்குமான ஊடாட்டத்திற்கு மற்றொரு காட்டாகத் தெ. பொ. கிருஷ்ணசாமி பாவலரைக் குறிப்பிடலாம். இவருடைய தந்தை தெ. பொன்னுசாமி, மகாவித்துவான் மீனாட்சிசுந்தரம் பிள்ளையின் மாணவரான சோடசாவதானம் சுப்பராய செட்டியாரிடம் பாடம் பயின்றவர். பாவலர் வேதாந்தப் புலவராகப் பெரும்பெயர் பெற்ற கோ. வடிவேலு செட்டியாரிடம் கல்வி கற்றார். ஏராளமான பாடல்களும், 'கதரின் வெற்றி' போன்ற பெயர் பெற்ற நாடகங்களையும் தெ. பொ. கிருஷ்ணசாமி பாவலர் எழுதினார். இவருடைய சீடன் என்று ஒவ்வொரு நூலிலும் தம்மை அறிமுகப்படுத்திக்கொண்ட ஆர். பி. எஸ்.

மணி, மூர் மார்க்கெட்டிலிருந்துகொண்டு ஏராளமான குஜிலி நூல்களை வெளியிட்டவராவார்.

'பாவணம் மல்கும் இராவண காவியம்' எழுதிய புலவர் குழந்தையின் இலக்கியப் பயணம் இவ்வியலில் நிறுவ விழையும் கருதுகோளுக்கு முக்கியச் சான்றாகும். 1906இல் ஈரோடு மாவட்டம் ஓலவலசில் பிறந்தார் புலவர் குழந்தை. 'நான்கைந்து திண்ணைப் பள்ளிகளில் நான்கைந்தாண்டுகள் இடையிடையே விட்டுவிட்டுப் படித்த இவர்தம் பள்ளிப் படிப்புக் காலம் ஆகக்கூடி எட்டு மாதங்களேயாம்.'[7] ஒரு பாட்டைப் பிறர் பாடக்கேட்டால் அதே ஓசையில் புதிதாகப் பாட்டுக் கட்டும் ஆற்றல் இவரிடம் இளமையிலேயே குடிகொண்டிருந்தது. அவ்வகையில் 'நல்லதம்பி சர்க்கரை தாலாட்டு' மற்றும் ஈரோடுப் பகுதியில் அமைந்த வெள்ளக்கோயில் என்ற தலத்தை மையமாகக் கொண்ட 'வீரக்குமாரசாமி இரதோற்சவச் சிந்து', 'வீரக்குமாரசாமி காவடிச் சிந்து', 'வெள்ளக்கோயில் வழிநடைச் சிந்து' ஆகிய நூல்களை அவர் இயற்றி வெளியிட்டார். இதற்குப் பின்பு, தாமாகவே படித்துச் சென்னைப் பல்கலைக்கழகத்தில் புலவர் பட்டத்தை 1934இல் பெற்றார். அதன் பிறகு புலவர் குழந்தை என்றே அறியப்பட்டு, தமிழ் இலக்கிய, இலக்கணக் கடலில் மிக ஆழமாகத் தோய்ந்தார். யாப்பியல் தொடர்பாக அவர் எழுதிய இரு நூல்கள் மிக முக்கியமானவை : *யாப்பதிகாரம்* (1957), *தொடையதிகாரம்* (1967). யாப்பதிகாரத்தில் குஜிலி இலக்கியத்தின் தலையான வடிவங்களான கும்மி, சிந்து ஆகியன பற்றித் தனி இயல்களை அவர் அமைத்திருக்கிறார். 'வெண்டளை பிழையாத ஓரெதுகையுடைய எழுசீர்க் கழிநெடிலடி இரண்டு வரும்' கும்மியை இயற்கும்மி, ஒயிற்கும்மி என இருவகைப் படுத்துகிறார்.[8] சிந்து 'ஓரெதுகை பெற்ற இரண்டடிகள் அளவொத்து வரு'மெனவும், அது பலவகைப்படும் எனவும் காட்டுகிறார்.[9] 'நாடோடிப் பாடல்கள் என்பனவும் சிந்துகளேயாகும்'[10] என்றும், குஜிலியில் கையாளப்படும் பல பாடல் வடிவங்களையும் சிந்து வகையினவே என்றும் புலவர் குழந்தை குறிப்பிடுகிறார்.

பின்பு வெளியான *தொடையதிகார*மோ இதனினும் விரிவாக இலக்கணம் கூறுகிறது.[11] 350 பக்கம் கொண்ட அந்நூலில் 70 பக்கங்கள் சிந்துக்கு மட்டுமே ஒதுக்கப்பட்டுள்ளன. சிந்துகளை 27 வகையாகப் பகுத்துக்காட்டும் புலவர் குழந்தை அவற்றின் அசை, தளை, தொடை, அடிவரையறை என அனைத்துக் கூறுகளையும் பிட்டு வைக்கிறார். இம்மட்டோடு நில்லாமல், ஐம்பதுக்கும் மேற்பட்ட குஜிலி நூல்களையும் குறிப்பிடுகிறார், மேற்கோள் காட்டுகிறார். இப்படிச் செய்யும்போது எழுத்துப் பிழை, சொற் பிழைகளை நீக்கி, யாப்பமைப்பைச் சீராக்கி, செப்பமான வடிவத்திலேயே அவற்றை

மேற்கோள் காட்டுகிறார் என்பதையும் குறிப்பிட வேண்டும். பஞ்ச பாண்டவர் வனவாசம், அல்லியரசாணி மாலை, வைகுந்தம்மானை முதலான கதைப்பாடல்கள் குறள் வெண்துறையாலானவை என்பதையும் அவர் சுட்டிக்காட்டுகிறார்.[12] இவ்வாறு சிந்துகளுக்கும் கும்மிகளுக்கும் இலக்கணம் வகுப்பது, வெகுசனப் பண்பாடாக இயங்கிவந்த குஜிலி இலக்கியத்தைக் கட்டுப்படுத்தி, ஒரு வரையறைக்குள் கொண்டுவந்து, அதனைக் கைவயப்படுத்தும் முயற்சியாகவே கொள்ள வேண்டும். மையநீரோட்ட இலக்கியக் கருவூலத்திற்குள் குஜிலி இலக்கியப் பகுதிகளைக் கைவயப்படுத்தும் நோக்கம் சில இடங்களில் வெள்ளிடைமலையாகவே புலப்படுகின்றது. சமனிலைச் சிந்து என்ற வகைக்குக் 'கோமாளிப் பாட்'டை எடுத்துக் காட்டி அவர் பின்வருமாறு கூறுகிறார் :

> இதன் மோனை எதுகைத் தொடையமைதியை நோக்குங்கள். நாட்டுப்பாடல் எனக்கூறும் கோமாளிப் பாட்டு, நல்ல இலக்கியப் பாட்டின் தொடையமைதியை மிஞ்சிவிட்ட தல்லவா? பாட்டுப் படிக்க எவ்வளவு சுவையுடையதாக இருக்கிறது? தொடையின் சிறப்பே சிறப்பு![13]

அவ்வாறே ஓர் ஒப்பாரிப் பாடலை எடுத்துக்காட்டி,

> எழுதப் படிக்கத் தெரியாத, ஏட்டைக் கையால் தீண்டியறியாத மகளிர், தாய், தந்தை, கணவன் போன்ற இன்றியமையாதாரை இழந்த துயரந்தாளாமல் கதறியழும்போது, கல்லாக் கவியாகப் பாடியழும் பாடலே இது. ஒப்பாரி அல்லது அழுகணிச் சிந்து எனப்படும் இப்பாடலில் மோனை எவ்வாறு அமைந்துள்ளதென்பதை நோக்குங்கள்.[14]

என்று மையநீரோட்ட அளவுகோல்களை குஜிலி நூல்களுக்குப் பொருத்திக்காட்டி, அவற்றை இலக்கிய / இலக்கணச் சிமிழுக்குள் அடக்க / அடைக்க முயல்கிறார். (புலவர் குழந்தையின் இலக்கணப் படுத்தல் முயற்சியின் புலமை வளர்ச்சியாக இரா. திருமுருகன் சிந்துக்கு விரிவானதும் நுட்பமானதுமானதோர் இலக்கணத்தை அண்மையில் வகுத்துக்காட்டியுள்ளார். சிந்து இலக்கிய, இலக்கணம் பற்றிய ஆய்வாக மட்டுமல்லாமல், நூற்பா வடிவில் இலக்கணத்தையும் அவர் அமைத்துள்ளார்.[15] எனினும், தொடர்ந்து இலக்கணப்படுத்த வேண்டிய தேவை இருந்துகொண்டேயிருப்பது, சிந்தின் வெகுசனப் பண்பாட்டுத் தன்மையினையே காட்டுகின்றது.)

இன்னொரு வகையாகவும் மேலோர் குஜிலி இலக்கியத்தைக் கைவயப்படுத்தினர். இருபதாம் நூற்றாண்டின் தொடக்கப் பகுதியிலேயே சங்க இலக்கியங்கள் முழுமையும் ஓலைச்சுவடி களிலிருந்து அச்சுவாகனம் ஏறிவிட்டன. திராவிட மொழிக் குடும்பம்

என்ற கோட்பாடும் உருவாகி, தமிழ் மொழியின் தனித்தன்மை புலமைவழியிலும் சமூகப் பண்பாட்டுத் தளத்திலும் நிறுவப் பெற்றுவிட்டது. தமிழ் அடையாள அரசியலும் வலுப்பெற்றுவிட்டது. இவற்றின் ஊடாக, புதிய தமிழ் இலக்கியக் கருவூலமும் வரையறுக்கப்பட்டது. சங்க இலக்கியத்தையே முதலாகக் கொண்டு பேரிலக்கியம் வகுக்கப்பட்டது. இது வகுக்கப்படும் காலத்தையொட்டி வேறு நூல்களையும் இணைத்து, தமிழ் இலக்கியக் கருவூலத்தை விரிவாக்கும் முயற்சி நடைபெற்றது. சங்க இலக்கியங்களைத் தேடிப் பதிப்பித்தலில் பெரும்பங்காற்றிய உ.வே. சாமிநாதையருக்கு யாழ்ப்பாணம் கந்தரோடை ச. கந்தைய பிள்ளை 1931இல் பின்வருமாறு எழுதினார்.

> சித்தர் நூல்களெல்லாம் வித்வப் பெரியார் கடாட்சம் பெறாது, பிறர் சிலரால் அலட்சியமாக அச்சிடப்பட்டுப் பிழைகள் மலிந்து கிடக்கின்றன. தேடி அச்சிடப்படாதன மிகப் பல. மிகப் பதனமாகப் பேணப்பட்ட திருமந்திரமே இடைச்செருகல் மலிந்தும் திரிபுகள் நிறைந்தும் கிடக்கின்றது என்றால் கேட்பாரற்றுக் கிடந்த சித்தர் நூல்களைப் பற்றிப் பேசவும் வேண்டுமோ?[16]

உ. வே. சாமிநாதையர் சித்தர் பாடல்களின் மீது தம் புலமைக் கவனத்தைச் செலுத்தவில்லையென்றாலும்கூடச் சிற்றிலக்கியங்களில் ஆர்வம் செலுத்தினார் என்பது தெளிவு. சங்க இலக்கியப் பதிப்பு வேலைகள் பெருமளவு நிறைவு பெற்றுவிட்ட 1910களிலிருந்து பல சிறு பிரபந்தங்களை அவர் பதிப்பிக்கலானார். 'தென்திருப்பேரை மகரநெடுங்குழைக்காதர் பாமாலை' இதற்கொரு நல்ல எடுத்துக்காட்டு. உ. வே. சா. கும்பகோணம் கல்லூரியில் ஆசிரியராக இருந்தபொழுது, தென்திருப்பேரை கிராம முனிசீபின் மகன் அவரிடம் படித்துவந்தார். ஒருநாள் நண்பகல் அம்மாணவரின் தவசிப்பிள்ளை பகலுணவு கொண்டுவந்து காத்திருந்த வேளையில் பொழுதுபோக ஏதோ படித்துக்கொண்டிருந்தாராம். கதைப் புத்தகமாக இருக்கும் என்று நினைத்து அதைப் பற்றிக் கேட்க, அது குழைக்காதர் பாமாலையாக இருக்கக் கண்டார்.[17] பிறகென்ன? வழக்கம் போலவே அது 'திருத்தமாக இல்லாமையால்', வேறு ஏட்டுப் பிரதிகள் சிலவற்றை வருவித்து அதனை அச்சிட்டு வெளியிட்டார் உ. வே. சாமிநாதையர்.

பட்டினத்தார் — பத்திரகிரியார் பாடல்களுக்குச் சுத்தப் பதிப்பொன்றை அணியம் செய்த திரு. வி. கவும் பின்வருமாறு கூறுகிறார்.

> ...இத்தகைய நூல்களையும் உரைகளையும் அச்சிட்டு வெளியிடும் அன்பர் பலர் வியாபாரத்திலும் பொருளீட்டு வதிலும் கருத்தைப் பெரிதுஞ் செலுத்துகிறாரன்றி, மொழிமீதும் எழுத்துப் பிழைகள் மீதுங் கருத்தைச் செலுத்துகின்றாரில்லை.

காலஞ்சென்ற வித்துவமணிகள் எழுதிய பல உரைகள் குஜிலிக் கடைக்காரர்களிடத்தில் அகப்பட்டுத் தவிக்கின்றன. அதை நினைக்குந்தோறும் கண்ணீர் பெருகுகிறது. தமிழ் வளமும் தமிழ்ப் புலமையும் அருகிவரும் இந்நாளில் எழுத்துப் பிழையின்றியாதல் நூல்களை அச்சிடுவோர்க்கு மனமார்ந்த நன்றி செலுத்தக் கடப்பாடுடையேன்.[18]

திரு. வி. க. முக்கியப் பங்காற்றிய சைவ சித்தாந்த மகாசமாஜம் 1920களிலிருந்து சைவத் திருமுறைகளுக்கும் பிற சமய இலக்கியங் களுக்கும் செப்பமான பதிப்புகளை மிக மலிவான விலையில் வெளியிட்டது. மூலங்களை மட்டுமே சமாஜப் பதிப்புகள் கொண்டிருந்தாலும் பிற்சேர்க்கைகளாக அமைந்த அகரநிரல்கள், அருஞ்சொற்கள், அட்டவணைகள் முதலானவை பிற்கால ஆய்வுக்குப் பெரிதும் துணை செய்தன. குஜிலிக் கடையிலிருந்து தேவார, திருவாசகங்களை மீட்க வேண்டும் என்ற எண்ணம் சமாஜப் பதிப்புகளுக்குப் பின்பிருந்த உந்து சக்தி என்பதில் ஐயமில்லை.

மகாசமாஜத்தோடு சிலகாலம் தொடர்புகொண்டிருந்த தமிழ் இலக்கிய வரலாற்றுப் பேரறிஞர் மு. அருணாசலம், முக்கூடற் பள்ளு, சீகாழிப் பள்ளு முதலான நூல்களைப் பதிப்பித்தார். பிரபந்தங்கள் என்று அறியப்பட்ட இத்தகைய வடிவங்கள், பேரிலக்கியம் என்பதோடு உறழ்ந்து சிற்றிலக்கியம் என்று பெயர்பெற்றன.

குஜிலியிலிருந்து சில பிரதிகளைக் கைவயப்படுத்தி, இலக்கியக் கருவூலத்தில் இணைக்கும் முயற்சி இக்காலப்பகுதியில் முனைப்பாகத் தொடர்ந்து நடந்தது. பேரிலக்கியங்களுக்கு நல்ல பதிப்புகளை உருவாக்கிய ச. பவானந்தம் பிள்ளை அல்லியரசாணி மாலை, ஏணியேற்றம் போன்ற கதைப்பாடல்கள் பலவற்றைச் சுத்தப் பதிப்பாகத் தொடர்ந்து வெளியிட்டார். இம்முயற்சிகள் அன்றோடு நின்றுவிடவில்லை. 1950இல் கு. அழகிரிசாமி அண்ணாமலை ரெட்டியாரின் காவடிச் சிந்துக்குச் சுத்தப் பதிப்பு வெளியிட்டார். இலக்கியக் கருவூலத்தில் காவடிச் சிந்து இடம் பெறுவதற்கு இப்பதிப்பு துணைநின்றது என்று சொல்வதில் பிழையிருக்க முடியாது. (கு. அழகிரிசாமி பதிப்பிலும் நிறைவு காணாத அரங்க. சீனிவாசன் மேலும் செப்பமான பதிப்பை 1984இல் அரிதின் முயன்று வெளியிட்டார்.)

தெருவோரப் பழம்புத்தகக் கடைகளில், 'புஸ்தகங்களிடையே சில ரத்தினங்கள் ஒளிந்துகொண்டிருக்கும் . . . கருணாநிதி மாத்திரை விளம்பரப் புஸ்தகம், ஆதங்க நிக்ரக ஔஷதாலயக் கேட்லாக்கு, நவீன நாகரிக மங்கையர் ஒப்பாரி, தடபுடல் சிங்காரி முதலிய பலபட்டடைச் சரக்குகளுக்கு நடுவே எங்கேயும் கிடைக்காமல் நான் அலைந்துகொண்டிருந்த விறலிவிடு தூதின் பழம் பதிப்பு, நறுக்கு வேலையில்லாதது, கிடைக்கும்'[19] என்று கி. வா. ஜகந்நாதன்

எழுதுவது, குஜிலியிலிருந்து இலக்கியக் கருவூலத்திற்குத் தேர்ந்த நூல்களை மேலோர் கைவயப்படுத்திய போக்குக்கு உருவகத் தன்மையோடு பொருந்துவதைப் பார்க்கிறோம். குப்பையிடையே ரத்தினம்! (கூளப்ப நாயக்கன் விறலிவிடு தூதின் சில பகுதிகள் அரசால் தடைசெய்யப்பட்டு அப்பகுதிகள் இல்லாமல் நூல் வெளிவர வேண்டிய நிலையிலும் *(expurgated editions)*, அதை மீறி குஜிலிக்காரர்கள் நூலை முழுவதுமாக வெளியிட்டனர் என்பதையே கி. வா. ஜ. 'நறுக்கு வேலையில்லாதது' என்று குறிப்பாக உணர்த்துகிறார்.)

இவ்வாறு குஜிலி நூல்களைத் தேர்ந்தெடுத்த முறையில் மேல்தள அறிவாளர்கள் கைவயப்படுத்தி மையநீரோட்ட இலக்கியக் கருவூலத்தை வளப்படுத்தினர். இப்போக்கு இன்றும்கூட நிலவுகிறது. குஜிலியிலேயே பெரிதும் புழங்கிய பாய்ச்சலூர் பதிகம் போன்ற பிரதிகள் அண்மையில்தான் இலக்கியக் கருவூலத்தில் இடம்பெறத் தொடங்கி யுள்ளன என்பதும் இங்கு எண்ணிப் பார்க்கத் தக்கது.

சான்றுக் குறிப்புகள்

1. பாரதி பாடல்கள்: *ஆய்வுப் பதிப்பு*, தமிழ்ப் பல்கலைக்கழகம், தஞ்சாவூர், 1989, பின்னிணைப்பு 10.
2. தூசி இராஜகோபால பூபதி, *மதிமோச விளக்கம்*, ஆனந்த போதினி, சென்னை, 1929, ப. 154.
3. வெ. ராமலிங்கம் பிள்ளை, *என் கதை*, தமிழ்ப் பண்ணை, சென்னை, 1944, ப.229—30, 232.
4. தொ.மு.சி. ரகுநாதன், *இலக்கிய விமர்சனம்*, மீனாட்சி புத்தக நிலையம், மதுரை, 1980, ப.77 (முதல் பதிப்பு 1948). அழுத்தம் நூலாசிரியருடையது.
5. *செம்மலர்* (வெள்ளி விழா மலர்), மார்ச் 1995. 24 ஜனவரி 1959இல் எழுதப்பட்ட கடிதம்.
6. இரா. திருமுருகன், *சிந்துப்பாடல்களின் யாப்பிலக்கணம்*, பாவலர் பண்ணை, புதுச்சேரி, 1993, ப.102.
7. புலவர் குழந்தை, *இராவண காவியம்*, வேலா பதிப்பகம், ஈரோடு, 1971 (முதல் பதிப்பு 1946), ப.55. இப்பத்தியில் இடம்பெறும் வாழ்க்கை வரலாற்றுச் செய்திகள் இந்நூலின் முன்னுரையைத் தழுவியமைந்தன.
8. புலவர் குழந்தை, *யாப்பதிகாரம்*, பாரி நிலையம், சென்னை, 1991 (முதல் பதிப்பு 1959), ப.97—100.
9. *மேலது*, ப.100—111.

10. மேலது, ப.107
11. புலவர் குழந்தை, *தொடையதிகாரம்*, பாரி நிலையம், சென்னை, 1967.
12. மேலது, ப.51—2.
13. மேலது, ப. 265
14. மேலது, ப.12.
15. இரா. திருமுருகன், *சிந்துப்பாடல்களின் யாப்பிலக்கணம்*.
16. உ.வே. சாமிநாதையருக்குக் கந்தரோடை ச. கந்தையா பிள்ளை கடிதம், 7 நவம்பர் 1931.
17. உ.வே. சாமிநாதையர் (ப—ர்), *தென்திருப்பேரை மகரநெடுங்குழைக்காதர் பாமாலை*, கலைமகள், சென்னை, 1939, ப. xv.
18. பட்டினத்தார் — பத்திரகிரியார், திரு.வி.க. முகவுரை (1923), மறுபதிப்பு: *குமரி மலர்*, 33(10), ஜனவரி 1977.
19. கி.வா. ஜகந்நாதன், 'பழம் புஸ்தகங்கள்', *சுதேசமித்திரன்* (வாரப் பதிப்பு), 26 டிசம்பர் 1943.

8
வாசகர்களும் வாசிப்பு முறைகளும்

குஜிலி நூல்களை வாசித்தவர்கள் யார், அவர்கள் அவற்றை எவ்வாறு வாசித்தனர் என்ற கேள்விகள் அடுத்து எழுகின்றன. நடுத்தர வர்க்கத்தினர் குஜிலி நூல்களை வாசிக்கவில்லை என்பது தெளிவு. எப்போதேனும் அவர்கள் இவற்றை வாசித்தால், ஒன்று அவற்றைக் கண்டிப்பதற்காகவோ அல்லது தாம் எவ்வாறு எல்லா வகையான நூல்களையும் வாசிக்கிறோம் என்று காட்டுவதற்காகவோ தான் வாசித்திருக்கின்றனர். '... சிறு வயது முதல் யார் நிர்ப்பந்தமோ சிபார்சோ இல்லாமல், நானாக ஆர்வமுற்றே பலவிதமான புஸ்தகங்களையும் படித்திருக்கிறேன். அல்லி அரசாணி மாலை, காவடிச் சிந்து முதல் நளவெண்பா, திருவாய்மொழி வரையில் படித்திருக்கிறேன்'[1] என்று தி. ஜ. ர. கூறும்போது தம்முடைய பரந்த படிப்பைப் பற்றிய பெருமை பாராட்டலாகவே இதைக் காண முடிகின்றது. நடுத்தர வர்க்க வாசகர்களின் குஜிலி இலக்கிய வாசிப்பின் ஒரு புடை இது. இதன் மறுபுடையாக அவற்றைப் பலபடக் கண்டித்ததைத் தொடக்க இயலிலேயே பார்த்துவிட்டோம். மேலும் நடுத்தர வர்க்கத்தின் வாசிப்பு முறையும் வேறாக இருந்தது. இருபதாம் நூற்றாண்டின் தொடக்கப் பகுதியில், நாவல் என்ற புதிய கலைவடிவத்தின் நிலைபேற்றோடும், ஒரு புதிய அச்சுப் பண்பாட்டின் உருவாக்கத்தோடும், வாய்விட்டுப் படிக்கும் பழக்கம் அருகி, மௌன வாசிப்பு முறை தோன்றிவிட்டது. தனிமையில், ஓய்வாகவும் மௌனமாகவும் அச்சு நூலில் ஆழ்ந்துவிடுதல் மௌன வாசிப்பு முறையாகும். (இதைப் பற்றி மற்றொரு நூலில் விரிவாக ஆராய்ந்துள்ளேன்.[2])

குஜிலி நூல்களை நுகரும் முறை இதற்கு முற்றிலும் மாறானதாகும். தெருவோரங்களிலும் முச்சந்தி நாற்சந்திகளிலும் பாடி விற்கப்பட்ட நூல்களையும், பெரிய எழுத்துப் புத்தகங்களையும் 'படிக்க' அவற்றை வாங்கவோ, ஏன் குறைந்தபட்சம் சிறிது நேரமேனும் கையில் வைத்திருக்கவோகூடத் தேவை இல்லை. தெருமுனைகளில் இவை பாடப்படும்போதும், கூட்டு வாசிப்புகளிலும் குஜிலி நூல்களை நுகர முடியும். இதற்கு எழுத்தறிவோ, படிப்பறிவோ இன்றியமை யாததல்ல. சுற்றி நிற்கும் கூட்டம் சூழலுக்கேற்பக் கூடிக் கலையும். உணர்ச்சிப் பாங்கான கட்டங்களில் தேம்பி அழும். பாடி முடித்து, நூல்களை விற்க முற்பட்டதும் கலையத் தொடங்கும். படிக்கத் தெரியாவிட்டாலும், அல்லது மிக அரைகுறையாகப் படிக்கத் தெரிந்திருந்தபோதும் ஆசை பற்றியே சிலர் அரையணா, ஓரணா கொடுத்துப் புத்தகம் வாங்குவர். முச்சந்திக் கவிஞர் அடுத்த இடத்திற்குச் செல்லும்போது கூட்டம் முழுவதுமாகக் கலைந்துவிடும். திருவிழாக் கூட்டங்களிலும் கோயில் வளாகத்துக் கடைகளிலும் இந்நிகழ்வு சற்று நீடித்த வடிவில் நடக்கும். கூட்டு வாசிப்புகளில் எழுத்தறிவுடைய ஒருவர் படிக்கப் பிறர் அதனைக் கேட்பர். இதனால் எழுதப் படிக்கத் தெரியாதவர்களும் பாட்டைக் கேட்ட பழக்கத்தினால், திருவிழா போன்ற காலங்களில் புத்தகக் கடைகாரரைப் புத்தகம் எடுத்து வாசிக்கச் சொல்லி, தாம் அறிந்த வரிகள் அப்புத்தகத் திலிருந்தால் அதை வாங்கிச் செல்வதும் வழக்கமாக இருந்திருக்கிறது.

நடுத்தர வர்க்கத்தினர் குஜிலி நூல்களின் தன்மை காரணமாக மட்டுமல்லாமல், அவை வாசிக்கப்பட்ட முறையினாலும் அவற்றி லிருந்து அந்நியப்பட்டிருந்தனர். நடுத்தர வர்க்கத்தின் வாழ்க்கை முறை, அன்றாட வேலை அட்டவணை, உளப்பாங்கு, உலகக் கண்ணோட்டம் ஆகியவை இவ்வாசிப்பு முறைகளிலிருந்து அவர்களை விலக்கி வைத்தன. இந்த எல்லையைக் கடந்தவர்கள், அத்துமீறியவர்கள் (அவர்கள் வயதின் காரணமாக) நடுத்தர வர்க்கச் சிறுவர்கள் மட்டுமே என்று சொல்லலாம். குஜிலி நூல்களும், ஸ்பெஷல் நாடகம் போன்ற மேடை நிகழ்த்து கலைகளுக்கான விளம்பரத் துண்டுத் தாள்களும் சிறுவர்களுக்குப் பெரும் மனக்கிளர்ச்சியைத் தந்துள்ளன. இதைக் கோவை அ. அய்யாமுத்து பின்வருமாறு நினைவுகூர்கிறார்:

> கட்டை வண்டியொன்றில் பாண்டு வாத்தியம் முழங்கும். அதைப் பின்தொடர்ந்து குதிரை வண்டியொன்றில் நாடக நோட்டீசுகள் கொடுத்துக்கொண்டு போவார்கள். என் போன்ற சிறு பையன்கள் குதிரை வண்டியைப் பிடித்துக்கொண்டு எவ்வளவு தூரம் ஓடினாலும் நோட்டீசு கொடுக்க மாட்டார்கள். பெரியவர்களுக்குத்தான் கொடுப்பார்கள். டிராமா நோட்டீசுகள் படிப்பதற்கு வெகு ஜோராய் இருக்கும்.[3]

இதே அனுபவத்தைப் பாரதிதாசனும் பதிவு செய்துள்ளார்: 'ஒரு நாள் வீதியில் கொட்டு முழக்கோடு நோட்டீஸ் கொடுத்துக்

கொண்டு போனார்கள். நோட்டீசை வாங்கிப் பார்த்தேன். ஒரே ஆச்சரியம்! நோட்டீசின் தலைப்பில் ஒரு பெட்டி; அப்பெட்டியிலிருந்து மேல்நோக்கி வாய் விரிந்துள்ள ஒரு புனல்; அந்தப் புனலண்டை உட்கார்ந்து கவனித்திருக்கும் ஒரு நாய் ...'[4]

நாமக்கல் கவிஞர் ராமலிங்கம் பிள்ளையும் இது போன்ற ஓர் அனுபவத்தைப் பதிவு செய்துள்ளார்.

> அந்தக் காலத்தில் அச்சிட்ட விளம்பரங்கள் அரிது.... சேலத்தில் ஒரே ஒரு தமிழ் அச்சுக்கூடந்தான் அப்போது இருந்தது. ஒரு கையகலக் காகிதத்தில் அச்சடித்த நோட்டீசுகள் வரும். பின்னும் விசேஷ நாடகங்கள் நடக்கிற நாள்களில்தான் அச்சு நோட்டீஸ்.

இப்படியிருக்கையில் ஒரு நாள் சிந்தாமணி ஆசாரியார் கம்பெனியின் 'கமல இந்திர சபா' நாடகத்திற்கான அச்சு விளம்பரம் நாமக்கல் கவிஞரின் கைக்குக் கிடைத்தது. அதில் 'கமலமும் அதன் மத்தியில் ஒரு யானை மேல் இந்திர'னுமான படம் அவர் கவனத்தைக் கவர்ந்தது. ஓவிய ஆர்வமும் திறமும் உடைய அவர் வகுப்பறையில் அமர்ந்துகொண்டு, பாடத்தைக்கூடப் பொருட்படுத்தாமல் அப்படத்தை வரையத் தொடங்கிவிட்டார்.[5]

நடுத்தர வர்க்கச் சிறுவர்களின் அனுபவம் இவ்வாறு இருக்க, குஜிலி நூல்களின் இலக்கு வாசகர்கள் யார், அவர்கள் எவ்வாறு அவற்றை வாசித்தனர் என்ற கேள்வி இன்னும் அப்படியே இருக்கிறது. துரதிருஷ்டவசமாக இவர்களைப் பற்றிய ஆவணச் செய்திகள் நேரிடையாகக் கிடைப்பதில்லை. எதிர்மறையாகவும், பிற சான்றுகளை வேறு முறைகளில் வாசித்துமே நாம் இக்கேள்விக்கான விடையைப் பெற வேண்டியுள்ளது. எழுத்துபூர்வமாகச் செய்திகளை விட்டுச் செல்லாத சமூகங்களை ஆராய்வதில் உள்ள இடர்ப்பாடு இது. இருப்பினும், 1920களிலும் 1930களிலும் குஜிலி நூல்களில் தேசியக் கருத்தியல் செல்வாக்குச் செலுத்தியதை முன்பு குறிப்பிட்டோம். இதன் காரணமாகக் காலனி அரசாங்கம் இவற்றைக் கண்காணிக்க முற்பட்டது. தமிழகத்திலிருந்து இலங்கைக்கும் பிற தெற்காசிய நாடுகளுக்கும் பயணம் செய்வோரைக் கண்காணித்தது; அவர்களின் பைகளையும் பிற உடைமைகளையும் சோதனை செய்தது. அப்பொழுது தடை செய்யப்பட்ட ஏராளமான குஜிலி நூல்கள் கண்டெடுக்கவும் கைப்பற்றவும் பறிமுதல் செய்யவும் பட்டன. அவ்வாறு நூல்களைப் பறிமுதல் செய்தபோது, அவற்றைக் கையில் வைத்திருந்தவர்களைப் பற்றி விசாரணை செய்யப்பட்டது. முதற்கட்ட விசாரணைக்குப் பிறகு, அவர்களுடைய சொந்த ஊரில் மாவட்ட ஆட்சியாளர் மூலமாகவும் விசாரணை செய்யப்பட்டுத் தகவல் குறிப்புகள் அரசாங்கத்திற்கு அனுப்பப்பட்டன. அவற்றிலிருந்து குஜிலி நூல் வாசகர்கள் பற்றிச் சில செய்திகளை அறிய முடிகின்றது. அவ்வாறு

கிடைக்கும் செய்திகள் துணுக்குகளாகவும், தகவல் சிதறல்களாகவுமே இருக்கின்றன. இருப்பினும் அவற்றிலிருந்து சில தரவுகளையும், சில அவதானிப்புகளையும் பெற இயலும்.

ராமசாமி, ஆவாரங்குடி, இராமநாதபுரம் மாவட்டம்.

டி. கந்தையா, சிதம்பரம்.

வி.வி. ஆறுமுகம், சுண்டகம்பாளையம், வேலூர் அஞ்சல், சேலம் மாவட்டம்.

சையத் சாகுல் அமீது, த/பெ முத்துவரிசை, கிழக்குத் தெரு, கீழக்கரை.[6]

வீரமலை முத்தரையன், த/பெ மூக்க முத்தரையன், வயது 19, கண்டி ரப்பர் தோட்டத்தில் 'சாதாரணக் கூலி'.

வடமலை, த/பெ கோனாரி அம்பலம், கண்டி தேயிலைத் தோட்டத்தில் கூலி வேலை.

ரங்கசாமி, த/பெ வீரண்ணன். ஒட்டர் சாதி. கண்டித் தோட்டத்தில் சாதாரணக் கூலி வேலையாள்.

பெரியசாமி, த/பெ ராமசாமி. கண்டித் தோட்டத்தில் கூலி வேலை.

வெள்ளைச்சாமி, த/பெ வஜ்ஜிர பிள்ளை, ஜெயங்கொண்டம். 45 வயது. பெற்றோரை இழந்ததால் 12 வயதில் இலங்கைக்குச் சென்றார். கடையில் சிப்பந்தி வேலை.

வெள்ளைச்சாமி த/பெ சின்னையா, ஜெயங்கொண்டான்நிலை. சாதி : கள்ளர். விவசாயி. வயது 28. மூன்றாம் வகுப்புவரை படிப்பு. தமிழ் எழுதப் படிக்கத் தெரியும்.

மகாலிங்கம் பிள்ளை, கீழநெல்லிக்கோட்டை, அறந்தாங்கி. 28 வயது. கொழும்புவில் ஒரு நாட்டுக்கோட்டைச் செட்டியார் கடையில் கணக்கு வேலை.

ஏ. ஆர். கண்ணுசாமி, த/பெ ஆறுமுகம், நாட்டரசன்கோட்டை. வெள்ளாளர். வயது 21. நாட்டுக்கோட்டைச் செட்டியார் கடையில் கணக்கு வேலை. இட்லிக் கடை நடத்தும் விதவைச் சகோதரியுடன் வாழ்ந்து வருகிறார்.

மகாலிங்கம் பிள்ளை, உறையூர். சிறிது வசதியுடையவர்.

அடைக்கலம். சிறு விவசாயி. கணக்கு வேலை பயில்வதற்காகத் தம் உறவினரோடு கொழும்பு சென்றவர்.

பழனியாண்டி, த/பெ கந்தசாமி. ஆதி திராவிடர். இலங்கையில் கூலி வேலை.[7]

என். சையத் காசிம், த/பெ நயினா முகம்மது. கொழும்புவில் ஒரு கடையில் தலைமைக் கூலியாள்.

ஏ. நாராயணன், த/பெ அம்மாசி கொத்தனார். நீர்க் கொழும்புவில் ஒரு உணவகத்தில் வேலை.

சீனிவாச ஆசாரி, த/பெ லட்சுமண ஆசாரி, கும்பகோணம். கொழும்புவில் தாணு ஆசாரியின் சிப்பந்தி.[8]

கிருஷ்ணன், த/பெ ராமசாமி, ரகுநாதபுரம், திருச்சி மாவட்டம். நாவிதர்.[9]

வீரண்ணன், த/பெ நல்லசாமி. கோவில்பட்டி. நீர்க்கொழும்பு சூளையில் வேலை.

சண்முகம், த/பெ வேலாயுதன், மேற்குத் தெரு, பேட்டை, திருநெல்வேலி. கொழும்பு அய்யம்பெருமாள் ஆசாரி பட்டறையில் எழுத்தர்.

கே.கே. லெப்பை, த/பெ காதர் பாட்சா, தெற்கு மூன்றாம் தெரு, புதுக்கோட்டை.

காதர் இப்ராகிம், தெற்கு மூன்றாம் தெரு, புதுக்கோட்டை.[10]

பழனி, த/பெ சின்னையா, சவரத் தொழிலாளி, லால்குடி.

வி. வீரப்பன், கோவிந்தநாய்க்கர்கோட்டை, புதுக்கோட்டை.[11]

எஸ்.எம்.என்.மரைக்காயர், த/பெ செய்கு மரைக்காயர், நாகூர்.

எஸ். முத்தையா செட்டியார், த/பெ சுந்தரம் செட்டியார், கொட்டாங்குடி, மேலூர், மதுரை மாவட்டம்.

வீரமலை முத்துராசா, த/பெ மூக்கன் முத்துராசா. சிறுகமணி, திருச்சி மாவட்டம்.

முத்துசாமி, த/பெ அங்கமுத்து, கோடாங்கிப்பட்டி, எருமைப்பட்டி, நாமக்கல் வட்டம்.[12]

குஜிலி வாசகர்களின் சமூக நிலை பற்றிய குறுக்குவெட்டுத் தோற்றம் இத்தகவல்களிலிருந்து மங்கலாகப் புலப்படுகின்றது. பெரும்பாலானவர்கள் சமூகத்தின் அடித்தளத்தையும் கீழ்மட்டத்தை யும் சேர்ந்தவர்கள். இவர்கள் பெரிதும் உடலுழைப்பில் ஈடுபடுபவர் களாகவும், சிறு கடைகளில் ஏவலர்களாகவும் சிப்பந்திகளாகவும் இருந்துள்ளனர். இவர்களைப் பற்றிய விசாரணைகளிலிருந்து இவர்களில் பலர் எழுத்தறிவற்றவர்கள் என்பதும் அரசாங்கத்திற்குப் புலப்பட்டது. மேலே பட்டியலிடப்பட்ட ஏறத்தாழ முப்பது பேரில் ஒருவர் மட்டுமே மூன்றாம் வகுப்பு வரையுமாவது படித்தவரெனத் தெரிகிறது. இரண்டொருவர் கடையில் எழுத்தர் வேலையிலிருந்ததால் அவர்களுக்கும் எழுத்தறிவுண்டு என்று கொள்ளலாம். அவர்களுடைய அரசியல் பின்புலம் பற்றி விசாரிக்கையில் அவர்களில்

முச்சந்தி இலக்கியம் □ 109

பெரும்பாலானோர்க்கு எந்த அரசியல் ஈடுபாடும் இருந்ததாகத் தெரியவில்லை. தேசிய இயக்கப் பாடுபொருளைக் கொண்ட பாட்டுப் புத்தகங்களைக் கையில் வைத்திருந்தவர்களுக்குக்கூட அரசியல் ஈடுபாடு இல்லை என்ற செய்தி அரசாங்கத்திற்குப் பெரும் வியப்பளித்தது. ஏலவே பார்த்தவகையில் இதில் வியப்பதற்கொன்றுமில்லை. குஜிலி உலகத்தின் தேசியம் நடுத்தர வர்க்கத்தின் தேசியம் அல்ல; அடித்தள மக்களால் முற்றிலும் தமக்குத் தேவைப்படும் வகையில் கைவயப் படுத்திக் கொள்ளப்பட்ட தேசியம். இதைப் புரிந்து கொள்ளாததே காலனிய அரசாங்கத்தின் மலைப்புக்குக் காரணம். இருப்பினும் இம்முரணை விளக்க வேண்டிய, விளங்கிக்கொள்ள வேண்டிய கட்டாயத்திலிருந்த காலனிய அரசு அதிகாரிகள், கண்டித் தோட்டங் களிலிருந்த கங்காணிகளும் மேஸ்திரிகளும் தம் அரசியலுக்காக 'ஏதுமறியாத' தொழிலாளர்களைப் பயன்படுத்திக் கொண்டு, இப்பாட்டுப் புத்தகங்களை அவர்களிடம் விற்று லாபம் ஈட்டினர் என வாதிட்டனர்! (இதன் மறுபுடையாக, தேசியம் சார்ந்த வரலாற்றாய்வாளர்கள், இவர்களனைவரையும் தேசிய இயக்கத்தின் வீச்சுக்கு ஆட்பட்டவர்களாகக் காட்டுகின்றனர். இவ்விரு வாதங்களுமே அடித்தள மக்களின் தன்னிலையை, தங்கள் விழைவுகளைத் தாங்களே ஓர்ந்து அவற்றை வெளிப்படுத்தும் ஆற்றலை மறுக்கும் மேட்டிமைப் பார்வைகளேயாகும்.)

இந்தப் புரிதலோடு பார்த்தால் குஜிலி இலக்கியத்தின் செல்வாக்கும், எழுத்தறிவற்ற பெருவாரியான அடித்தள மக்கள் குஜிலி இலக்கியத்தை நுகர்ந்ததும் வியப்பளிக்கமாட்டா.

> அரிச்சுவடி தெரிந்தமட்டில் படிப்பை நிறுத்திய குடியானவர்கள் கூட அல்லியரசாணி மாலை, புலந்திரன் களவு மாலை, எழுத்தறியும் பெருமாள் அம்மானை, பவளக்கொடி மாலை, தேசிங்கு ராஜன் சரித்திரம், தாயுமானவர், அருட்பா முதலியவற்றை ராகமாகப் படித்துக்கொண்டிருப்பர்

என்று தம் சொந்த ஊரான சிவகங்கையின் நிலையை நினைவு கூர்ந்திருக்கிறார் சுத்தானந்த பாரதி.[13] தம் தாயாரைப் பற்றி நாமக்கல் கவிஞரும் இதேபோல் நினைவுகூர்ந்திருக்கிறார். அப்படியென்றால் அவர்கள் எப்படித்தான் 'வாசித்தனர்'?

தெருமுனை நிகழ்த்துதல்கள் தவிர, கூட்டு வாசிப்பு என்பது முகாமையானதொரு நுகர்வு முறையாக அடித்தள மக்களுக்கு இருந்திருக்கிறது. கூட்டு வாசிப்பு நிகழ்வு ஒன்றைப் புதுமைப்பித்தன் 'நாசகாரக் கும்ப'லில் பின்வருமாறு சித்தரித்திருக்கிறார்.[14]

> நேரம் நல்ல உச்சி வெய்யில். . . . பலசரக்குக்கடைச் சுப்புப் பிள்ளை பட்டறையில் உட்கார்ந்து, சுடலைமாடன்

வில்லுப்பாட்டுப் புஸ்தகம் ஒன்றை ரஸமாக உரக்கப் பாடி, கடை சாய்ப்பின்கீழ் துண்டை விரித்து முழங்காலைக் கட்டி உட்கார்ந்திருக்கும் இரண்டொரு தேவமாரை (மறவர்) மகிழ்வித்துக்கொண்டிருக்கிறார். தம்பலத்தால் வாயில் எச்சில் ஊற்று நிறைய நிறைய, வாசிப்புக்கு இடையூறு ஏற்படாதபடியும், கீழே உட்கார்ந்திருப்பவர்மீது சிறிதும் தெறிக்காதபடியும் லாவகமாகத் தலையை வெளியே நீட்டி அவர் துப்பும்போது, கடையின் பக்கத்துச் சுவரில் துப்பாமலிருப்பதற்கு நீண்ட நாள் அனுபவம் மட்டும் போதாது; அதற்குத் தனித் திறமையும் வேண்டும் என்பது தெரியும். ...

மலையாளம் போனியானா, ஏ, சுடலே!
நீ மாறி வரப் போரதில்லை! ...

என்று சுப்புப் பிள்ளை இழுத்ததும், கேட்டுக்கொண்டிருந்தவர்கள் கேரளத்திலிருக்கும் குறளி வேலைக்காரர்கள் பற்றிப் பேச்செடுக்கின்றனர். அப்படியே கூட்டு வாசிப்பும் இயற்கையிகந்த விஷயங்கள் பற்றித் திசை திரும்பிவிடுகின்றது.

கூட்டு வாசிப்பின் களம், காலம், வாசிப்பவர் படித்துக்காட்டும் பாடம், வாசிக்கும் முறை, வாசிக்கும்போது செய்யும் சேட்டைகள், கேட்பவர்கள், கேட்பவர்களின் கோலம், உடல்மொழி, பாடும் பாடத்தை மையங்கொண்டு வெவ்வேறு திசைகளில் பயணிக்கும் பேச்சு என்று கூட்டு வாசிப்பின் அனைத்துக் கூறுகளையும் புதுமைப்பித்தனின் சித்தரிப்பு எளிதாகவும் திறமாகவும் நுட்பமாகவும் படம் பிடித்துக் காட்டிவிடுகின்றது.

இத்தகைய கூட்டு வாசிப்புகள் சில சடங்குகளையொட்டியும் நிகழும். மழை பெய்யாத பஞ்சகாலங்களில் ‘விராட பர்வம்’ வாசிப்பார்கள். (இதனால்தான் தமிழில் வெளியான விமரிசன நூல்களைப் பற்றிக் குறிப்பிடவந்த புதுமைப்பித்தன், தன் கண்களில் படாமல் அங்கொன்றும் இங்கொன்றுமாக வெளியான நூல்களை ‘விராடபர்வ நூல்கள்’ என்று சுட்டுகிறார்.[15]) பாடை தூக்குவதற்கு முன் கரிமேடு கருவாயன் பாடல் போன்றவற்றைப் பாடுவார்கள். மரணப் படுக்கையில் இழுத்துக்கொண்டிருக்கையில் சித்திரபுத்திர நாயனார் கதை, வாலி மோட்சம், வைகுண்ட அம்மானை முதலானவற்றைப் பாடுவதும் வழக்கம். அப்பொழுது கருப்பட்டி காபி, புகையிலை ஆகியவற்றைச் சுவைத்துக்கொண்டே பாட்டைக் கேட்பார்கள். (கொலைச் சிந்துகளும் இச்சமயங்களில் பாடுப்பட்டதெனத் தெரிகிறது.) இத்தகைய நிகழ்ச்சி ஒன்றைக் கி. ராஜநாராயணன் ‘புறப்பாடு’ என்ற கதையில் விவரிக்கிறார். சாகக் கிடக்கும் அண்ணாரப்பக் கவுண்டரைச் சுற்றி ஊரார் குழுமியிருக்கின்றனர். ‘அரிக்கன் லைட்டைத் துடைத்து நன்றாகத் தூண்டிவிட்டார்கள். ஆட்களோடு பக்கத்தில் நின்று வேடிக்கை பார்த்துக்கொண்டிருந்த

பல்ராம் நாயக்கரை சித்திரபுத்ர நயினார் கதையைப் பாடச் சொன்னார்கள்.'[16]

இதைப் போன்ற சடங்குகளில் வாசிப்பதற்குச் சில முறைகள் உண்டு. அதன்படிதான் வாசிக்க வேண்டும். விராட பர்வம் வாசிக்கும் முறை பற்றி அரங்க. சீனிவாசன் தரும் விவரணையும் இதை உணர்த்துகிறது.[17]

> விராட பர்வம் வாசிப்பதற்கும் சில விதிகள் உண்டு. விராட பர்வம் பெரிய எழுத்து வசன நூலையே பயன்படுத்துவர். வில்லியின் கவிதையைப் படிக்க மாட்டார்கள்.
>
> முந்நூறு பக்கங்களுக்கு மேல் இருக்கும் அந்நூலைக் குரலெழுப்பி முழுமையும் வாசிக்க வேண்டும்.
>
> வாசிப்பவர் காலை ஆறு மணிக்குக் குளித்துவிட்டு, ஈர உடையுடன் கூட்டத்தார் நடுவில் ஓர் உயர்ந்த இடத்தில் அமர்ந்து வாசிக்க வேண்டும். தொடங்குவதற்கு முன்போ பின்போ உணவு உண்ணலாகாது. அவ்வப்போது சிறிதளவு பால் மட்டும் பருகிக்கொள்ளலாம். இடையில் எக்காரணம் கொண்டும் இருந்த இடத்தைவிட்டு எழுந்து செல்லலாகாது. சிற்றுபாதை வற்புறுத்தினாலும் பொருட்படுத்தாமல் படித்துக்கொண்டே இருக்க வேண்டும். வாய் வலிக்கின்றது, கால் வலிக்கின்றது என்று படிப்பதை நிறுத்தவே கூடாது. படிப்பதும் தெளிவாக ஒரு வார்த்தைகூட விடாமல் எல்லோர்க்கும் புரியும்படி படிக்க வேண்டும்.
>
> சற்றொப்ப நூல் முழுதும் படித்து முடிக்கப் பத்து மணி நேரம் ஆகும். நூல் படித்து முடித்த பின்பு பூசனை வழிபாடு நடைபெறும். அதன் பின்புதான் நூல் வாசிப்பவர் எழுந்து செல்லலாம். ஈரத் துணியுடன் அமர்ந்திருந்தமையால் கால்கள் இரத்த ஓட்டம் குறைந்து சிரமம் தரும் . . . .

இதைப் போன்ற சடங்கு நிகழ்வுகளின்போது ஆண்கள் முன்னின்றனர் என்றால், பெண்கள் தமக்கேயுரிய நிகழ்வுகளில் கூட்டு வாசிப்பில் ஈடுபட்டனர். பெண்கள் குஜிலிக் கதைப்பாடல்களில் பெரிதும் மனத்தைப் பறிகொடுத்திருந்தனர் என்பது அக்கால அறிவாளர்களின் பெரும் மனக்குறையாக இருந்திருப்பதை இவ்விடத்தில் நினைவுபடுத்திக்கொள்வோம். '. . . விகடக்வி எவராலோ எழுதப்பெற்றுப் புகழேந்திப் புலவர் தலைமீது சுமத்தப்பட்டிருக்கும் அல்லியரசாணி மாலை, புலந்திரன் களவு இத்தகைய அதம நூற்களை'யே பெண்கள் படிப்பதாக ஒருவர் குறைபட்டுக்கொண்டார்.[18] '. . . அறிவை மயக்கி உலக நினைவில் மிகுதியாக இழுப்பனவும், கொச்சைத் தமிழில் எழுதப்பட்டனவுமான விக்கிரமாதித்தன் கதை, அல்லி அரசாணி மாலை முதலியவைகளைப் படித்துக்கொண்டு

ஒரு பயனுமில்லாமற் காலம் போக்குகின்றனர்' பெண்கள் என்று நீலாம்பிகை அம்மையார் வருந்தியிருக்கிறார்.[19] இதற்கு மறுபுடையாக, 'புருஷனுடன் பிராணம்விட்ட பதிவிரதைகள் சிந்'தின் ஆசிரியர்,

> சிறுமணவூர் முனிசாமி சீடன் சொல்லும்
> கவிதனை வாங்கியே கொண்டுவந்து
> பிரியமாய் வாசித்து வீட்டிலிருக்குமோர்
> பெண்களுக்கு புத்தி சொல்லுமையா

என்று பெண் வாசகர்களை நோக்கித் தம் பாடலை முன்வைக்கிறார். முக்கியமாக ஒப்பாரிப் பாடல்கள் பெண்களையே தம் இலக்கு வாசகர்களாகக் கொண்டிருந்தன. தெருமுனையில் நின்று பாட்டுப் புத்தகம் விற்றுக்கொண்டிருந்த ஒரு முச்சந்திக் கவிஞர், நிற்காமல் சென்ற ஒரு பெண்ணைப் பார்த்து, மாமியார் இறந்தால் முறையாக ஒப்பாரி வைத்து அழவேண்டாமா என்று கூவி அவரை அழைத்த செய்தியும் இதனைச் சுவையாக உணர்த்தும்.

சில விரதப் புத்தகங்களைப் பெண்கள் மட்டுமே படித்தனர். பெண்கள் கலந்துகொள்ளும் ஒரு கூட்டு வாசிப்பு நிகழ்வைக் கி. ராஜநாராயணனின் 'கன்னிமை' பின்வருமாறு விவரிக்கிறது.[20]

> X மாதிரி ஒரு கோர்வைப் பலகை ஒன்று. அதில் கனமான கம்பராமாயண வசன புஸ்தகத்தை வைத்துக்கொண்டு இரவு வெகு நேரம் வரைக்கும் பெண்கள் புடைசூழ (நாச்சியாரம்மா) உரக்க ராகமிட்டு வாசிப்பாள். வாசித்துக்கொண்டே வரும்போது இவளும் மற்ற பெண்களும் கண்ணீர் விடுவார்கள். கண்ணீரைத் துடைத்துக்கொண்டே தொண்டை கம்மத் திரும்பவும் ராகமிட்டு வசனத்தைப் பாடுவாள்.

கூட்டு வாசிப்பின்போது கண்ணீர் விடுவதும் மூக்கைச் சிந்துவதும் இயல்பு. ஒடுக்குமுறை மிகுந்த தந்தைமைச் சமூகச் சூழலில் பாலின ஒற்றுமை இந்நிகழ்வுகளில் துளிர்விட்டது. சீதையின் துன்பங்களிலும் நல்லதங்காளின் அலைக்கழிவுகளிலும் இப்பெண்கள் தங்களை இனங்கண்டுகொண்டார்கள். 'பகல் நேரங்களில் வம்பளந்து பொழுதுபோக்க வருகிற பெண்கள் [அல்லி அரசாணி மாலை போன்ற] புஸ்தகக் கதைகளைக் கேட்க ஆசைப்படுவார்கள்' என்றும் 'நாளைக்கு ஒன்றாக' தாம் அதைப் படித்துக் காட்ட அந்தப் பெண்கள் கேட்டுக்கொண்டே இருந்துவிட்டு, சிரித்துக்கொண்டு உற்சாகத்துடன் திரும்ப அதை எடுத்துச் சொல்லி வேடிக்கை பேசுவார்கள்' என்றும் அழகியநாயகி அம்மாள் குறிப்பிடுகிறார்.[21]

இந்த வாசிப்பு முறையில் எழுத்தறிவும் இன்றியமையாததில்லை. வாசிக்கத் தெரிந்த ஒருவர் இருந்தாலும் போதும். ஆனால் ஒருவகையில் அவர் நிகழ்த்து கலைஞராக இருக்க வேண்டும். ஏனெனில் ராகம் போட்டுப் பாடுதல் கூட்டு வாசிப்பின் அடிப்படை விதிகளில்

ஒன்று. கோபல்லபுரத்தில் வெளியூர்ச் சீமைக்குப் போய்ப் படித்து விட்டுவரும் ஒரு சிறுவனை, சித்திர புத்திர நயினார் நோன்பன்று 'பெத்தானக் கவுண்டரு வர கொஞ்சம் நேரமாகும் போல' என்று கதையைப் படிக்கச் சொல்கிறார்கள். அவன் 'என்னாமா படிக்கப் போறானோ ராகம் போட்டுன்னுட்டு எதிர்பாக்காங்க. . . . அவம் பொஸ்தகத்தெப் பாத்து ரொம்ப நேரங்களிச்சி, *பேசற மாதிரி* வாசிச்சானாம்! "ராகம் போட்டுப் படி, ராகம் போட்டு"ண்ணெல்லாம் பொத்தய நாய்க்கரு சொல்லிப் பாத்தாராம். ம்ஹூம்! அவம் படிச்ச படிப்பு அம்புட்டுத்தான்னு விட்டுட்டாராம்.'[22]

நடராஜ பத்து, நந்தனார் கீர்த்தனை, சரஸ்வதி பூஜை சிந்து முதலான நூல்களையும் வைத்திய நூல்களையும் ராகம் போட்டுப் பாடத் 'துலுக்கர் தெருவில் உள்ள ஒருவ'ரைக் கொண்டும் 'சரியான ராகங்களில் பாடுகிறவர்களைக் கூட்டிவந்து பாடச்' சொல்லியும் பாடப் பயின்றதாக அழகியநாயகி அம்மாளும் குறிப்பிட்டுள்ளார்.[23]

எழுத்தறிவு பரவலாக இல்லாத அச்சமூகத்தில் அதற்கு ஒரு மாயத் தோற்றமும் கற்பிக்கப்பட்டிருக்கிறது. எழுத்துகளாலான நூற்படிக்கு (அது ஓலைச்சுவடியாகவோ, செப்புப் பட்டயமாகவோ, அச்சு நூலாகவோ — எப்படியாயினும் இருக்கலாம்.) மந்திர ஆற்றல்களும், வழிபடத்தக்க தன்மையும் ஏற்றப்பட்டது.

> 'விராலி வட்டம்ன்னு ஒரு ஏடு இருக்காம். யாரும் அதை படிக்கக் கூடாதாம். படிச்சான், தொலைஞ்சான்! (செம்பகக் கோனாரைக் காட்டி) இப்படித்தான், கோட்டி பிடிச்சிரும்.'
>
> 'அந்த ஏட்ல அப்பிடி என்னதாம் இருக்கு?'
>
> 'என்ன எளவு இருக்கோ யாரு கண்டா. படிச்சி முடிச்சதும் அம்மன் நேரெவந்து பிரத்யட்சம் ஆகி காட்சி கொடுப்பாளாம்.'
>
> 'அப்பிடியா!'
>
> 'எப்பிடிக் காட்சி கொடுப்பாளாம்; அப்படியே . . . நிறை அம்மணம்! அதப் பார்த்ததும் இவங்களுக்கு இப்பிடி ஆயிருதாம்.'
>
> 'அதப் போயி அப்படி என்ன மயித்துக்குப் படிக்கணும்?'
>
> 'படிக்கவே வேண்டாம்; ஏட்டைப் பாத்தாலே போதும்; படிபடின்னுட்டு அது இவங்களெப் பாத்துச் சொல்ற மாதிரி இருக்குமாம். படிக்கவேபடாதுண்ணுட்டு நெனக்க நெனக்க கூடக் கொஞ்சந்தான் படிக்கணும்ண்ணு தோணுமாம். கடசீலெ படிக்காம இருக்கவே முடியாதாம். படிச்சதும், இப்படி ஆயிருதாங்க.'[24]

குஜிலி நூல்களை மையமாகக் கொண்டு அமைந்த வாசிப்பு முறை புதிய வெகுசன அச்சு ஊடகங்கள் வந்த பின்பும் நீடித்தது.

தேர்ந்த வணிகத் தந்திரம் உடையவரான *தினத்தந்தி* நிறுவனர் சி. பா. ஆதித்தன், அதன் தொடக்க விழாவிலேயே (1942) பின்வருமாறு அவதானித்தார்.

> கிராமங்களில் இன்றுகூடப் பார்க்க முடியும். பெற்றோர்கள் படிக்காதவர்களாக இருக்கலாம். படிக்க வைத்த பிள்ளைகளைக் கொண்டு பாரதம், இராமாயணம் போன்ற கதைகளைப் படிக்கச்சொல்லிக் கேட்டுக்கொண்டு இருப்பார்கள். இதே போல் பத்திரிகைகளையும் படிக்கச்சொல்லிக் கேட்கும் பழக்கம் நாளடைவில் அவர்களுக்கு வந்துவிடும்.[25]

சி. பா. ஆதித்தனின் தொலைநோக்கு பிழைபடவில்லை. '. . . பழைய பனையேற்றுத் தொழிலாளர்களுக்கு எழுத்தைப் பற்றிய எண்ணமே இல்லாதிருந்தது. இப்போது தினசரிப் பத்திரிகைகளும் அவற்றில் சுவாரஸ்யமான சம்பவங்களும் வரவே, ஓரிருவர் எழுத்துக்கூட்டி வாசிக்கப் பயின்றிருக்கிறார்கள்' என்கிறது ஹெப்ஸிபா ஜேசுதாசனின் *புத்தம் வீடு*.[24] இரண்டாம் உலகப் போரையொட்டி கோபல்ல கிராமத்திற்கும் அஞ்சலகமும் பத்திரிகைகளும் வந்துவிடுகின்றன. 'சாய்ந்திரமானால் நுன்ன கொண்டார் வீட்டுத் திண்ணையில் பேப்பர் படிக்கக் கூடும் கூட்டத்தைப் பார்க்கலாம். அதில் முக்கியமாக வாத்தியார் சுப்பையாச் செட்டியாரின் சத்தம் போட்டு வாசிக்கும் குரல் ரொம்பத் தூரம் கேட்கும், "மணி கொண்டடிச்ச மாதிரி" . . .'[27]

சான்றுக் குறிப்புகள்

1. தி.ஜ.ர., *எப்படி எழுதினேன்*, சக்தி காரியாலயம், மதுரை, 1943, ப. 61.
2. ஆ. இரா. வேங்கடாசலபதி, *நாவலும் வாசிப்பும்: ஒரு வரலாற்றுப் பார்வை*, காலச்சுவடு பதிப்பகம், நாகர்கோவில், 2002, இயல் 3.
3. கோவை அ. அய்யாமுத்து, *எனது நினைவுகள்*, சென்னை, 1973, ப. 99.
4. *புதுவை முரசு, 25 மே 1931*, மறுமதிப்பு: பாரதிதாசன், *மானுடம் போற்று*, பூம்புகார் பிரசுரம், சென்னை, 1984, ப. 89.
5. நாமக்கல் வெ. இராமலிங்கம் பிள்ளை, *என் கதை*, தமிழ்ப் பண்ணை, சென்னை, 1944, ப. 82—5.
6. G.O.Nos. 958-9, Public (General), 11 July 1932.
7. G.O.No. 1145, Public (General), Confidential, 2 September 1932.
8. Letter No. 108, Public (General), Confidential, 30 January 1933.
9. G.O.No. 1100, Public (General), Confidential, 18 August 1932.

10. G.O.No. 1582, Public (General), Confidential, 8 December 1932.

11. G.O.No. 1242, Public (General), 24 September 1932.

12. G.O.No. 1202, Public (General), 20 September 1932.

13. எங்கள் ஊர், கலைமகள் காரியாலயம், சென்னை, 1957, ப. 136.

14. ஆ. இரா. வேங்கடாசலபதி (ப—ர்), புதுமைப்பித்தன் கதைகள், காலச்சுவடு பதிப்பகம், நாகர்கோவில், 2000, ப. 409—10.

15. ஆ. இரா. வேங்கடாசலபதி (ப—ர்), புதுமைப்பித்தன் கட்டுரைகள், காலச்சுவடு பதிப்பகம், நாகர்கோவில், 2002, ப. 54.

16. கி.ராஜநாராயணன், கிடை குறுநாவலும் பன்னிரண்டு சிறுகதைகளும், அன்னம், சிவகங்கை, 1983.

17. அரங்க.சீனிவாசன், நினைவு அலைகள், வானதி பதிப்பகம், சென்னை, 1996, ப. 92—3.

18. வெ. தம்பி — புருஷோத்தமன், 'தமிழ் நாவல்கள்', கலைமகள் (புதுவை), ஜனவரி 1916.

19. நாகை நீலாம்பிகையம்மை, 'தமிழ் மாதரும் சிறு தேவதைகளும்', செந்தமிழ்ச் செல்வி, 5(8), ஆகஸ்டு — செப்டம்பர் 1927.

20. கி. ராஜநாராயணன், கிடை குறுநாவலும் பன்னிரண்டு சிறுகதைகளும், ப. 7.

21. அழகியநாயகி அம்மாள், கவலை, நாட்டார் வழக்காற்றியல் ஆய்வு மையம், பாளையங்கோட்டை, 1998, ப. 127.

22. கி. ராஜநாராயணன், கோபல்லபுரத்து மக்கள், அன்னம், சிவகங்கை, 1990, ப. 99 — 100. அழுத்தம் நூலாசிரியருடையது.

23. அழகியநாயகி அம்மாள், கவலை, ப. 127.

24. கி. ராஜநாராயணன், கோபல்லபுரத்து மக்கள், ப. 107 — 8.

25. தினத்தந்தி பொன்விழா மலர், 1993, ப. 119.

26. ஹெப்ஸிபா ஜேசுதாசன், புத்தம் வீடு, தமிழ்ப் புத்தகாலயம், சென்னை, 1964, ப. 47.

27. கி. ராஜநாராயணன், கோபல்லபுரத்து மக்கள், ப. 202.

9
தேய்வும் வீழ்ச்சியும்

இருபதாம் நூற்றாண்டின் முதற் பகுதிவரை குஜிலி நூல்கள் சக்கைபோடு போட்டிருக்கின்றன. ஆண்டுதோறும் நூற்றுக்கணக்கில் குஜிலி நூல்கள் வெளியாகியிருக்கின்றன என்று தெரிகிறது. ஆனால் 1940களிலிருந்து இம்மரபு தேயத் தொடங்கியது. இரண்டாம் உலகப் போரை ஒட்டிய சமூக மாற்றங்களும், நடுத்தர வர்க்கத்தின் எழுச்சியும், குறிப்பாகப் பிற வெகுசன ஊடகங்களின் வளர்ச்சியும் ஊடறுத்தலும் குஜிலி இலக்கியத்தின் தேய்வுக்கு முக்கிய காரணங்களாகும்.

வரலாற்றுக் கற்பனைகளை எழுதிப் பிரபலம் பெற்ற சாண்டில்யன் 1930களின் இடைப்பகுதியில் *சுதேசமித்திரன்* நாளிதழில் நிருபராகப் பணியாற்றினார். அப்போது நீதிமன்ற வழக்கு விசாரணைகளைப் பற்றி விரிவாகச் செய்திகளை எழுதி வெளியிட்டிருக்கிறார். அதைப் பற்றி அவர் பின்வருமாறு நினைவுகூர்ந்துள்ளார்.

> ‘குப்பு பாய் கற்பழிப்பு வழக்கு’, ‘கிராமணி கொலை வழக்கு’ இவையெல்லாம் தமிழில் நடந்தபடியால் ஆங்கிலப் பத்திரிகைகளைவிட நான் அப்பட்டமாகவும் அதிகப் படியாகவும் செய்தி கொடுக்க முடிந்தது. ஆகவே சுமார் ஒரே ஆண்டில் *சுதேசமித்திரன்* வலுவும் அதிகமாயிற்று. அப்பொழுதெல்லாம் இந்த மாதிரி வழக்குகளுக்கு அன்று மாலையே சூளைக் கவிஞர் ஒருவர் பாட்டுப் போட்டு விற்பார். நான் வழக்குகளை வரி விடாமல் குறுக்கு விசாரணை உட்பட பிரசுரித்ததில் அவருக்கும் அதிக வேலையில்லாது போயிற்று.

பரபரப்புச் செய்திகளையும் அன்றாட நிகழ்வுகளையும் பாடுபொருளாகக் கொண்ட குஜிலிப் பாட்டுப்புத்தகங்களுக்குத் தேவை குறைந்தது. *தினத்தந்தி*யின் பிறப்பும் (1942) வளர்ச்சியும் குஜிலி நூல்களின் தேய்வுக்கு மிக முக்கியமான காரணமாகும். *சுதேசமித்திர*னிலிருந்து வேறுபட்ட, ஒரு புதிய தமிழ் நடையைத் *தினத்தந்தி* உருவாக்கியது. இந்நடை குஜிலி வாசகர்களுக்குப் பழக்க மான நடைக்குச் சற்று அணுக்கமாகவும் இருந்தது. இதனையொட்டி அடித்தள மக்களின் வாசிப்புப் பண்பாட்டிலும் மாற்றம் ஏற்பட்டது. சினிமா என்ற ஊடகத்தின் வளர்ச்சியும் குஜிலி நூல்கள் கோலோச்சு வதற்குத் தடையாக இருந்துள்ளது. அடித்தள மக்களின் கேளிக்கை வழக்கங்களின் மாற்றத்தோடு குஜிலி நூல்களின் வாசிப்பும் மாறியது.

'பரபரப்பான செய்திகளும் பாலியல் ததும்பும் கதைகளும் கொண்டுள்ளதால் *தினத்தந்தி*யைச் சமூகத்தின் கீழ்நிலை மக்கள் பரவலாகப் படிக்கின்றனர்' என்று மதுரை மாவட்ட ஆட்சியர் 1956இலேயே அவதானித்துள்ளார்.[2] *தினத்தந்தி*யின் வளர்ச்சிக்குப் பிறகு கொலைச் சிந்துக் கவிஞர்கள் 'பாடலைப் பாடும்போழ்தும் பாடி முடிக்கும் போழ்தும் *தினத்தந்தி, மாலை முரசு* நாளிதழ்களில் வெளிவந்த செய்திகளை ஆதாரமாகக் காட்டிப் பேசுவதும், அதன் குறிப்புகளைக் கொலைச் சிந்துகளிடையே சான்றாகக் காட்டுவதும்' உண்டு என்றும் அறிய முடிகின்றது.[3] நாளிதழ்களுக்கு அப்பாற்பட்ட உலகில் தொழிற்பட்டுவந்த குஜிலிப் புத்தகங்கள் அவற்றைச் சார்ந்து செயல்படத் தொடங்கின. முச்சந்தி இலக்கியத்தின் தேய்வுக்கு இதுவும் ஓர் அறிகுறி.

இவ்வகையான பாடல்கள் இயற்றி வெளியிடுவது அருகி வரவும், திரைப்படப் பாடல்கள் இவற்றின் இடத்தைப் பிடித்துக்கொண்டன. இவையும் குஜிலி நூல்களைப் போல் அதே மாதிரியான தாளில், எட்டு பக்க அளவில் அச்சிடப்பட்டு, அதே விநியோக முறையில் பரப்பப்பட்டன. பரவு முறையில் ஒரு சுழற்சி காணப்படுகின்றது. எழுதப்பட்ட பாடல்கள் பாடப்பட்டு, அச்சாகி மீண்டும் பாடப்பட்டு, நூலாக உலவின. *பாலாமணி* (1937) என்ற திரைப் படத்தின் பாட்டுப் புத்தகம் பற்றி அதில் பாடல் இயற்றியிருந்த பாரதிதாசன் குறிப்பிடுவது இங்கு நோக்கத்தக்கது.

> ... *பாலாமணி*யுடையவரை நோக்கி, பிரதானமாகக் கேட்ட வரம் ஒன்றே ஒன்று.
>
> அண்ணா சம்பிரதாயப்படி *பாலாமணி*ப் பாடல்களைப் புத்தகமாக நீங்கள் அச்சடிக்கும்போது அதில் பிழையில்லா திருக்க – என்னையும் கலந்துகொள்ளுங்கள்.
>
> அவ்வாறே வரம் கிடைத்தது. ... எனக்குக் கொடுத்த வரத்தை உடனே உறிஞ்சிக்கொண்டார்களாதலால் லக்ஷணத்தின் எதிர்முனையில் பாட்டுப் புத்தகம் ஜொலித்துக்கொண்டிருந்தது.

> அது மாத்திரமல்ல. நான் எழுதிய பாடல்கள் சில நீக்கப்பட்டும், வேறு பாடல்கள் சில சேர்க்கப்பட்டும் இருப்பதைப் பார்த்தேன்.... மேலும் அப்புத்தகத்தில் அச்சுப்பிழையில்லாத இடம் அருமையாகிவிட்டது.[4]

குஜிலிப் புத்தகங்களுக்கும் புதிதாக நுழைந்த சினிமா பாட்டுப் புத்தகங்களுக்கும் எந்த வேறுபாடும் இல்லை என்பதற்கு பாரதிதாசனின் ஆற்றாமையே போதிய சான்றாகும். ஒரு வகையில் குஜிலிப் பாடல் புத்தகங்கள் சினிமா பாட்டுப் புத்தகங்களாக உருமாற்றம் அடைந்தன என்றும் சொல்லலாம். இவ்விரண்டு வகைப் பாட்டுப் புத்தகங்களின் விநியோக முறையிலும் பல ஒற்றுமைகள் உள்ளன.

1950களில் தி. மு. க.வின் எழுச்சியோடு தமிழக அரசியல் களம் விரிவு பெற்றதோடு, ஜனநாயகமயமாக்கமும் அடைந்தது. வட்டங்கள் தோறும் மன்றங்களை அமைத்த தி. மு. க., பொதுக் கூட்டங்களை முக்கியப் பிரச்சாரக் கருவியாகக் கைக்கொண்டது. டேப்பு அடித்துப் பாடிக் கூட்டங் கூட்டக்கூடிய குஜிலிப் பாடகர்கள் பலர் அரசியல் கூட்டங்களின் தொடக்கத்தில் பங்கெடுத்துக் கொண்டனர்.

குஜிலி இலக்கிய உற்பத்தி அருகிவிட்டாலும், முற்றிலும் அழிந்தொழிந்துவிடவில்லை. ஓர் இருபது ஆண்டுகளுக்கு முன்புவரைகூட இவர்கள் புதுப் பாடல்கள் புனைந்துள்ளது தெரிகிறது. துனுஷ்கோடி அழிவு, சரஸ்வதிப் பள்ளிக்கூடம் இடிந்தது முதல் ஸ்கைலாப் விழுந்ததுவரை இவர்களின் பாடுபொருளாகியுள்ளதைக் கே. ஏ. குணசேகரன் தொகுத்து வெளியிட்ட *நகர்சார் நாட்டுப்புறக் கதைப்பாடல்கள்* நூல் காட்டுகின்றது.[5] தனுக்கோடியை இல்லாதழித்த 1969ஆம் ஆண்டுப் புயற்பாடலைச் செ. போத்தி ரெட்டி கண்டெடுத்து ஆய்வு செய்திருக்கிறார்.[6] 1977ஆம் ஆண்டளவில்கூட 'மணிக்குறவன் கதை' நிகழ்த்தப்பட்டதை ஜார்ஜ் ஹார்ட் குறிப்பிட்டுள்ளார்.[7] ந. பி. கருப்பண்ண பிள்ளை எழுதிய 'அலர்மேலு அருங்கொலைக் கும்மி'யையும் (1927), 'மகாத்மா காந்தி மரணச் சிந்'தையும் (1948) இன்றளவும் கோடைக் காலத்தில் நிகழும் கடவூர் மாரியம்மன் கோயில் திருவிழாவில் இரவு நேரத்தில் பெரியவர்களும் இளைஞர்களும் சேர்ந்து கும்மியடித்துப் பாடுகிறார்கள் என்றும், பலருக்கும் இப்பாடல்கள் மனப்பாடம் என்றும் இவற்றை அண்மையில் நூலாக வெளியிட்டுள்ள கடவூர் மணிமாறன் குறிப்பிட்டுள்ளார்.[8] இன்றைக்கும் மலையூர் மம்பட்டியான் கொலைச்சிந்து தருமபுரிப் பகுதியில் ஒலிநாடாவழி ஒலிக்கின்றதெனத் திலகவதி நினைவு கூர்ந்துள்ளார்.[9] இன்றளவும்கூட ரத்ன நாயகர் அண்டு சன்ஸ், ஸ்ரீ ஸ்ரீனிவாசா பிரஸ், சண்முகானந்த புக் டிப்போ போன்ற பதிப்பகங்கள் புத்தகங்களை வெளியிட்டுத்தான் வருகின்றன. ஒரு காலத்தில் வளமாக இருந்த குஜிலி இலக்கியத்தின் எச்சங்கள் இவை. இந்தியச் சமூகத்தில் எந்த மரபும் பூண்டோடு அழிந்துவிடுவதில்லை அல்லவா?

சான்றுக் குறிப்புகள்

1. *சாண்டில்யன், போராட்டங்கள், வானதி பதிப்பகம், சென்னை, 1987, ப. 43.*

2. G.O.No. 1783, Public (General-B), Secret, 17 May 1956. 'The *Dinathanthi* is a paper widely read, particularly by the lower ranks of the community because it contains sensational news and sexual stories.'

3. *அரு. மருததுரை, தமிழில் கொலைச்சிந்து, அருணா வெளியீடு, முசிறி 34—5.*

4. *பாரதிதாசன், மானுடம் போற்று, பூம்புகார் பிரசுரம், சென்னை, 1984, ப.303 — 4.*

5. *கே.ஏ. குணசேகரன், நகர்சார் நாட்டுப்புறக் கதைப்பாடல்கள், அன்னம், சிவகங்கை, 1988.*

6. *செ. போத்தி ரெட்டி, 'துனுக்கோடி நாட்டுப்புறப் புயற்பாடல்கள்', வெளிவராத தமிழ்த்துறை எம்.பில். ஆய்வேடு, மதுரை — காமராசர் பல்கலைக்கழகம், 1981.*

7. George L. Hart, 'The Manikkuravan Story: From Ritual to Entertainment' in Stuart H. Blackburn, A.K. Ramanujan (eds.) *Another Harmony: New Essays on the Folklore of India*, Oxford University Press, Delhi, 1986.

8. *கடலூர் மணிமாறன் (ப—ர்), கருப்பண்ண பிள்ளையின் கலியுகச் சிந்து, விடியல் வெளியீட்டகம், கிருட்டினராயபுரம், 1998, ப.14.*

9. *திலகவதி, 'ஊர்மணம்: தருமபுரி', குமுதம், 16 நவம்பர் 2000.*

பகுதி இரண்டு

1

கூடலூரைச் சேர்ந்த அணுக்கம்பட்டு செடல் முத்தாலு அம்மன் சிறப்பு

சிதம்பரம் அப்பாசாமிப் பிள்ளை குமாரர்
நாகரெத்தினம் பிள்ளையவர்களால் இயற்றப்பட்டு

சிதம்பரம்
ஸ்ரீ குஞ்சித சரண பிரஸில்
பதிப்பிக்கப்பட்டது.

1–8–1914 பைசா 6

பாவையரே அணுக்கப்பட்டு பக்ஷமுடன் வந்தோமடி
ஆவலுடன் முத்தாலம்மனடியிணை தெரிசிப்போம் ஓடி

கோதையரே நிற்குதுபார் குதிரைகளிருபக்கமும்
மாதே நீ பயப்படாதே மகமாரிகோவில்வந்தோம்

கணேசர் சந்நதிபாராய் கண்மணியே பணிந்து வாராய்
குணமருள் செய்யும் பரன் அணங்கும் வினைதீர்த்திடுவாள்

ஆரிதையே முத்தாலு அம்மனிட ஸன்னதியில்
பாரடிகொடி மரம் நேராய் தெரியுதிதோ

பாவங்கள்தனை தீர்க்கும் பாவாடை றாயன்துரை
தேவியேநீ கும்பிடுராய் தேவன் பதத்தை நாடி

வெப்பைக் கண்ணோய் சூனியம் வெதுப்பை யெனும்நோயும்
இப்புவியில் மானிடர்க்கு ஏந்திழையே கண்டிடிலோ

ஜெகதீஸ்வரியே நாம் செடல்குத்திவாரே னென்றால்
மகமாரி அவ்வினையை மாயமதாய் போக்கிடுவாய்

கன்னியரே தெரிசிப்பாய் அன்னை செடல் மாரியரை
உன்னிதமாய் செடல்யினி உத்தமியே போடுவாரே

ஊசிதனையெடுத்து நேசியரே சில ஜனங்கள்
கூசாமல் பக்கசெடல் குத்துகின்றார் பயப்படாதே

பக்கச்செடல் தனை போட்டு பசுங்கிளியே தேரிழுத்து
முக்கியமாய் முத்தாலம்மன் கோவில்வலம் ஓடிவாரார்

ஆடுமாடுகள் முதல் அரிவையரே யாவற்றிக்கும்
நாடியே மானிடர்கள் நலமுடன் செடல் போடுகிறார்

புருவமுதற் நாவினிலும் பூவையரே ஊசியினால்
மாரிதனை நம்பியல்லோ மஹாசெடல் குத்துகிறார்.

கும்மி

1. கும்மியடிப் பெண்கள் கும்மியடி கரங்
குவித்துக் கும்மியடியுங்கடி
நம்மையனுதினம் ஆளும்மாரியை
நாடிக்கும்மி யடியுங்கடி

2. ஆரிழையாளே அணுக்கநகரில்வாழ்
அம்மன்செடல் மாரிதன்பெருமை
பாரினிலேயதை நேரிழையே சொல்ல
பத்தினியே முடியாதருமை

3. மானிலம்தன்னிலே மானிடர்களுக்கு
மண்டைகுடைச்ச லுடன்சுரமும்
சூனியம்பற்பல நோய்கண்டால்
செடல்குத்துகிறேனென்றால் வரமும்

4. மாதரசேதந்து பாதுகார்த்திடுவாள்
மாடுகள் ஆடுகள் யாவற்றையும்
காதலியே நீங்கள் மாரி பெருமையை
கன்னிலே பாடியடியுங்கடி

5. சித்தினியாளே கடைத்தெருவிற்குநாம்
சென்றுவருகலாம் சேயிழையே
பத்தினியேயிங்கு ஷாப்புகள் வினோதம்
பகரவொண்ணாதென்று பாடுங்கடி

6. யெத்திசையோர்களும் நத்திதுதிக்கின்ற
ஏந்திழைமாரி தனக்காக
வெத்திலைபாக்கு தேங்காய்பழத்துடன்
வைத்துபடைத்திட வாங்கிடடி

7. பட்டாணிகடையுடன் மிட்டாய்கடைகளும்
பற்பலவினோதம் என்னசொல்வேன்
சட்டிப்பானைகளும் சவுளிக்கடைகளும்
சரசியேவிற்குது பாருங்கடி

8. இத்ததியிலிங்கு புத்தகக்கடைகளும்
   ஏந்திழையே செப்பவொண்ணாது
   இத்தரைதன்னிலே பத்தர்கள்துதிக்கும்
   ஈஸ்வரியைபாட வாருங்கடி

9. சீரியேபோகுது ஆகாயவாணங்கள்
   செப்பமுடியாது பத்தினியே
   மாரிபெருமையை என்னென்றுசொல்லுவேன்
   மங்கையரேகூடி யடியுங்கடி

10. சல்லடைவாணங்கள் மெல்லியரேயிங்கு
    சத்த அவுட்டு வெடிகளுடன்
    சொல்லமுடியாது மத்தாப்பின் சொலிப்பு
    சுந்தரியே பாருங்கடி

11. தில்லைதலம்வாழ் நாகரெத்தினம்
    தேன்மொழியேயிதை பாடிவைத்தேன்
    எல்லவர்போற்றிடும் முத்தாலம்மன்பாதம்
    ஏற்றிக்கும்மி யடியுங்கடி

2

உ
கடவுள் துணை

சிறுமணவூர் முனிசாமி முதலியாரவர்களியற்றிய கலியுகச் சிந்து

நாதநாமக்கிரிகை ஆதிதாளம்.

பல்லவி

காலத்தைப் பாராய், கலிகால கொடுமையின்
கோலத்தைக் கேளாய்

அநுபல்லவி

காலத்தின் கோலத்தை ஞாலத்தின் மேலோத
பாலொத்த மொழியாளே   வேலொத்த விழியாளே   கால

சரணங்கள்

1. அரிசிபடிநாலு   பணமாய்முழிக்குது
   ஐயையோ ஏழைகள்   புழுகாய் துடிக்குது
   வரியெல்லாந் தலைக்குமேல்   வாரண்டாய் திரிகுது
   வாங்கிய கடனோதான்   கோர்ட்டுக் கிழுக்குது

   புலம்புதே குடிகள் பன்னிரண்டுமாதம்
   பொளக்குதே வெய்யல்

2. நாட்டுப் புரங்களெல்லாம்   ஓட்டம் பிடிக்குது
   நஞ்சை புஞ்சைகளெல்லாம்   பஞ்சாய்ப் பறக்குது
   காடுமேடுகளெல்லாம்   கட்டுதிட்டமாச்சு
   காக்காய் குருவிகூட   பிழைப்ப தரிதாய்ப்போச்சி   கால

3. மழையோமழையோவென   மானம் பார்க்கலாச்சி
   மாடு ஆடுகள் பேச்சி   புல்லுக் கலையலாச்சி
   தரையும் வுலர்ந்துபோச்சி   தண்ணீர் பன்னீராச்சி
   தங்கத்தை வைத்தாலும்   வட்டி கேழ்க்கலாச்சி

முறைகெட்டுப் போச்சி தாயார் தமக்கைபோல
பெண்தேட லாச்சி

4. கொண்ட மனைவிபேச்சு கூழுக்கலையலாச்சி
கூத்தியார் பாதத்தைக் காத்து யிருக்கலாச்சி
சொந்த படிப்பெல்லாம் சூத்துக்கு மணையாச்சி
சொல்லும் யிங்லீஷுக்கு நல்ல பிழைப்பாச்சி காலு

5. காட்டில் மழையாச்சி கழனி வுலர்ந்து போச்சி
கலப்பை தாத்துகோலை யிரப்பிற் சொருகலாச்சி
. . . விதைகளெல்லாம் பொரியாய்பறந்துபோச்சி
பிள்ளைக்குட்டிகளெல்லாம் கஞ்சிக்கலையலாச்சி

மண்மாரியாச்சி நாட்டுப்புறங்களெல்லாம்
கண்மாரியாச்சி

6. இருந்தவிரைகளெல்லாம் யேனோவிரைத்தோமென்று
இரவும் பகலும் முறையிட்டிருக்கும்போது
எடுஎடுவாயிதா பிடிபிடிஆளென்று
ஏழெட்டுபேராக வீட்டைவளைத்துக்கொண்டு

ஜப்திகளாச்சு ஆடுமாடுகளெல்லாம்
ஏலமாய்போச்சு

7. வீட்டுவரிவந்து வாசக்கால் தூக்குது
வியாபாரவரிவந்து சாமானைவளைக்குது
குப்பைவரிவந்து குடிசையைப்பிடுங்குது
கொளுத்தும்விளக்குவரி கழுத்தைப்பிடிக்குது

வேடிக்கையாச்சி தட்டுமுட்டுகளெல்லாம்
வியாபாரமாச்சி

8. களிதின்றுபிழைக்கவும் கேழ்வரகுமுறைக்குது
கம்புசோளங்கூட வம்புகள்செய்யுது
கூலிக்குபோனாலும் லஞ்சங்கள்கேட்குது
கொடுத்தாலும் நாலாநாள் அடித்துத்துறத்துது காலு

9. சீமைசீட்டிகளெல்லாம் சிரிப்பாய்சிரித்துபோச்சி
சமுசாரிதாசியும் வேஷம்ஒன்றாய்போச்சி
பெருமையாய்பிழைத்தவர் பிழைப்புக்குமிழுப்பாச்சி
பொய்சாட்சிசொல்வோர்க்குக் கைமேற்காசியாச்சி

கடைகெட்டுப்போச்சி சர்வகுலங்களும்
நடைதப்பிபோச்சி

10. அந்தணர்குலத்துடன் ஆசாரம்போச்சுது
அவரவர்சாஸ்திரம் பரணைமேற்தூங்குது
பணமென்றாற்பிணங்கூட வாய்கொஞ்சந்திறக்குது
பாசுபண்ணவர் பேச்சி வேலைக்குத்தொங்குது கால

11. தாயொப்பிவந்தாலும் சேயன்புணரலாச்சி
தம்பிதமயன்பெண்டை தெம்பாயிழுக்கலாச்சி
நாய்போலேவிலைமாதர் யெங்கும்பெருத்துப்போச்சி
நாயகனொப்பியே கூட்டிப்பிழைக்கலாச்சு

சுனைகெட்டுப்போச்சி பணமேபெருமையாக
ஜாதிகள்போச்சி

12. பலத்தவுத்தியோகமதைப் பார்க்கமனைவியாச்சு
படுத்துயிருக்கும்போது அடுத்துப்புணரலாச்சி
கலங்கிவேசியரெல்லாம் கண்ணீர்சொரியலாச்சி
கட்டினமனைவியை விட்டுப்பிழைக்கலாச்சி

வழிகெட்டுப்போச்சி தகப்பன்பிள்ளையுங்கூட
வழக்காடலாச்சி

13. பூமியிற்பிழைப்பற்று காவியுடுத்தலாச்சி
பூர்ணமாய்கெஞ்சாதம் அடித்துமயங்கலாச்சி
சாமியென்றவருக்கும் பேர்கள் நிகளமாச்சி
சாம்பலைபூசவுந் தெரியாதவற்குசீச்சீ கால

14. கடுகடுத்துப்பெற்றத் தாயையுதைக்கலாச்சி
கட்டினமனைவிசொல் தட்டாதிருக்கலாச்சி
கொடுத்தகடனைக்கேட்டால் கோர்ட்டைகாட்டலாச்சி
கொஞ்சமேமாந்தாக்கால் பஞ்சாயடிக்கலாச்சி

அஞ்சாமல்போச்சி பெரியோர்சிறியோரென்ற
அளவெல்லாம்போச்சி

15. அறுத்தமுண்டைகள்பிள்ளை பெற்றுவளர்க்கலாச்சி
அப்பனேமாந்தாக்கால் தாயைபுணரலாச்சி
திருட்டுப்பிள்ளைபெற்று முறித்துயெறியலாச்சு
தெய்வத்தைநினைப்பவர் லட்சத்தொருவராச்சி கால

16. கட்டிக்கொடுக்குமுன்னே கள்ளக்குட்டிகளாச்சி
கட்டினமூன்றாநாள் பெற்றுமுறிக்கலாச்சி
மட்டிமுண்டைகளாலே மானங்கெட்டுப்போச்சி
மாதாபிதாபேச்சி தலையைகுனியலாச்சி

அதிகமாய்போச்சி குடிசட்டிமுண்டைகள்
அணியணியாச்சி

128 □ ஆ. இரா. வேங்கடாசலபதி

17. பெண்டுகள்வியாபாரஞ் செய்துபிழைக்கலாச்சி
புருஷன்வெளுக்கக்கட்டி பினத்தித்திரியலாச்சி
சண்டைசாடிக்கெல்லாம் பணத்தயிரைக்கலாச்சி
சாமிக்குக்கொடுப்பவர் தரணியில்மருந்தாச்சி காலா

18. பஞ்சாங்கப்படிப்பெல்லாம் பஞ்சாய்ப்பறந்துபோச்சி
பறைச்சிக்குப்பணந்தந்து சிறப்பாய்நடக்கலாச்சி
அஞ்சாமற்பரசோற்றில் அந்தணர்விழலாச்சி
அவர்மனைவியெல்லாம் அழுதுபுலம்பலாச்சி

குலங்கெட்டுப்போச்சி அந்தணராலேயே
குடிகெட்டுப்போச்சி

19. துரைக்குப்பிறந்தவன்போல் டோப்பிசட்டைகளாச்சி
ஜோடும்செருப்பும்போச்சி பூட்சுதூக்கலாச்சி
அடுப்பங்கரையில்கூட இங்கிலீஷ்பேசலாச்சி
ஐயமார்குடிக்கவே அடிக்கொருகடையாச்சி காலா

20. துரைகளெல்லாங் காவியுடுத்தலாச்சி
தமிழரெல்லாம் சட்டைமாட்டலாச்சி
காலந்தலைகீழாச்சி கருப்புங்குடியாய்போச்சி
கண்டவிடங்களெல்லாம் பைபிலிரைச்சலாச்சி

வேதங்கள்போச்சி கிறிஸ்தவர்கூச்சலே
வேடிக்கையாச்சி

21. கோயில்குளங்கெல்லாம் குட்டிச்சுவராய்போச்சி
குடியரதிகமாச்சி கடைகள் பெருத்துப்போச்சி
கிராமதேவிகளெல்லாங் கடையாய்ப்பறந்துபோச்சி
கண்டவிடத்தில்வாந்தி பேதியதிகமாச்சி காலா

22. கலியுகநடத்தைக்கு கடவுளுஞ்சிறிக்குது
காலத்திற்கேற்றாற்போல் மாரிகள்வருகுது
குளிருகாச்சலிற்பாதி கூண்டோடேசாய்க்குது
குந்தியிருந்தபேரை வாந்தியில்மடக்குது

பேதியிற்பாதி இப்படிமடிந்தாலும்
துள்ளுதேகூவி

23. இன்றைக்கிருந்தவர் நாளைக்கில்லையென்று
யார்க்குந்தெரியுமிந்த வூர்க்குந்தெரியுமிது
ஏனோகருவங்கொண்டு வீணாகமடியுது
எண்ணிப்பார்த்தால்தினம் ஆயிரஞ்சாவுது காலா

முச்சந்தி இலக்கியம் □ 129

24. பணங்கைவருதென்று பொய்சாட்சிசொல்லாதே
பரதேசியேழைமேற் புலிபோலதுள்ளாதே
முழுவேஷம்போட்டுநீ மோசங்கள் செய்யாதே
மூச்சிவெளியே போனால் சீச்சீபிணமாச்சே

கெருவங்கொள்ளாதே நிலையில்லா கழுதை நீ
கெட்டுப்போகாதே

25. ஊற்றையுடலைநம்பி ஒதிபோலநிகளாதே
ஊரை பகைத்துக்கொண்டு வேறுடன்மாளாதே
காற்றைமலைத்துக்கொண்டு கருமங்கள்தேடாதே
கலியுகச்சிந்தைநீ பழுதாகச்சொல்லாதே கால

கும்மி

1. அண்ணனுக்குத் தம்பி துரோகஞ்செய்யுங்காலம், அப்பனைப் பிள்ளை யுதைக்குங்காலம், பண்ணினநன்றி மரக்கும் காலம்பழி, பாபத்துக்கஞ்சா கலிகாலம்.
2. புருஷனைப் பெண்டீருதைக்குங்காலம் பெற்ற, பெண்ணைத் தகப்பன் புணருங்காலம், தருமநெறியை மரக்குங்காலம் கெட்ட தருதலைக்கேற்ற கலிகாலம்.
3. தங்கையை அண்ணன் புணருங்காலம் ஐயா, தாயைப்பொலிந்து மடியுங்காலம், மங்கைக்குமஞ்ச ளரைக்கும் காலம் ஐயா, மானமில்லாத கலிகாலம்.
4. கொண்டபுருஷனைத் திட்டுங்காலம் இவள் கூலிகொடுத்து புணருங்காலம், முண்டைகள்பிள்ளை பெருகுங்காலம் ஐயா மோசத்துக்குக்கஞ்சா கலிகாலம்.
5. கட்டினமாது அலையுங்காலமிவன் காவியுடுத்தித் திரியுங்காலம், புட்டிபுட்டியாய்க் குடிக்குங்காலம் ஐயா புளுகருக்கேற்ற கலிகாலம்.
6. பீயேயும்பீயெல்லும் படித்துவிட்டு ஐயா பிழைக்க ஜீவனமில்லாமல், கையேந்திப்பூரிகள் வாங்கிப்பிழைக்கிறார் கலியுகக்கால மிதுவல்லவோ.
7. விக்கிரமாதித்தன் நாளையிலுந்தர்ம வேதநெறிகளின் காத்திலும், அக்கிரமமிப்படி கேட்டதில்லையோ அந்தணன் வுத்தியோகஞ் செய்ததில்லை.
8. சொந்தப்புருஷனைத் திட்டுங்கால மிவள் சொல்லாமற்றாய் வீடு போகுங்காலம், கணவன் மனைவியை யழைக்கவந்தாலவனைக் கண்டபடியாக திட்டுங்காலம்.
9. கள்ளத்தனமாய் புணர்ந்துவிட்டுபிள்ளைபெற்று கண்டவிடத் திலெறிந்துவிட்டு, நல்லசமுசாரி போலேமினுக்கியே, நாட்டைக் கெடுக்குங் கலிகாலம்.

10. புருஷனைப்பெண்சாதி திட்டுங்காலமையா புருஷன் தலையைக் குனியுங்காலம், கணவனைச்சாட்சியாய் வைத்துக்கொண்டுயிவள் கருத்தைப்போலே நடக்குங்காலம்.

11. சொந்தபெண்சாதிக்குப் பயந்துவிட்டுயிவன் சொல்லாமலேறெயி லேறுங்காலம், போனாலும்போகிறா னென்றுசொல்லி பிள்ளை பெற்றுவளர்க்குங் கலிகாலம்.

12. பொய்யானபத்திர மெழுதுங்காலம் சாக்ஷி பூட்டியே கோர்ட்டில் கெலிக்குங்காலம், தெய்வப் பொருளைத் திருடுங்காலமிது தீவினைக்கஞ்சா கலிகாலம்.

13. அருமையறியா முரட்டுக்காலமிது கர்மியைப்போற்றுந் திருட்டுக்காலம், சிறுவன் சொல்லிய வாக்கியப்படியே சோதித்துப்பார் கலிகாலகுணம்.

நொண்டிச் சிந்து

ஆறுமாதக்கடன்காரர் அவருக்கு அண்ணனென்று வுரைக்கலாம் மாறுபாடிகள், தாறுமாறுக்காயலார்கள் ஊரெங்கும் தானாய் வலியவந்து கடன்கொடுத்து, பத்துக்கு அஞ்சுவட்டியாம் அந்த பத்திர மெழுதுங்கூலி யதுவேரேயாம், தருமத்தின் காசிவேரேயாம் .... தந்திரமாயேழைகள் வாயிலடித்து, தட்டு மட்டு தவலை சொம்பு சட்டி முதல் தந்ததெல்லாம் வந்தமட்டும் வலித்துக்கொண்டு, மேலாரு கணக்குரைப்பார் கணக்கிலே வாங்கிவெகுநாளைப்போல் எழுதிடுவார், பணத்தைக்கொடுத்தனுப்புவார் வாங்கியவன் பாதி வழிபோகுமுன்னே சம்மனெடுப்பார்.

இப்படியிவர்களழுவாம் நாட்டுகளில் ஈட்டிக்காரர் கோறாமை கேட்கபயமாம், சைதாப்பேட்டை துண்டுகளையும் வைகுண்ட சல்லாப்போல் கந்தைகளை வாரிக்கொண்டு, வலைபோல் புடவைகளையும் கவைக்குதவா டாமேஜி துண்டுதுண்டாய் கிழித்துக்கொண்டு, செம்மண்ணுப்பவுடர்களும் நல்ல சேருபோலே கரைத்துத் தோய்த்துக் கொண்டு, கஞ்சியிலேபோட்டுப்பிழிந்து கந்தைகளை கருவாடுபோலுலர்த்தி மடித்துக்கொண்டு, நாட்டுப்புரங்காடுமேடெல்லாம் கும்பலாய் நாலைந்துபேராக நுழைந்திடுவார், நெல்லூரு வேஷ்டிக ளென்பார் நூலெல்லாம் நேராக சீமைசாயம் போகாதென்பார், மதுரைப் புடவை களென்பார், இது மாட்டுத் தோலைப் போலிருக்கும் கிழியாதென்பார், கடனுக்குத் தருவோமென்பார் நித்தியம் காலணா விழுக்காடு கொடுங்களென்பார், தெரியாமற்கடனெடுத்தால் தெரு வாசற்படியில் படுத்து காறிமுழிவார், கொடுத்தகடனைக் கேட்பார் அவர்குந்தின இடத்தைவிட்டு அசையமாட்டார், சூனியங்கள் வைப்போமென்பார் ஆடுமாடு சுருண்டிடும் ஏவலிதோ செய்குரோ மென்பார் தந்தினம் தனதனனம்.

கடன் பத்திரம்

உலகமறியாதவூ ஒருவருங்காணாதமீ ஒருநாளுமில்லாத தேதியில் வூரில்லா வூரிலிருக்கும் தலைகாய்ந்த தாண்டவராய முதலியார் குமாரன் சனியன்பிடித்த சாம்பசதாசிவ முதலியாருக்கு சரிப்படாத ஊரிலிருக்கும் பித்தம்பிடித்த பேயாண்டிசெட்டியார் குமாரன் பேரில்லாதவன் பிரட்டியெழுதிக்கொடுத்த குதுவையில்லாத கடன்பத்திரமாவ தென்னவென்றால், இப்பவும் என்னுடைய வீட்டிற்கு கிழக்கு அவனுடைய வீட்டிற்கு மேற்கு அவளுடைய வீட்டிற்கு வடக்கு இவளுடைய வீட்டிற்கு தெற்கு இந்த நாற்பங்கெல்லைக்குட்பட நிச்சயித்து சென்னப்பட்டணம் சிலாமணிராசி கும்பினி ரூபாய் 500 இந்தரூபாய் ஐந்நூருக்கு மாதம் 1–க்கு ரூபா 100–க்கு வட்டி ரூபா 1 ஆக ஏறினவட்டியும்முதலும் தாங்கள் வேண்டாதபோதுநான் கொடுக்காமற் போகக்கடவேனாகவும். ஒரு சமயம் அப்படிக்குக் கொடுக்கும்படிக்கு அப்பியந்தப்பட்டால் தாங்கள் எந்த கோர்ட்டி லாவது போட்டு கோர்ட்டுக்கு செலவில்லாமல் அசல் பூஜியமாய் போகக்கடவீறாகவும், இந்தப்படிக்கு என்னுடைய மனோராஜியிற் சம்மதித்து எழுதிக்கொடுத்த குதுவையில்சாத கடன்பத்திரம்.

இதற்குச்சாக்ஷி இவனோஅவனோ எழுதினவனெவனோ கையெழுத்து

கலிகாலக்கண்ணாடி

1. தகப்பனுக்கும்மகனுழவு பழக்குங்காலம்
தமயனுக்குத் தம்பிபுத்தி சொல்லுங்காலம்
குருக்களிருந்தாசனத்தி லிருங்குங்காலம்
கொடுத்தகடன்கேட்பவரை யுதைக்குங்காலம்
வலக்கைபிடித்தரசானி சுற்றிவந்த
மாப்பிள்ளைமருந்திட்டுக் கொல்லுங்காலம்
கணக்கருக்கு அடிவழக்கு பேசுங்காலம்
கலிகாலமாமிந்தக் காலந்தானே

2. வாய்வேகமாகரெயில் ஓடுங்காலம்
வாய்பேச்சுத்திவழி பேசுங்காலம்
தாய்பேச்சுபிள்ளைகட்கு விஷமாங்காலம்
தன்மனைவிமனதின்போல் நடக்குங்காலம்
நாய்போலே விலைமாதர் பெருத்தகாலம்
நம்பினோமென்றவரைக் கெடுக்குங்காலம்
காதலெனும்மனையாளை வணங்குங்காலம்
கலிகாலமாமிந்தக் காலந்தானே

3. முண்டச்சிகள்சந்துசந்தாய்   திரியுங்காலம்
   முலைகாட்டிமூசுண்டை   பரிக்குங்காலம்
   தங்கைதனை தமையன்பெண்   டாளுங்காலம்
   தமையன்பெண்டை தம்பிசிறை   யெடுங்குங்காலம்
   பருவப்பெண் திண்ணைமேல்   வுட்காருங்காலம்
   பரிகாசவார்த்தைதனைப்   பேசுங்காலம்
   கருவழிக்கமருந்திட்டுக்   கொல்லுங்காலம்
           கலிகாலமாமிந்தக் காலந்தானே

4. மாமனையேமருமகளும்   புணருங்காலம்
   மாமியார்மருமகனை   மருவுங்காலம்
   பெத்தவளும்பிள்ளைதனைச்   சேருங்காலம்
   பெற்றவளுந்தகப்பனையே   பிணையுங்காலம்
   தன்மனைவிதிலோர்தமைபோ   லிருக்குங்காலம்
   தடியர்களும்சந்துசந்தாய்   திரியுங்காலம்
   காமமெனும்கருங்கடலில்   மூழ்குங்காலம்
           கலிகாலமாமிந்தக் காலந்தானே

5. சங்கையற்று திண்ணைமேல்   வுட்காருங்காலம்
   சமுசாரிஎன்றபேர்   நீளுங்காலம்
   கொங்கைதனைக்காட்டியே   அழைக்குங்காலம்
   கொழுந்தனுடன்ஆசைவைத்துப்   பேசுங்காலம்
   பாட்டிகளை பேரன்பெண்   டாளுங்காலம்
   பாலகனைபெற்றுதா   லாட்டுங்காலம்
           கலிகாலமாமிந்தக் காலந்தானே

6. பிள்ளைபெற்று ஆற்றோரம்   போடலாச்சு
   புருஷனடித்தால்விரையைப்   பிடிக்கலாச்சு
   கணவனையேமத்தாலே   அடிக்கலாச்சு
   களிப்புடனே தாய்வீடு   சேரலாச்சு
   பெண்ணவளுந்தாய்வீடு   போகலாச்சு
   பெற்றவருங்கூட்டியே   கொடுக்கலாச்சு
   களிப்புடன்கூட்டியே   பிழைக்கலாச்சு
           கலிகாலமாமிந்தக் காலந்தானே

7. அவுசாரிவுலகத்தில்   அநேகமாச்சு
   அன்னநடைதாசிகட்கு   அமைப்பும் போச்சு
   புவிமீதில்கவிவாணர்   பிழைப்பும்போச்சு
   புத்தியில்லாமடையருக்கே   காலமாச்சு
   பருவப்பெண்பாட்டுகளும்   பாடலாச்சு
   பழுத்தகிழமாப்பிள்ளையை   புணரலாச்சு
   கருத்தரியாபுலவர்களும்   பெருக்கலாச்சு
           கலிகாலமாமிந்தக் காலந்தானே

8. முண்டைகளும்புருஷனையே   தேடலாச்சு
   முகமினுக்கிகண்டபடி   திரியலாச்சு
   அண்டைவீட்டுமன்னர்களை   கெடுக்கலாச்சு
   அடுத்தவரைஅன்றைக்கே   கொல்லலாச்சு
   கொண்டைக்குமினுக்கெண்ணை   பூசலாச்சு
   கொழுந்தனுக்குபிள்ளைபெற்று   வளர்க்கலாச்சு
   கன்னியர்கள் கண்டவரை   புணரலாச்சு
          கலிகாலமாமிந்தக் காலந்தானே

          கலிகாலக்கண்ணாடி முற்றிற்று.

3

உ
கடவுள் துணை

நங்கைமார் புலம்பும்
நவரத்தின ஒப்பாரி

விருத்தம்

பெண்டுகள் ஒப்பாரி பிரியமாய் பாடுதற்கு
கண்டவர்கள் வாசிக்க கருத்துடனே
அண்டர் முனிவர்கள் அழகாக பாடிவைத்து
சுந்தரமாய் சுப்பிரமணியர் துணை காப்பாமே.

புலம்பல்

1. காசிக்கிபோனதுண்டு என்ராஜாவேமந்திரியே
கைவிளக்கு தொட்டதுண்டு அந்த
கைவிளக்கு தொட்டதோஷம்
என்கணவனுக்குப் பட்டதம்மா

2. மதுரைக்குபோனதுண்டு என்ராஜாவேமந்திரியே
மணிவிளக்கை தொட்டதுண்டு அந்த
மணிவிளக்கை தொட்டதோஷம்
என்மன்னனுக்கு பட்டதம்மா

3. காசிவிசிரிவரும் பெத்தாளே அம்மாடி
கைலங்கிரி தீர்த்தம்வரும் அந்த
காசிராஜன் பெற்றபெண்ணு
இங்கு கண்கலங்கி நிற்குரேனே

4. கட்டிலரிசிவரும் பெத்தாளே அம்மாடி
தங்கமெலாம்பூசிவரும் தட்டுவரநேரஞ்சென்றால்
தணிவிளக்கு யேத்திடுங்கோ

5. தொண்ணூருபூவெடுத்துபெத்தாரே அப்பாவே
தொளசிமடம் கட்டிவைத்தேன் இந்த
தொளசிமடம் கார்க்காமல்
துக்கமடம் கார்க்கபோனாய்

6. ஐன்னூறுபூவெடுத்து பெத்தாரே அப்பாவே
அழகுமடம் கட்டிவைத்தேன் கெட்ட
அழகுமடம் கார்க்காமல்
அவதிமடம் கார்க்கப்போனாய்

7. தங்ககொடைபிடித்து நான்பெற்றசெல்வமே
தாசிவீடுபோயிருந்து அந்த
தாசிக்கழுதபணம் தங்கமடம்கட்டலாமே

8. வெள்ளிகொடைபிடித்து நான்பெற்றசெல்வமே
வேசிவீடு போய்நுழைந்து அன்று
வேசிக்கழுதபணம் வெள்ளிமடம் கட்டலாமே

9. சுத்திமதிலெழுப்பி தேடியராஜாவே
சுந்திரரை காவல் வைத்தீர்
சுத்திமதிலிடிய என்சித்தம் பொருக்கலியே

10. பக்கமதிலெழுப்பி தேடியராஜாவே
பாண்டியனை காவல் வைத்தீர்
பாண்டியன் சொல்லுறது
என்பக்கம் வுருகுதிங்கே

11. சூரியனறியாமல் பெத்தாளே அம்மாடி
ஜொனைக்குள்ளே வைத்திருந்தீர்
சூரியனறியச்சொல்ல சூதுசெய்துபோனீர்களா

12. பக்கமதிலெழுப்பி என்னைபெற்ற அப்பாவே
பகடமரம் தோப்புமாக்கி
பக்கமதிலிடிஞ்சா பங்காளிதாங்குவானா

13. சுத்திமதிலெழுப்பி என்னைபெற்ற அப்பாவே
சுருளுமரம் தோப்புமாக்கி
சுத்துமதிலிடிய என்சித்தப்பன்தாங்குவானா

14. கையால்கணக்கெழுத நான்பெற்றஎன்மகனே
கருந்தமிழுநாவெழுத என்
ராஜாகணக்கெழுத நற்றமிழுநாவெழுத

15. எட்டடிகூடத்திலே நான்பெற்றசெல்வமும்
இருக்கயிடம் கிட்டாமல்
இருளடைந்தகாட்டிலே இனிவிளக்கா நின்றாயா

16. பத்தடிகூடத்திலே நான்பெற்ற என்மகனே
படுக்கஇடம் கிட்டாமல்
பாழடைந்தகாட்டிலே பதிவிளக்காய்நின்றாயா

17. பொங்குமடப்பளியா தேடியராஜாவே
பொனல்போகும் மேல்மாடியா
பொங்கி வெளியில்வந்தால்
என் ஆளனில்லை யென்றுரைப்பார்

18. ஆக்குமடப்பளியா தேடியராஜாவே
அனல்போகு மேல்மாடியா
ஆக்கி வெளியில்வந்தால்
என் ஆளனில்லை யென்றுரைப்பார்

19. மாமரத்துக்கீழிருந்து பெத்தாளே அம்மாடி
மனக்குறையை சொன்னேனானால்
மாங்கா யுதிர்ந்திடுமோ
என்மாமரமும் சாய்ந்திடுமோ

20. மாமரத்துமேலிருக்கும் பெத்தாளே அம்மாடி
மயிலும் திடுக்கிடுமா
பூமரத்துக் கீழிருந்து
என் பெண்குறையை சொன்னேனானால்

21. பூவும்வுதிர்ந்திடுமா பெத்தாளே அம்மாடி
பூமரமும் சாய்திடுமா
பூமரத்துமேலிருக்கும் என்புறாவும்திடுக்கிடுமோ

22. பிஞ்சிபுளியமரம் தேடியராஜாவே
பீலிகட்டி ஏருமரம்
பிஞ்சியில் அறப்பேனென்று
என்புத்தியிலும் தட்டலியே

23. கண்ணுபுளியமரம் தேடியராஜாவே
கருத்துடைய நெல்லிமரம்
கன்னி யறுப்பேனென்று
என் கருத்திலும் தட்டலியே

24. பாம்பைஎதிரேவைத்து பெத்தாளே அம்மாடி
பாலாற்றை முன்னேவைத்து
பாம்பையும் தாண்டுவனா
இந்தபாலாற்றை நீந்துவேனா

25. தேளையெதிரேவைத்து பெத்தாளே அம்மாடி
தேனாற்றை முன்னேவைத்து
தேளையுந்தாண்டுவேனா தேனாற்றை நீந்துவேனா

26. புளியமரம்பிளந்து தேடியராஜாவே
புதுமரக்கால் சொப்பனிட்டேன்
பிடிபிடித்து பொரியிரைக்க
என்புத்திரனே தேடுரேனே

27. அத்திமரம்பிளந்து தேடியராஜாவே
அரைமரக்கால் சொப்பனிட்டேன்
அள்ளி பொரியிரைக்க
என் அருங்குழந்தை காணலியே

28. கல்லுமேல் கத்தாழம் என்னைபெற்றஅப்பாவே
கள்ளரெல்லாம் என்பிறப்பு
கள்ளருக்கு வந்தவங்கோ
பாழ்கையால் மதிக்கலியே

29. வேலிமேல் கத்தாழம் என்னைபெற்றஅப்பாவே
வேடரெல்லாம் என்பிறப்பு
வேடருக்கு வந்தவங்கோ
பாழ்விரலால் மதிக்கலியே

30. காட்டிலிருக்கும்வண்டு பெத்தாளேஅம்மாடி
கழுகுதின்னும் வேடனம்மா
கானகத்தார் பார்த்தல்லவோ
என்கணவனென்று தேடிவைத்தார்

31. புத்திலிருக்கும்வண்டு பெத்தாளே அம்மாடி
புழுகுதின்னும் வேடனம்மா
பூலோகத்தார் பார்த்தல்லவோ
புருஷனென்று தேடிவைத்தார்

32. கல்லுமேல்கல்லடுக்கி பெத்தாளே அம்மாடி
கைலங்கிரி போனாலும்
கல்லும்சரக்கிடுமாம் தேவர்கைலங்கிரிகிட்டலியே

33. ஏணிமேல்ஏணிகட்டி பெத்தாளே அம்மாடி
எமலோகம் போனாலும்
ஏணிசரக்கிடுமாம் அந்த எமலோகம்கிட்டலியே

34. பூவும்மருக்கொழுந்து பெத்தாளே அம்மாடி
பொழுதோடுங் கண்ணுறங்கும்
பொற்கொடியாள் கண்ணுறங்க
பொழுதுநல்ல சாயலியே

35. தெற்கேசமுத்திரமாம் என்னைபெற்றஅப்பாவே
தெருதனிலே பால்கிணறாம்
பாற்கிணற்றின் தண்ணிமொள்ள
என் பாலகனே தேடுறேனே

36. வடக்கேசமுத்திரமாம் பெத்தாளே அம்மாடி
வாசலிலே பால்கிணறாம்
பால்கிணற்றில் தண்ணிமொள்ள
என்பாலகனே தேடுறேனே

37. பச்சமஞ்சள் வெட்டியல்லோ
என்னை பெத்த அப்பாவே
பவளமஞ்சள் நாருரித்து
பாவிகுளிக்குந் துரை கெட்டபாசிபடர்ந்துதங்கே

38. ஆத்திலேவாழைவெட்டி பெத்தாளே அம்மாடி
அடிவாழை நாருரித்து
கட்டிவரும்பூமாலை என்கட்டிலுக்குப்பூவாகும்

39. குளத்திளேவாழைவெட்டி பெத்தாளே அம்மாடி
கொடிவாழை நாருரித்து
கொண்டுவரும் பூமாலை
இந்தகொடும்பாவிக்கு மாலையாகும்

40. ஆத்தங்கரைஓரத்திலே பெத்தாளே அம்மாடி
அன்னம்போல் குந்திருந்தீர்
அன்னமென்று பார்க்காமல்
ஏமன் அம்புபோட்டுசுட்டானா

41. குளத்துக்கரையோரத்தில் பெத்தாளே அம்மாடி
குயில்போல குந்திருந்தீர்
குயிலென்று பார்க்காமல்
வுனைகுண்டுபோட்டு சுட்டானா

42. தாலியிலைபரித்து என்னைபெற்றஅப்பாவே
தலைமுழுக போனேரத்தே
தாலியிலை பொல்லாது
என் தலையிலெண்ணை போகலியே

43. ஒத்தக்கல்மேடையம்மா என்னைபெத்த அம்மாடி
ஓதியமரம்சாலையம்மா நான்
ஒருபெண்ணு நின்னழுவ
இந்தஉலகமெலாந் தானழுகும்

44. ரெட்டைக்கல் மேடையம்மா
என்னைபெத்த அம்மாடி
ரயில்போகும் பாதையம்மா
ராணிமகள் நின்னழுவ இந்தராஜாங்கம் தானழுகும்

45. பச்சைக்கல்மேடையம்மா என்னைபெத்தஅம்மாடி
பழவக்கொடிசாலையம்மா இந்த
பாவிமகள் நின்னழுவே
இந்தபட்டணமும் தானழுகும்

46. மதுரையிலேகூடாரம் என்னைபெத்தஅப்பாவே
மல்லியப்பூ வியாபாரம் நான்
அங்கேவருவேனானால் மரத்துக்கொருகாவலானார்

47. செஞ்சியிலேகூடாரம் என்னைபெத்தஅப்பாவே
செண்பகப்பூ வியாபாரம்
சீதைவருவேனானால் செடிக்கொருகாவலானார்

48. சந்திரனறியாமல் என்னைபெத்த அம்மாடி
சமுத்திரத்தில் வைத்திருந்தீர்
சந்திரனரியச்சொல்ல சதிசெய்துபோனீர்களா

49. தலையவலிக்குது என்தங்கொடம்புநோகுது
என்புரவி தான்இருந்தால்
இண்ணைக்கி டக்குவண்டிகட்டிடுவார்
தரையும்கிடுகிடென்னும் தருமலோகம்தத்தளிக்கும்

50. புருவம்வலிக்குது என்பொன்னுடம்புநோகுது
என்புரவி தான்இருந்தால்
இண்ணைக்கி பொட்டிவண்டிகட்டிடுவார்
பூமிகிடுகிடென்னும் பூலோகம்தத்தளிக்கும்

51. கட்டோடவெத்திலை காம்பழுவிபோனாலும்
கட்டவிழ்த்துநீர்தெளிக்கோ என்புரவிகண்ணாளா
கருத்துடையா ரிங்கேயில்லை

52. சுருளோடவெத்திலை சோங்கிகிடந்தாலும்
எண்புரவிகண்ணாளா சுருளவித்துநீர்தெளிக்கோ
சுந்திரர்கள் இங்கேயில்லை

53. காசிவிசிரிவரும் கையிலாசம்தீர்த்தம்வரும்
காசளக்கும்மன்னரண்டை என்ராஜாவேமந்திரியே
கலந்துபேசும் எக்காலம்

54. வடகத்திசாமந்தி என்ராஜாவேமந்திரியே
வாசலிலேவித்தாலும் வரதரதுண்ணபாவி
என்ராஜாவேமந்திரியே நான்வாங்கபயந்தேனே

55. தெற்கத்திசாமந்தி என்ராஜாவேமந்திரியே
தெருவிலேவித்தாலும் தேவர துண்ணபாவி
என்ராஜாவேமந்திரியே நான்தீண்டபயந்தேனே

56. பொன்னு புளியங்கொட்டை
பூபோட்ட பள்ளாங்குழி
நான்பொருந்தி விளையாடையிலே
புண்ணியரைத் தோத்துவிட்டேன்

57. தங்கபுளியங்கொட்டை என்ராஜாவேமந்திரியே
தாழம்பூபள்ளாங்குழி நான்தங்கிவிளையாடையிலே
என்ராஜாவே மந்திரியே
நான்தருமரையும் தோத்துவிட்டேன்

58. அல்லிக்கும்தாமரைக்கும் என்னபெத்த அம்மாடி
அஞ்சுலட்சம்சேனையுண்டு ஆகாசதாமரைக்கு
என்னபெத்த அம்மாடி
எனக்கு அண்ணனில்லை தம்பி இல்லை

59. கொட்டிக்கும் தாமரைக்கும்
கோடிலட்சம் சேனையுண்டு
இந்தஅரும்பாவி சண்டாளிக்கு
எனக்குஅண்ணனில்லை தம்பி இல்லை

60. வண்டோங்கிகூண்டுகட்டும் என்னபெத்தஅம்மா
வர்ணபுறா முட்டையிடும்
நான் வண்டை யழைப்பேனா
நீபெத்தசெல்வி நான் வனத்தில் புலம்புறேனே

நங்கைமார் புலம்பும் நவரத்தின ஒப்பாரி
முதற்பாகம் முற்றிற்று.

4

உ
கடவுள் துணை

**நெல்லுகுத்துகிற பதமும்
இராயபுரம் ரெயில்வே ஸ்டேஷன் கும்மியும்
நாத்தினார் வாயாடியென்று வழங்கும்
திருமணக் கண்காட்சி ஓடமும்
அடங்கியிருக்கின்றன**

சென்னை திருவொற்றியூர்
ஸ்ரீ ராமாநுஜம் அச்சுக்கூடத்தில்
பதிப்பிக்கப்பெற்றது
1925

ரெயில்வே ஸ்டேஷன்
கடக்கால் கும்மி

வெண்பா

புகைபூண்டுயோடும் புகைவண்டிகும்மி
வகையுடனே யான்பாட வரமருளும் — தேசந்தன்னிலே
அதிசக்தி பாலகனே அன்புடனே யென்னாவில்
நீதியுடனே காத்தருளும் நின்று

நன்னே நன்னாநானே நன்னா
நன்னா நானேநானே நன்னேநன்னாநானே

சென்னப் பட்டணமெனுங் கெடிஸ்தலத்தில்
தன்னாலேறயில்போட றாயபுரத்தில் *(நன்)*

ராயபுரத்தில் ரயில் ரோட்டுபோட
நவாப்புகெவுனர் செனல் மேஜருங்கூட *(நன்)*

கர்னல் துரைசிப்பாயி துருப்புதானே
சேர்ந்தார் போலீசுதுரை சேவகனுடனே   (நன்)

வேட்டுவர் போட்டார்கள் யிருபத்தொண்ணு
பட்டாளம் துருப்பு ரயில்செய்தார் நிண்ணு   (நன்)

சிறந்தயிஞ்சினீரோடி கொடி பிடிக்க
இருந்தயிஞ்சினீர் நிலம் அளந்தார் நெடுக்க   (நன்)

மண்ணை பொன் மண்வெட்டியால் நவாப்புவெட்ட
மண்ணையேந்தி கெவுனர் சுமந்து கொட்ட   (நன்)

நவாப்புகையால் முகூர்த்தம் செய்துவிட்டபின்
அப்போது சாதுரியமாக வேலைக்காரர்கள்   (நன்)

சட்டமாய் நிலத்தில் மரம் பரப்பிவைத்து
திட்டமாய் யிரும்புச் சட்டம் சாயாமல்வைத்து   (நன்)

புகைவண்டி கிரிசையோ டாருசக்கரம்
வகையுடன் பின் வண்டிக்கி நாலுசக்கரம்   (நன்)

வண்டியின்மேல் அனல்போட ஆனையைப்போல்
ஒண்டிகுழைபோக வைத்ததின் மேலே   (நன்)

தொட்டி வைத்து தண்ணிரொப்பி அனல்மூட்டி
பொட்டி வண்டி சாமான்வண்டி பின்னாலேபூட்டி   (நன்)

புகைபோட்டுச் சாவிக்கொண்டு ஆள்முடுக்க
திகைத்திடும்படி சத்தம் கீச்சென்றெடுக்க   (நன்)

போடுது பாரயில் போகுதுபார்
வேகமாய் புகைந்து சீரியே போகுதுபார்   (நன்)

அங்கங்கே ஸ்டேஷன்தோறும் வண்டிநிறுத்தி
தங்கிய கனசாமானை வண்டியிலேற்றி   (நன்)

ராயபுரத்தில் ரயில் புறப்பட்டது
ஓயாமல் மேல் சமுத்திரம் சேர்ந்துவிட்டது   (நன்)

மகிழ்நாதர் சாப் றயில் வேகத்தைப் பாரடி
புகலவே கேளுங்கள் யாவருங்கூடி   (நன்)

இராயபுரம் ரெயில்வே ஸ்டேஷன்
கடக்கால் – கும்மி முற்றிற்று

முச்சந்தி இலக்கியம் ◻ 143

5

உ

கடவுள் துணை

கொசுப்பதம்,
நெற்குத்துப் பதம்
மூக்குத்தூள் புகழ்ப்பதம் ஷை இகழ்பதம்
காவேரியம்மன் கும்மிப்பாடலும்
அடங்கியிருக்கின்றன

சென்னை – சூளை
பு. முனிசாமி நாயுடு அவர்களது
சங்கநிதி விளக்க அச்சுக்கூடத்திற்
பதிப்பிக்கப்பட்டது
1926

கொசுப்பதம்

பல்லவி

துள்ளத் துள்ளக் கடியாதே சொன்னேன்
சொட்டைத் தலைக் கொசுவே

அநுபல்லவி

கள்ளப்பயலுக்குப் பிறந்த கொசுவே
காதுக்குள்ளே வந்து கயகயயென்கிறாய்
கொள்ளிக்கட்டை கொண்டு சுட்டுப் பொசிக்கிறேன்
கும்பிடுபோட்டுக்கொண் டோடிப்பிழைத்துப்போ

சரணங்கள்

ஆட்டுத் தோழங்களு மாட்டுத்தோழங்க ளனேக முண்டங்கே நீவோடு நல்ல ஆக்கமில்லா மனைதோறும் பெருஞ்சல தாரைக் குள்ளே யுங்களநாடு – நல்ல – ஓட்டைப் பழைமாடம் பாழுங் கிணருகள் உங்கள் மனையரை வீடு – நல்ல – ஆற்றங்கரைகளும்

144 ☐ ஆ. இரா. வேங்கடாசலபதி

ஊற்றங்கரைகளுமுண்டங்கே போய் விளையாடு – வாட்டமில்லா மல் சுக சரீரமுள்ள மன்னருடம் பெல்லாஞ் சொன்னீரொழுகவே கூட்டங் கூட்டங்கூடி கடிக்கிறீருங்கள் கொட்டென்ற புத்தியை விட்டுவிடச் சொன்னேன். (து)

திங்கள் செவ்வாய் புதண் வந்து கடித்தாலுஞ் சிரசுக்காக்கினை வருமே நம்மைத் – தேடிக்குருவென்னும் வியாழத்திற் கடித்தால் சீயென்றால் – போவாயுன் பெருமை சங்கையுடன் வெள்ளி சனியிற் கடித்தால் தப்பிப் பிழைப்பது அருமை – நம்மைத் தானாதிவாரத்தில் வந்து கடித்தாலுன் சடலம் பிழைப்பதுஞ் சிறுமை நீ அங்கஞ் சிருத்துக் குரும்பி பெருத்து ஆருக்குமாகாத லோபிக் கொசுவே கங்கணங்கட்டிக் கடிக்கிறாய் நீ உன்னைக் கையாற் பிசைந்து கசக்கியெறிகுவேன் (து)

உத்தரவில்லாமல் சென்னைபுரி தனிலூருக்குள்ளே வரலாமோ – உங்கள் – ஒளிவு தெரியாமற் பட்டம் பகல் மட்டும் ஒளித்திருக்கவு மாமோ அத்திரவாள் விழியார்க்கு மெமக்கு மெல்ல மளி பொறுக்கவும் போமோ இழிவானயிசையுங் குணமுமெப்போதும் ஏற்றுக் கொண்டீரின்பமாமோ சித்தங்களித்திடச் சொல்லும் முனிசாமி செய்யும் பதந்தனை மெய்யாகவே கேட்டு நத்திவதே கொசு அத்தனையும் போக நாளையிந்தவழி வாராமலோடிப்போ.

மூக்குத்தூள் புகழ்பதம்

பல்லவி

என்ன யோசனை பார் — இந்தத் தூள்
என்ன யோசனை பார்

அநுபல்லவி

மன்னர் புகழ் திருவல்லிக்கேணிதனிற்
கன்னன் மொழி மாதர் நடக்கும் வீதியில்
உன்னிதமாய் சாமி நாயகன் திண்ணைமேல்
மன்னிய மாயாண்டி யப்பன்விற்குந் தூள் (என்)

சரணங்கள்

க. திட்டமதாகவே புட்டியில்ரொப்பியே
துட்டுக்குத் துட்டெடை விற்கும் பொடியது
சட்டமதாகவே சிட்டி கைக் கொண்டால்
அட்டகணக்கெல்லா மப்போதே தோற்றிடும் (என்)

உ. பாரிலுயர்கின்ற பாய்பார் கண்மெத்தவும்
பட்சமதாகவே நித்யநித்யங்கொள்ளும்
ஊரிலும் பேர்பெற்ற பந்தர்ப்பொடியது
உண்மையாகத் தூக்கமோடிப் போகுந்தானே (என்)

ங. மூக்குத்தூள்கொண்டு சபையினிலுட்கார்ந்தால்
    முன்னும்பின்னு மறியாதவரைக்கூட
    பாக்கு வெற்றிலை லாகாதரிமுகம்
    பந்தர்ப்பொடியது செய்யுஞ்சிநேகிதம்   (என்)

மூக்குத்தூள் இகழ்பதம்

பல்லவி

என்ன கெடுதலைப்பார் பொடியினால்
என்ன கெடுதலைப் பார்

அநுபல்லவி

தன்னாலே சொல்லத் தலைவலிகண்டிடும்
தருணத்தில் மூக்குபொடி யில்லாதே விட்டால்
எண்ணாதுமெண்ணிடு மெங்குமில்லாவிட்டால்
ஏக்கத்து நெஞ்சுபோ லேங்கித் திரியுமே   (என்)

சரணங்கள்

க. மூக்கையடைத்திடும் முன்கோபம் வந்திடும்
    மூளைவரண்டிடும் பீனிசங்கண்டிடும்
    கேட்காத பேரெல்லாங் கேட்டுவாங்கச் சொல்லும்
    கெட்டபாழும்பொடி தொட்ட அபேட்சையால்   (என்)

உ. பத்தியில்லாமலே போட்ட வழக்கத்தால்
    பெரியோர் கையினிற் பொடி வாங்கச் சொல்லுமே
    மற்றுமொருவரை நத்திக் கேட்போமானால்
    வழக்கமில்லையென்றால் மனது புண்ணாகுமே   (என்)

ங. மண்டலந் தன்னிற் புகழ்கின்றபேரெல்லா
    மாதவத்தோர்முனி சாமியின் சொற்படி
    உண்டிந்த வியாதிகள் உள்ளது சொன்னேன்
    உண்மையாகக்கேளு நன்மைசெகத்தோரே   (என்)

6

ஸ்ரீ

ஸ்ரீ ராமஜெயம்

ரங்கநாயகிக்கும் நாச்சியாருக்கும் சம்வாதம்

சென்னை திருவொற்றியூர்
ஸ்ரீ ராமாநுஜம் அச்சுக்கூடத்திற்
பதிப்பிக்கப்பெற்றது.
1925

வெண்பா

திருமாலுறவுமருஞ் செந்திருவு நாச்சியரும்
மருவுசம்வாதம் வழுதுதற்கு — அரியதமிழ்
வேதந்தனையளித்த விமலன் சடகோபன்
பாதந்தனை மனமே பற்று

ரங்கநாயகி சொல்லியது

ஸ்ரீரங்கநாயகுல அரவதானசெயிபட்டி சித்துயுண்டாகா
சகரதருணிஞூசி செயிஜாடகா நீவு ஜகடானிட வஸ்திவோ. 1

நாச்சியார் சொல்லியது

சண்டைக்கு வந்தாயோடி வடுகச்சி தத்துவங்கள்
சொல்லுறாய் மண்டலாதிபதி ஸ்ரீரங்க நாயகரை
மருவிக் கொள்ள வந்தேண்டி 2

ரங்– சொ–து

கூடாது நீ மாடலு அரவதான கொஞ்சதரகனவுநீவு
அஞ்சிதமுகமந்ஹரினி கூடுடமு அரவதில்கலதட்டவே 3

நா– சொ–து

அரவதானினீசேர ரங்கசாமி யென்வீட்டுக்கேன் வந்தாரே
புத்திகெட்டவளே முன்னே நில்லாதே அப்பாலே நீ போடி 4

ரங்– சொ–து

முந்துதே நிலுவலேதே அரவதான முச்சடலாடேவு பச்ச
துருக்கதான பனிசெடி திரிகேவு எச்சுமாடலாடகே 5

நா– சொ–து

தலுக்கச்சி நான்தாண்டி யுன்னைப்போல் துள்ளிவிழுந்தேனோட
துலுக்கர்வீட்டில்வந்து சயனித்த ரங்கரங்கரைத் தள்ளி
விட்டுப்போடி 6

ரங்– சொ–து

ஹரிஹரசேமத்துனே அவுனேஈ அரவதாடினமாடது
அந்தரங்கமந்து சுவாமிதோனே செப்பு ஆக்ஞுசேபிஞ்சுனட்டே 7

நா– சொ–து

அந்தமட்டுக்குமுண்டோடி ரங்கசாமி சொந்தமடி யுனக்கு
பந்தியிலே யென்னோடே கூட்டுறவாய் வந்தாய் கந்தலேநீபோடி 8

ரங்– சொ–து

கந்தலேயந்துவட்டே அரவதான சுந்தரினனு சூசி
இந்திரிலோபலயிட்லா மண்டிதனி யிப்புடதெ லிபிஸ்துனே 9

நா– சொ–து

என்னடி வடுகச்சி நீ என்னுடனே வாதெனக்கசக்கம் பேசுறாய்
வெட்கங்கெட்டவளே என்முன்னே நில்லாதே வேசியே நீ போடி 10

ரங்– சொ–து

வேசியனி செப்பினாவு அரவதான வேஸ்து னாதவ டமீத்தாசி
யனேபேரு பெட்டுகொனி நீவு பரவேதானிகி போவே 11

நா– சொ–து

பரதேச போவண்டி வடுகச்சி வாதென்னயுனக்கு பக்கத்தில்
நீகூட கைகோர்த்து வந்தாலே பரதேசம்போவேண்டி 12

ரங்– சொ–து

பலுமாருநனுக்கி அரவதான பரியாசகமுலேமேதலதெலியக
நீவு தெய்யலாடேவு தகினபுத்திசெப்பேனே 13

நா– சொ–து

புத்தி சொல்லுவதென்னடி வடுகச்சி பொறுக்கக் கூடலையோ
வார்த்தைகளறியாத வடுகச்சி யென்னோடேவாதென்னடியுனக்கு 14

ரங்– சொ–து

வடுகச்சினேவுனே அரவதான வாதுலாட வஸ்துவீ பணத்தி
போநாப்ராணநாத பலமு சூசிபதரிக்கைமு செய்யாக்கே 15

நா– சொ–து

செய்வதென்னடிபோடி வடுகச்சி சேதியறியாயோ தையலே
யுனக்குத் தகாதடி சண்டைக்குத் தாண்டிடுதாண்டிவராதே 16

ரங்– சொ–து

தாண்டிதேனே மாயனே அரவதான தண்டிம்பவச்சிதீவி
மாட்ட மாட்டகுனு மரியாதலேகுண்ட மட்டுமிஞ்சிராகாவே 17

நா– சொ–து

கட்டுமிஞ்சுவதென்னடி வடுகச்சி மன்மதக்கிளியோ நீ திட்ட
மாச்சுதடியதிகப் பிரசங்கமாய்த்திட்டாதே நீ போடி 18

ரங்– சொ–து

திட்டிதேனே மாயனே அரவதான தீருநீசெயிபட்டிதே
வட்டிக் கூத்தலேல கூசேவுநா தோனிவகலாடிபோலே 19

நா– சொ–து

வகையென்ன கண்டாயோடி வடுகச்சி வஞ்சனை எண்ண
வேண்டாம் செகதீசராகிய சக்ரபாணி சுவாமி என்னைக் கூடிச்
சுகித்திருந்தார் 20

ரங்– சொ–து

கூடினகெர்வமட்டே அரவதான கொட்டவச்சிதிவேமே
ஆடரானிமாடலாடேவு நின்னபுடு அந்தி செம்பவேத்துனா 21

நா– சொ–து

முடித்துப் பாரடி நீயென்னை வடுகச்சி யதுமாத்திரம நீ
செய்குவாய் கடுகடுத்துக் கொண்டு கைமிஞ்சி வாராதே
கன்னத்திலடிப்பேண்டி 22

ரங்– சொ–து

கொட்டவா கன்னிபுடு அரவதான கொஞ்சமு எஞ்சகுண்டா
ரட்டுசேசி யிட்லுநன்னுயீடிஸ்திவே ரமணினேவிடுஸ்துனட்டே 23

நா– சொ–து

விடுவதில்லையோடி வடுகச்சி வேண்டாமோடியுனக்கு
அடுக்காத வார்த்தையனேகமாய்ச் சொல்லுறாய் அத்தனை
மதமென்னடி 24

ரங்– சொ–து

மதமனிசெப்பதேமே அரவதான வாதுநிண்ட ஆடேவு சரிய
யினநீக்குனேனந்தயினனெ சவுத்திபாவிஞ்சுகபோவே 25

நா— சொ—து
பாவிஞ்சுவதென்னடி வடுகச்சி பளாநல்லவார்த்தை சொன்னாய்
சேவித்து ரங்கரைத்தேடிக் கூடின நீதி குடியல்லவோ போடி 26

ரங்— சொ—து
திருடியனேதேமே அரவதான சீச்சிநிலபாகண்டிவீ சரியயின
வாரிலேசவித்தி நின்னிப்புடு தலகோரியஞ்சதுனே 27

நா— சொ—து
சொறிகிஞ்சுவதென்னடி வடுகச்சி கொஞ்சத்திலுனை
விட்டேனோ அஞ்சிப்பயந்து தானிருந்தாலே யாச்சுது உன்னாணவ
மடக்குவேன் 28

ரங்— சொ—து
அடக்குவதேலனட்டே அரவதான ஆதிரங்கநாது
நிசமுகமனமுகூடியே ஆடலாடிச்சேரி மனமுண்டோடி 29

நா— சொ—து
ரங்கரைத் கூடியேதானாமிருவரும் பொங்கமதாய்
வாழ்வோம் சங்கையில்லாமலே தங்கையுந் தமக்கையுஞ்
சரியாக வீற்றிருப்போம் 30

தெலுங்கிலுந் தமிழிலும் வெண்பா

ரங்கரிடதேவியர் களிருவருமேயொன்றாகச்
சங்கையின்றி யெப்பொழுதுந் தான்வாழ்ந்தார் மங்களஞ்சேர்
எப்புடுனி நீவுரட்சிஞ்சிக கார்ச்சுடகு
தப்புலேதையா சுவாமி

ரங்கநாயகிக்கும் நாச்சியாருக்கும்
சம்வாதம் முற்றிற்று

7

உ

கடவுள் துணை

விளக்கெண்ணைக்கும்
கிருஸ்னாயிலென்ற மண்ணெண்ணைக்கும்
சண்டையின் கும்மி
நல்லெண்ணெய் சமாதானப்படுத்துதல்

திருச்சினாப்பள்ளி தென்னூர்
ஜெனரல் பஜார் பட்டாளத்துக்கடை வீதி, புஸ்தக வியாபாரம்
திருப்புலியூர் எத்திராஜலு நாயுடு அவர்களால் இயற்றப்பட்டு

திருச்சி புத்தூர், ஷண்முக விலாஸ பிரஸில்
பதிப்பிக்கப்பட்டது
1914

இதன் விலை பைசா 6.

வெண்பா

பேர்பெருகும் விளக்கெண்ணை – பெருமையுள்ள மண்ணெண்ணை
இருவர்களின் சண்டையதெ – எடுத்துரைக்க நேர்மையுடன்
பரமசிவநீன்றக் – கரிமுகத்துக் கணபதியை
கரங்கூப்பி யான்பணியக் காப்பு

நாத நாமக்கீரி ஆதி தாளம்

பல்லவி

சங்கதி பாரீர் விளக்கெண்ணை மண்ணெண்ணை
சண்டையைக் கேளீர்

அநுபல்லவி

மண்ணெண்ணை விளக்கெண்ணை மீறி இருவர் பேசும்
மார்க்கத்தை என் சொல்வேன் மானிலந்தனில் யானும்

சரணங்கள்

விளக்கெண்ணையே பாட்டி	உலகில் சுகந்தானோ (ம)
உரைக்காமலிருக்கின்றாய்	ஏது காரணந்தானோ
பழயவளென்றுன்னை	பார்க்க வந்தேன் யானே
பகரவுங் கூடாதோ	பெரியவர் நீ தானே (சங்க)
மண்ணெண்ணையே கேளும்	எந்தனை நீ பார்த்து (வி)
முழுது யோசிக்காமல்	சொல்வதென்ன பேச்சு
பண்டு நாளில்லாத	புதிதாய் வந்த சிரிக்கி
பரிகாசமாகவே	ஏளிதம் பேசாதே (சங்க)
நிருத்து நிருத்து போதும்	நீ சொன்ன சொல்லையும் (ம)
நிதானித்து வுந்தன் வாயை	அடக்கிபேசு
பெரிய மனுஷியென்று	யோசித்திடலாச்சு
பாவமென்று உன்னை	நெஞ்சிலெண்ணலாச்சு (சங்க)
கூழுக்கு மாங்காய்	தோத்திடுமா சொன்னேன் (வி)
கூறுவது போலும்	ஏளிதம் சொல்வானேன்
கொழுத்தவளே	கெட்ட எடக்குக்காரி துஷ்டி
கெர்வத்தைக் கொள்ளாதே	நாக்கை உள்ளடக்கடி (சங்க)
போதும் போதுங் கிழவி	அடிக்கடி உன் சொல்லை (ம)
பெரிய வயதாகி	புத்தி உனக்கில்லை
முதுகு கூனுமாச்சு	தலையிலுங் கருப்பில்லை
மார்க்கமாய் இப்போது	அதிகமாய் நீ இல்லை (சங்க)
வீணாக பேசாதே	விபரீதம் முடிந்திடும் (வி)
வாலிபத்தின்	மூர்க்கம் காட்டுகிராயடி
வீணாக துள்ளாதே	பன்றி நாயைப்போலும்
உலகத்தில் நீயே	பெருமை அடைந்தோமென்றும் (சங்க)
எந்தனை நீ பார்த்து	பன்றி என்றுரைத்தாயே (ம)
எந்தன் முன்னால் வந்து	சண்டை செய்ய வந்தாயே
வுந்தன் சங்கதி முற்றும்	யாருக்குந் தெரியாதோ
விந்தையதாகவே	செக்கிலாட்டுகின்றார் (சங்க)

பானையில் போட்டு வேவித்து வுந்தனை
புடைத்து இடித்து

வீண் முடுக்காகவே	கைவீசி பேசாதே (வி)
விபரீதமாகவே	வேரே ஒருவரேனும்
வீண் வாது என்னிடம்	கூரிடுவாராயின்
வாங்கிடுவேன் பட்டை	முதுகில் தடித்து போக (சங்க)

எந்த தேசமெங்கும் எந்தெந்த இடத்திலும் (ம)
எந்த அரண்மனை மாடைமேடையிலிருப்பவள் யான்
எந்த திருவிழாவில் வந்து இருப்பவள் யான்
எந்த புகைக்கப்பல் ஸ்டீமர் ரயில் ஜெங்ஷன்

இருப்பவளாச்சே என்னை எதிர்த்து நீ
சொல்வது யேச்சு

அலங்காரமாகிய கூடத்திலிருப்பவள் யான் (ம)
அற்புத பிரகாச ஒளியைத் தருகுபவள் யான்
கோலக் கலியாணத்திற்கும் கியாஸ்லயிட் நானாவேன்
கோமான் சாப்கடை எங்கும் சூரியன் போலாவேன் (சங்க)

அடிபோடி கிழவி உன்னாலென்ன பெருமை
அப்புரம் போடி

கச்சேரிக் கோரட்டில் உன்னை தள்ளிவிட்டார் (ம)
கர்னாட்டகமான கிழவி என்ரொதிக்கிட்டார்
பிச்சைக்காரர் எழியோரும் சீமானும் தள்ளிவிட்டார்
பலவூர் கிராமத்தோரும் உந்தனை வெருத்திட்டார் (சங்க)

சொல்லி வருகின்றேன் நேற்று சிரிக்கியே கேள் (வி)
சொகுசான ஸ்தலங்களில் இருப்பவள் நான்தானே
சொக்கர் மீனாட்சியின் அருகாமையிலிருப்பவள் யான்
சக்தி காமாட்சியை அடுத்தும் யிருப்பவள் யான்

இன்னுஞ் சொல்லவா கேளடி நாரீயே
எந்தனின் பெருமை

பிள்ளையார் கோவிலில் பெருமையாய் யிருப்பவள் யான்
பழனி வடிவேலன் ஆலயமிருப்பவள் யான்
பார்வதியும் சிவன் ஆலயமிருப்பவள் யான்
பாரலந்தமாயன் ஆலயமிருப்பவள் யான்

உலகத்திலிருக்கும் எந்த ஆலயந்தோரும்
அமைத்து யானிருப்பேன்

முந்தி எனை வணங்கிக் கோரியே கொள்வார்கள் (வி)
முரட்டு சிரிக்கி உன்னைக் கொள்ளி பிசாசென்பார்
முந்தி தூரத்திலுன்னை எட்டயிரு என்பார்
மோசக்காரி என்றும் மனதிலே யோசிப்பார் (சங்க)

தண்டை சிலம்பு என்ற தெம்மாங்கு மெட்டு

அடிபோடி கூன் கிழவி உன் பவுசை எடுத்துரைப்பேன்
தடியை பிடித்துக்கொண்டு தள்ளாடி போரவளே

வயதுக்கு மூத்தவளே கிழவி உன்னை
வையகத்தோர் தெரிந்திடவே சிரிக்க வைப்பேன்

(ம) பிஞ்சை நிலங்காட்டுகளில் செடியாய் யமர்ந்தவளே
பஞ்சைபோல் உந்தனையும் பாரிலுள்ளோர் ஒதிக்கவைத்தாள்

(ம) ரங்கோன் லண்டனிலும் நலமான பிராஞ்சுதேசம்
சிங்கப்பூர் பம்பாயிலும் சீமை எங்கும் நிறைந்தனடி (வய)

(ம) ஆசியா ஆப்பிரிக்கா லண்டன் ஆச்சரிய சைனா தேசம்
மோர்சு கண்டி சீமை மேலான பிராஞ்சு தேசம்

(ம) எந்தெந்த தேசத்திலும் யிருப்பநடி கிழவியே கேள்
எந்தனுட பெருமைதனை எடுத்துரைப்பார் வையகத்தில்

(வெ) குலுக்கு தலுக்குகாரி பகுட்டுகாரி சோக்குகாரி
அலுக்குகாரி பெண்மயிலே அரிவையரே கேளடி நீ (வய)

(வி) மங்கையரே பெண்மயிலே கேளடி நீ
மண்டலத்தோர் தெரிந்திடவே சிரிக்கவைப்பேன்

(வி) அவத்தி ஆயிரங் காய்த்தாலும் பிரத்தி பிரத்தி
என்று அவணியில் சொல்லுமொழி அதையும் தெரியாதபடி (மங்)

கும்மி

(வெ) சொல்லிவருகின்றேன் கேளடி பெண்ணே நீ
சீமையிலிருந்து வந்தவளே
வல்லமை பேசாதே நேத்து சிரிக்கி நீ
வாலைசுருட்டி நீ கொள்ளடி நீ 1

(வெ) அன்னை வயிற்றிலுதித்தக் குழந்தைக்கும்
உச்சி நெஞ்சியில் தடவிடவும்
ஒன்றும் பிணிகலணுகாமல் யானும்
அன்பாய் வளர்த்து வருபவள் யான் 2

(வெ) முலப்பால் வெளக்கெண்ணை மத்திச்சி தந்திட
மேன்மையாய் பிள்ளை வளர்ந்துவர
கால்கை சுலுக்கும் இன்னும் வியாதிக்கும்
காரணமானவள் நாந்தாண்டி 3

(வெ) இன்னம் பலவித வியாதிகட்கும் யான்
ஏற்றவள் நாந்தாண்டி பெண்மயிலே
கன்னியமானவளென்று சொல்ல எங்கும்
கீர்த்தியாய் புகழுங் கொண்டவடி 4

(வெ) இவ்விதமான புகழ் பெற்றிருக்கையில்
எவ்விதம் ஏழினம் செய்யவந்தாய்
ஔவைக்கிளவியே என்று எண்ணி நீயும்
அலச்சியமாகவே கூரவந்தாய் 5

(ம) தூசிக்கிறாய் என்று நாய்போலுலராதே
தோதகியே கெட்டத் தாடைகியே
பேசினதுபோதும் உந்தன் பெருமையை
போடி கிளவி மடச்சிரிக்கி 6

(ம) உந்தனைப் போலவுந் தூங்கமுஞ்சாயானும்
ஊரை சந்தோசிக்க வந்துதித்தேன்
சந்தோஷங்கொண்டு எல்லோர் மகிழ்ந்திட
சபைகள் மெச்சிய தங்கமடி 7

(ம) பதுங்கியிருக்கும் கிளப்பிணமேயடி
பாதகி தோதகி நாக்கருப்பேன்
வீதிகள் சுத்தி கடைபொருக்கி நாயே
வீசாதே அப்புரம்போடி நீயும் 8

(ம) நச்சந்திர சந்திரனு யீடுமல்லவடி
நீடிய சூரியன் ஈடுமல்ல
காச்சிமூச்சென்கின்ற வேடிக்கையில் யானும்
கட்டழகியானும் வந்தமர்வேன் 9

(வெ) பொல்லாத கெட்டக்கழுதையே கேளடி
புதிதாய் வந்த ஜெகமிரட்டி
வல்லமை பேசாதே வெக்கங்கெட்டு போவாய்
வாலிப தன்மையும் காட்டாதடி 10

(வெ) உன்னை வளர்த்தவள் நானாச்சே பெண்ணே
உலகத்திலுள்ள வியாதிகட்கும்
அன்புடன் தீர்த்துயான் பாதுகார்த்தவடி
அரிவுகெட்டக் குமரி பெண்ணே 11

(வெ) நாத்தமெடுத்த ஊத்தை சிரிக்கியே, நானிலத்தோரும் உனை நடுங்க, ஆத்திரக்காரியே மோசக்காரி போடி, ஆனுவத்தை நீயும் காட்டாதடி 12

(வெ) உன்னால் மடிந்தவர் வேணபேருலகில் வல்லமைகொண்ட மதமுடயாள், இன்னஞ் சொல்லவென்றால் உன்றன் குணத்தையும், எல்லோர் மதித்து நடுங்கிடுவார் 13

(ம) கெக்கங்கெட்ட கிழட்டு சிரிக்கியே, வீணுக்கு வாதுகளாடாதடி, மூக்கை அறுத்து உன்னை மூலையில் தள்ளுவேன் மூதேவி அப்புரம் போடி நீயும் 14

(வெ) கிரேதாயுகந்தனில் திருச்சங்கு மைந்தனும், கீர்த்தியதான அரிச்சந்திரனும், திரேதயுகத்து ராமர் காலத்திலும் தேன்மொழியானு மிருந்தவடி 15

(வெ) துபாபரயுகத்து தர்மர் காலத்திலும் திடமான விக்ரமன் காலத்திலும், மேவிய கலியுக காலத்திலும் யான், மிக்க இருப்பவள் நாநாச்சி 16

(வெ) என்னை வணங்கி தெரிசிப்பார் வேணபேர், ஈஸ்பரிகாமாச்சி நான்தாண்டி, உன்னை தூரத்தில் நிறுத்துவார் கேளடி, ஒய்யாரம் பேசித் திரியாதடி 17

(வெ) பூர்வீக காலத்தில் நானாச்சே பெண்ணே, பூவுலகத்திலுன்னை ஈனமென்பார், வார்த்தை அனைத்தையும் பேசாதடி பெண்ணே, வாயைக் கிளித்து விடுவேனடி. 18

(ம) இப்படிச் சொன்ன கிழச்சிரிக்கி நீயும், ஏதடி ராங்கி உனக்கதிகம், இப்புவிதன்னில் நானில்லாவிட்டாலும், ஏதடி சிங்காரம் பட்டி நாயே 19

(ம) போராமைகொண்டு அலையாதே சும்மா, பின்னால் புரணிகள் சொல்லாதே, வீரிட்டு ஓடவே கும்மாங்கொடுப் பண்டி உடம்பைக் காப்பாற்றிக் கொள்ளடி நீ 20

(ம) வாயெடுத்து நீயும் பேசாதே கிளவி, வாங்கிடுவேன் சூத்தாம்பட்டையிலே, தேயமதாகவே தப்பித்துக் கொள்ளடி நீலியே கோபத்தை மூட்டாதே நீ 21

(ம) சுடராய் விளக்காய் எரிந்தாலும் நீ, தூண்டுக்கோல் வேண்டுமே உந்தனுக்கு, சோம்பேரி என்றுன்னை தள்ளிவிட்டாரடி, சேதியை என் முன்னே சொல்லாதடி 22

(ம) ஆலயந்தோரும் யானாச்சியிப்போ, அலங்காரமாகவுங் காணுதற்கு, சீலமுடன் யானும் வந்து அமைந்தண்டி சேதியும் எங்கும் தெரியாதடி 23

(வெ) மானஈனங் கெட்ட லன்டிசிரிக்கியே, மார்க்க குணமுமில் லாதவனே, மானிடமென்றிட்ட ஆணு பெண்ணுகளை மீரவே யானும் வளர்ந்தனடி 24

(வெ) சிரிப்பாய் சிரித்து நீ சீலை பேன் குத்தின, சின்ன சிரிக்கி கடைபொரிக்கி, பரக்க அடிப்பண்டி இந்த தடியாலே, பார்த்து நிதானித்துக் கொள்ளடி நீ 25

(ம) என்னைப்போல் பிரகாசமானவளா நீயும், ஏதுக்கடி இந்த வாது மெத்த, பொய்யும் புழுகுகள் சொல்லுஞ் சிரிக்கி நீ பித்தலாட்டக்கார வீதி சுத்தி 26

(ம) நாய்போல் திரிகின்ற சக்களத்தி போடி. நாணயக் காரிபோல் கூறுகின்றாய், நேயமதாகவே தேசம் பிரகாசிக்க, நேர்த்தியாய் யானும் புவியில் வந்தேன் 27

(ம) தேவடியாளென்று மதித்துக் கொண்டாயடி, தோதசியே கெட்ட வாதுக்காரி, பாவத்துக்கஞ்சாமல் இருவர் வாது செய்ய பார்த்துச் சொல்லவும் நல்லெண்ணையும் 28

வேறு மெட்டு

நல்லெண்ணெய் சமாதானப்படுத்தல்

1. வாதுகொண்ட இருவர்களே வாதாடாதீர்கள் வந்திருப்பவ ரெல்லாருங் கேவலங்கொள்வார்

2. பொரு பொரு சண்டை போடாதீரென்றும், பொருமையான நல்லெண்னையும் யுத்தி சொல்ல

3. மண்ணெண்ணையே உன் சமர்த்தை மதித்துக் கொண்டன் யான், மீறி நீயும் பேசாவிட்டால் மீரி வருவாள்

4. மண்ணெண்ணையே என் சொல்லைக் கேளு, மனந்தாளாமல் ஓடிவந்தள் விலக்கிவிடவும்

5. அக்கா அக்கா வெளக்கெண்ணையே உனக்கென்ன கோபம், அடித்து சண்டை சொய்யாமலே ராஜியாய் போங்கள்

திருப்புலியூர் எத்திராஜன் சொன்ன பாட்டையும் சிறப்புடனே இதைப் படித்து சந்தோஷங் கொள்வீர்

முற்றிற்று

8

மேல் பறக்கும்
மோட்டார் கார் சிந்து
முதல்பாகம் இரண்டாம்பாகமும் சேர்ந்தது

இஃது
தூளை முனிசாமி முதலியாரால்
இயற்றியதை

தஞ்சாவூர்
கோவிந்தராஜலு நாயுடுவால்
கும்பகோணம் ஸ்டாண்டர்டு அச்சுக்கூடத்தில்
பதிப்பிக்கப்பட்டது

1913 பை 3

விருத்தம்

பதிகுலத்துரைமார் வம்ஷம்
பக்ஷமாய்மான் ஜுல்ஸ் டயிக்கென்னும்
சதியிலா மோட்டகாரை
தானவர் பறக்கச் செய்த
கதைதனை யுலகோர்காண
காட்டினேன் சிந்தாகத்தான்
புலவர்கள் மனம்பொருக்க
பொற்பதம் தொழுதிட்டேனே

இராகம் நாதநாமக்கிரியை — ஆதிதாளம்

கண்ணே நீ வாராய் பறக்கும் மோட்டார்காரை
பெண்ணே நீ பாராய்

கண்ணே கலியுகத்தின் கண்காக்ஷியிதுதானோ
பெண்ணே அக்ரமாய்வண்டி போகும்வேடிக்கைப்பார்

கிரேதாயுகத்தில்ராமர் கொடிய சண்டைகள்செய்தார்
கீழிருந்தனுமாரும் அவரைதூக்கி நின்றார்

யேனோ அந்ரமாய் நின்று சண்டை செய்யாவிட்டார்
இப்போதந்ரமாய் வண்டி யோட்டிக்காணவைத்தார்

கண்ணாலே கண்டோம் தர்மர்ராமக்கதை
சொல்லரலே விண்டோம் – இப்போ

கர்னன்விஜயன்கூட கட்டிப்புரண்டதாக
கனத்தரதத்திலேறி சண்டைசெய்ததாக
புண்ணியன் விக்கிரமார்க்கன் வேதாளம் கொண்டதாக
பெண்கள் கதையைச் சொல்ல புருஷன் சந்தோஷிக்க

இதுயென்னகதையோ கண்ணால்பார்க்காமல் கதை
கேழ்க்கவும் விதியோ

கண்ணிருக்கும்போதே சாக்ஷிபெறவேணும்
காணாக்கதையைக் கேட்டு யென்னஅதினால்தோணும்
யெண்ணிருந்தபோதும் மண்ணுக்கிரையேதாகும்
யிந்தகண்காக்ஷியை எவரால் சொல்லக்கூடும்

யென்னதந்திரமோ துரைமாருத்தியைப்போல
சொன்னாலும் வருமோ – யிப்போ

அரசர்அரசரென்றால் யெல்லாம் அரசரேது
அதற்குத்தக்கயுக்தி சக்தியில்லாவாது
பெண்ணும்குடிகளுக்கு நாகரீகமேது
இந்தயதிசயத்தை தமிழர் செய்வாரோபாரு

ஒவ்வொருவேலை ஐரோப்பியதுரைமார்கள்
செய்வார்கள்வேலை தமிழர்

ஒருவன்தொழில்கெடுக்க உடனேயெண்ணங்கொள்வர்
உண்டவீட்டில் துரோகம் கண்டிப்பாயிவர் செய்வர்
சதிமோசம்பொய்சொல்லி காலங்கழிக்கயெண்வர்
சத்தியத்தைமறந்தால் பித்தம்பிடித்திடுவர்

யிதுவல்லோவழகு லக்ஷ்மிதுரைமார் முகத்தில்
குடியாவாள் பழகு ஆதில்

தன்முகம்தான்பார்க்க தண்ணீரைத் தேடுவாள்
தான்கட்டும்துணியோதான் கோணிபோலுடுத்துவாள்
யெண்ணாப்பொருளிருந்தும் சுகமில்லையோவென்பார்
யிப்போயிங்கிலீஷாரால் பெற்றேன்சுக மென்பர்

கண்டதேகாக்ஷி யிரந்தபின் பொருள்வந்து
சொல்லுமேசாக்ஷி – யிந்த

பறக்கும் மோட்டார்காரை பார்த்தாயோநீபெண்ணே
பக்ஷிபோலுருவமும் தோற்றுதுயிதுகண்ணே

விசிரிபோல்தலைபுரம் வைத்தாரே அதுமுன்னே
வேண்டியபிஞ்சினும் வயித்தில்வைத்தார்கண்ணே

சக்கரம்ரெண்டு லப்பர் டியுபூ வைத்து
செய்தாரே கண்டு

கெற்பத்தில் துரையவர் குந்தியிருக்கிறார்பாரு
கூசாமல் பக்ஷிவால் போலிருக்கும்கூரு
பற்பல பிரபுக்கள் சுத்தியிருக்கிறர் நேரு
பகரும் வண்டியின் கூச்சல் காதடைக்கும் பாரு

கிளம்புதே வண்டி பூமிமண்ணையெல்லாம்
சுரண்டுதே கிண்டி – அப்போ

வாய்வு பகவானவர் வந்துமே சேர்ந்திட்டார்
வந்தவர்கண்ணெல்லாம் மண்ணையும் நிறைந்திட்டார்
ஓய்ந்து அவரவர்கண்ணை உடனேது டைத்திட்டார்
உயரக்கிளம்பி வண்டி யெட்டிபறந்திட்டார்

தூரமோயில்லை இஞ்சின்மிஸ் டேக்காலே
நேரமோயில்லை – ஒரு

பல்லாக்கு தூரத்திற்கு பக்ஷமாயோட்டினார்
பார்த்த ஜெனங்களெல்லாம் வேர்த்துமனம் வாடினர்
சகல பிரபுக்களெல்லாம் சரியில்லயிது வென்றார்
சந்தோஷிக்காமல் ஜெனம் வருத்தத்தைமிகக் கொண்டார்

கூட்டமோவதிகம் கண்காக்ஷியிதைப் போல
பார்த்தாரே யதிகம் – முன்னே

புகைகூண்டுவிட்டது பெருமையதர்க்கில்லை
பின்னால்வாய்வுனாலே பரந்ததே சுகமில்லை
நிலையாயிவர்களுயிர் நீடித்திருப்பதில்லை
நேசித்த தொழிலாலே உயிர்க்கேமிவர்க்குதொல்லை

கஷ்டங்களுண்டு உயிரை மதியாமலே
யிருப்பதைக் கொண்டு – யிவர்

பிபர்வரி பதினாலில் பிரியமாய்விட்டாரே
பின்னால்பதிநாரு பதினெட்டில்விடுவாரே
அதிகமாயுயரத்தில் பரக்கவே செய்வாரே
அன்பர்பிரபுக்களெல்லாம் கண்டுகளிப்பாரே

யிதுவெல்லாம் உண்மை யென்னமோயேதென்று
யிருக்காதே நன்மை – யின்னம்

யிமையகிரியைதாண்ட வெண்ணியேவிட்டானே
யெள்ளுப்பிரமாணந்தப்பி அவனுமே செத்தானே

கணக்கில்லாவெகுபேர்கள் யிந்தவண்டியால்மடிந்தாரே
கண்டும்துரைமாரிவர் செய்யாமல்நிர்காரே

யிவரல்லோ ஆண்பால் வேறு ஜாதியிலொருவர்
விடுவாரோ பெண்பால் – யிவர்

யிரண்டுநாள்விட்டபின் யேகுரான்பிறான்சுக்கு
யினியெந்த ஜென்மத்தில் காணலாம் வயதுக்கு
திரண்டஜெனமனது வாடினபயத்துக்கு
சென்னை சூளைமுனி சாமியின்பாட்டுக்கு

கண்ணேநீ வாராய் பரக்கும் மோட்டார்காரை
பெண்ணே நீ பாராய்

நொண்டிச் சிந்து

கூட்டத்தில் சில பேர்கள் – வண்டியது – குணமான கண்டரண்ட பக்ஷியோ வென்பார் – காக்கைபோலிருக்குதென்பார் – சிலபேர் – கண்டேன் கண்டேன் கடல் மீனைப்போலென்பார் – ரக்கைகள் முளைத்த தென்பார் – நடுபுரம் – நாடியே யிஞ்சின் வயத்திலாடு தென்பார் – தலை மேல் விசிறியென்பார் – வண்டியை தாவி யோட்டும் துரையவர்மேலில் நிற்குறார் வண்டியும் கிளம்பு தென்பார் – மண்ணை வாரியே யிரைத்துக்கொண்டு கடவு தென்பார் – மேககர்ச்சனை யென்பார் – சிலர்கள் – மெல்லவே கையால் செவியை தள்ளியடைத்தார் – யெட்டியுயரமென்பார் – பறந்தது எண்ணியே பர்லாங்கொரு நிகளமென்பார் – வேடிக்கை யதிகமென்பார் ஜெனங்கள் வீடுபோய் கூட்டமுஞ்சேந்தோ மென்பார் – தந்தின தனதனனம்.

சீமையாம் சிலுக்கு உடை சிற்றிடையில் ஏது அப்போ
செப்பும் என் மொழியை அன்பாய்க் கொள்ளுமோ இங்கிலீஷ்
தேசத்தில் தோட்டியும் முண்டைதள்ளுமே

தந்தியும் ரயிலுமேது தார்புகழ்ந்தபாலுமேது
விந்தையாம் கெடியாரமும் ஏதுகான் இங்கிலீஷ்
தந்தையாம் நாஜுக்கு செய்தார் நீதமான்

தூண்ணடிடாவிளக்குஏது சுத்த நாகரீகமேது
துப்புரவாய்பூட்சும் கோட்டுமில்லையே அதில்
ஒப்புரவாய் பாக்கெட் டேது சொல்லையே

சிரசினில் டர்பன்களேது சீட்டி அங்கார்சீப்புமேது
மருக்ஷிமட்டொழுக்கமேது புலவீரே சயிக்கிள்
மாரிவிடும் சூக்ஷமேது விள்வீறே

சம்மன்கூடை மேல்கவிழ்ந்து தாங்குவார் மழையை அண்ணாள்
சாக்ஷிவேணுமோ இதற்கும் சொல்லுமே இப்போ
தாக்ஷியில்லா அம்பர்லா ஷோக்விள்ளுமே.

9

சிலோன் கலக சிந்து

திருச்சினாப்பள்ளி ஷர்ப்பத்துகடை
கதிர்வேல்பிள்ளை

திருச்சி
ஸ்ரீ கிருஷ்ணவிலாசம் அச்சுயந்திரசாலை
நெ. 10, பழய மைலஞ்சந்தை, திருச்சி.

1915 பை 6

கும்மி

இஸ்லாமானவருக்கும் சிலோனில்
இருக்கும் சிங்கள ஜாதியருக்கும்
பேசிய கலகம் வந்துதென்று சொல்லி
பெண்களா நீங்களும் சொல்லுங்கடி 1

நேஷனல் பாங்கியின்னெதிரினிலன்று
நேர்ந்தக் கதையை என்ன சொல்வேன்
பேசிய நோட்டைப் பிடிங்கிக்கொண்டு
போட்டாறாம் பூசையும் பாருங்கடி 2

பெருத்த கலகமாய் முடிந்திடவே அங்கங்கே
பூட்டிய கடைகளை சாத்திக்கொண்டு
வருத்தமாகவே ஊரைவிட்டெல்லோரும்
வோடியே போனாராம் பாருங்கடி 3

ஜனங்களையடித்ததும் போதாமல் பிரகு
சாத்தியக் கடையையும் உடைத்துவிட்டு
பணங்களைக் கொள்ளை யடிக்கவென்று
பாவியான சிங்களவர் கூடிவிட்டார் 4

பனிரண்டு லட்சமதிப்புள்ள கடைவொன்றில்
பாங்குடன் சாமானை தானெடுத்து
வண்டிகள் செல்லும் பாதையிலே யிவர்கள்
வாரியே போட்டாறாம் பாருங்கடி 5

சிலோனில் நடைபெறும் இஸ்லாமித்ரனென்னும்
சிரந்த பேப்பராபீஸ்யொன்றை
கலகக்காரர் சேதப்படுத்திவிட்டு அப்போ
காற்றாய்ப்பரந்தாராம் நேசர்களே 6

ஓடிப்போகவே என்னமிட்டொருவர் அன்று
உண்மையாய் ரயிலடி வந்திருக்க
கூடியே நோட்டையும் பரிகொடுத்து யிவர்
குந்தியழுததைப் பாருங்கடி 7

நாகூர் மதுரை புதுக்கோட்டை யிந்த
நாகப்பட்டணமுதல் தூத்துக்குடி
சாகாமல் வெகுஜனம் ரயிலேரி அப்போ
சல்தியில் வந்துமே சேர்ந்துவிட்டார் 8

திருச்சினாப்பள்ளி நானா, மூனா வென்னும்
சீமானென்பவர் தன் வீட்டெதிரில்
இருக்கும் பள்ளியில் அடிபட்டு வந்தவர்
இரங்கியே யிருந்தாராம் பாருங்கடி 9

நாடெங்கு கலகமாய் முற்றிடவே நம்மை
யாலும் கவர்மெண்டார் யேதுசெய்தார்
தேடிய துருப்புகள் வந்தவுடன் பாரா
தெருவெங்கும் காவல் போட்டுவிட்டார் 10

கர்ணல் கமிஷனர் சார்ஜெண்டு துரையும்
கெவர்னர் செக்டேரி சூப்ரண்டுடன்
தர்மதுரைமார் ரங்கிருந்து அப்போ
தாவியக் கலகத்தை யடக்கிவிட்டார் 11

நாம்செய்த புண்ணியத்தாலல்லவோ நம்
இங்லீஸ் அரசாட்சியிருந்ததடி
யேமனைப் போல்வந்த கலகத்தை பிரிட்டன்
எப்படியோ பிடித்தடக்கிவிட்டார் 12

ஜாதிமதபேதம் வையாமல் பெருஞ்
சண்டைகள் நம்மவர் செய்யாமல்
நிதியானசிலோன் தேசத்தை யிப்போ
நிலைக்கச்செய்தார் துரைத்தனத்தார் 13

தேசக்குடிகள் செழிக்கவென்றே நம்ம
ஜியார்ஜ் சக்ரவர்த்தி என்னமடி
மோசஞ் செய்வோரை சிரையிலிட்டு நம்மை
முற்றிலும் ரக்ஷித்திடுவாரென்னுங்கடி 14

ஐநூரென்று சொல்வார் காயம்பட்டோர்
அறுநூரென்று சிலர் சொல்வார்

பையயவே மாண்டவர் தன் கணக்கை மித்ரன்
பேப்பரை பாருங்கள் நேசர்களே 15

முனிசிபாலிட்டியார் செய்த நன்மைகளை
முச்சூடும் சொல்லவும் கூடுமோதான்
கோணி கோணியாக அரிசிகளை வாங்கி
கொட்டியே வித்தாராம் பாருங்கடி 16

நடந்த சங்கதி யாவற்றையும் மித்திரன்
பேப்பரைப் பார்த்து சொன்னேண்டி
கடந்த மாதத்தில் நடந்த சேதியை
கதிர்வேலன் சொல்லி முடித்தேன்டி 17

10

உ
கணபதி துணை

மலையாள தேச மாப்பிள்ளைமார் ஆயிரம்பேர் மரணமடைந்த கள்ளிக்கோட்டை கலகச் சிந்து அலிமுசலியார் மரண தண்டனைத் தீர்ப்பு

கொரக்கோட்டை ப. வடிவேலு
செட்டியாரவர்களாலியற்றியது

பூ. து. மாசிலாமணி
முதலியாரவர்களது சுந்தரவிலாச அச்சுக் கூடத்திற்
பதிப்பிக்கப்பட்டது

அணா 1   1921

இராகம் – நாதநாமக்கிரியை – தாளம் – ஆதி

அய்யையோ கலகம் இப்படி நடந்திட்டால்
அடுக்குமோ உலகம்

வையகமீதினில்   இந்தியா முழுமையும்
வளம்பெறு இங்லீஷ்   அரசில் அடங்குதும்
துய்யகுணத்தோர்க்கு   நல்வழி நடக்குதும்
துஷ்டர்கட்குபல   கஷ்டம் கிடைக்குதும்

சட்டத்தின்படியே ஆங்கிலவரசாட்சி
நடப்பது சரியே

பட்டப்பகலிலும்   இரவுகாலத்திலும்
பண்ணத்திலும்பல   பட்டிகாடிடத்திலும்
திட்டமாகபாது   காத்துவருதலும்
தீர்ப்புகளங்கங்கு   நேர்நிறைசெய்தலும்

கடவுளேமன்னும் அரசனாகவந்த
காட்சியென்றெண்ணும்

முச்சந்தி இலக்கியம் ❏ 165

சாதிபேதமின்றி   சமய பேதமின்றி
தாழ்வு உயர்வென்ற   சங்கை சிறிதுமின்றி
நீதிமுறைகளில்   குற்றம் அணுவுமின்றி
நல்லோர்க்குந்தீயோர்க்கும் நடுநிலைதப்பின்றி

    அரசுசெய்வாரே இதுபோல்முன் அரசர்கள்
    யாரிருந்தாரே

இப்படியரசாட்சி   நிதம்நிதம் நடத்திட
இராணுவக்கூட்டங்கள்   திரளாய்நிறைந்திட
ஒப்புடன் போலீஸ்   பந்தோபஸ்த்திருந்திட
ஊர்க்கு ஊர்காவல்   ஜாக்கிரதை செய்திட

    மாப்பிள்ளைமார்கள் மலையாளதேசத்தில்
    ஆர்ப்பரித்தார்கள்

நிகழ்பத்தொன்பதுநூறு   யிருபத்தோராமாண்டில்
நேர்ந்திட்ட ஆகஷ்டு   என்றமாதத்தினில்
புகலும் ஐந்நூறு   மாப்பிள்ளைமார்பேர்கள்
பொன்னாணியென்கிற   ஊரில்போய்புகுந்தார்கள்

    ரெயில்பாதைநாடி கம்பிகளைபேர்த்து
    எடுத்தார்கள் கூடி

பாலக்காட்டிடையில்   ரயில்பாதை வரலாச்சு
பத்துமையில்தூரம்   கம்பிபேர்க்கலாச்சு
ஓலமிட்டு ஜனம்   பயந்து நடுங்கலாச்சு
ஊரெங்குமேயிவர்   குழப்பமதிகமாச்சு

    வண்டிக்கார்பேச்சு கொள்ளையிவரடிக்க
    நொந்தழலாச்சு

கொள்ளைகொடுத்தசில   வண்டிக்காரோடினார்
குய்யோமுறையோவென்று   சொந்தக்காரிடம் சொன்னார்
கள்ளத்தனங்கேட்ட   ஏஜண்டு மண்டிக்கார்
கழறகவர்ன்மெண்டார்   காவல்சூழசெய்தார்

    ரெயில்கம்பிக்காக மிஸ்டர் பாட்டி துரை
    நல்லுரையாக

யாரும்லயன்வழி   வரலாகாதென்றிட
அத்துமீறிவரில்   சட்டத்தின்நேர்பட
நேராவேகுண்டால்   சுடுவோமென்றிட
நிகழ்த்தினாரூர்ஜனம்   பலருமறிந்திட

    அப்போதும்கூட்டம் கொஞ்சமும் கலையாமல்
    அடைந்ததே யீட்டம்

உத்திரவுபாட்டி துரைசெய்திட்டாப்போல்
மிஸ்டர்லூயிதுரை சுட்டனரே குண்டால்
மெத்தவும்போர்வீரர் வருகத்தந்திதந்தார்
மேவிவந்தார்பெங்க ளூர்விட்டு போர்வீரர்

மிஷின்குண்டினாலே ஊரும்கஜானாவும்
காத்துவந்தாரே

கும்மி

சந்தணத்தேவன் – தெம்மாங்கு – மெட்டு

துஷ்ட மாப்பிள்ளைமார் கூட்டமடங்கிட சுத்தமானகவர்ன் மெண்டாரும், திட்டமாகவே மார்ஷியல்லா பிர – சித்தப்படுத்தினார் உத்திரவே க

அடங்காதமாப்பிள்ளை கூட்டமடங்கிட – அட்சணமே கவர்ன்மெண்டாரும் ரௌலட் மசோதா என்ற சட்டத்தை – பரவச் செய்தார் மலையாளத்திலே. உ

ரோட்டினில் கூட்டமாய் நிற்கொணாது – நீட்டகூட்டமாய் பேசொணாது, மேட்டிமையாகவே பேசில் சட்டம் – மாட்டியே தண்டனை செய்துவிடும் ங

கண்டவிடங்களில் கூடிக்கொண்டு – சற்றும் – கலக முயற்சியைக் கொண்டாலும், கண்டபோதே மசோதா சட்டம் வந்து – கப்பியே சிட்சை செய்துவிடும் ச

சண்டைகள் தண்டாய் செய்தாலும் – சிறு சண்டைகள் செய்ய முயன்றாலும், அண்டையயலிடம் சொன்னாலும் – சட்டம் அப்பொழுதே வந்து கிட்டிக் கொள்ளும். ரு

இப்படி சட்டங்க ளேர்ப்படுத்திவிட்டு – தப்பித குற்றங்கள் செய்தவரை, ஒப்பாக முன்னூரு பேரை கடுங்காவல் அப்பொழுதே யிரண்டாண்டு தந்தார். சா

கள்ளிக்கோட்டை கரையோரம் – சண்டை கப்பலொன்றுவந்து நின்றிடவே, உள்ள மாப்பிள்ளை கூட்டங்கள் பயந்து – ஓடுகின்றார் பயம் கூடிடவே. எ

பொல்லாத கலகம் பொறுக்குமே யிவ்வுலகம்

11

உ

செந்திலாண்டவன் துணை

**சென்னப்பட்டணத்தில் ஜெர்மன் எம்டன் கப்பல்
கடர்க்கரையிலிருந்து குண்டிட ஆரம்பிக்க
பிரிட்டிஷ் சேனைகள் ஜெயின் ஜார்ஜு கோட்டையிலிருந்த
எம்டன் கப்பலை குண்டாலடித்து துரத்திய
வல்லமைச் சிந்து**

இஃது
விஜயபுரம் நா. சபாபதி பிள்ளை அவர்களால் இயற்றியதை
பூர்வீகம் ஏனங்குடியில் இருந்து இப்பொழுது விஜயபுரம்
பள்ளிவாசல் தெருவில் வந்திருக்கும்
செ. மு. முகமது காசீன் றாவுத்தர் அவர்கள்
முயர்ச்சியின் பேரில் அச்சிடப்பட்டது

இஃது
மன்னார்குடி பாரதி பிரஸில் பதிப்பிக்கப் பெற்றது

1914 பைசா 6

விருத்தம்

கொடி முழங்கு மிங்லீஷின் மகுடம் வாழ
கீர்த்தி பெற்ற செங்கோல் முன் தழைத்து வாழ
முடிவணங்கி சிற்றரசர் புடைகள் சூழ
உல்லாச கொடி வழங்க உலகமெல்லாம்
படிவரியாய் நழுவாது குடிகள் தன்னை
பக்குவமாய் ஆதரிக்கும் பமணிங்லிஷ்
இடிமுழங்கும் தொனியுடனே யுத்தம் செய்யும்
என்னேவொண்ணா வல்லபத்தை இயம்புவேனே.

168 □ ஆ. இரா. வேங்கடாசலபதி

கும்மி

1. ஆண்டு துலாயிரத் தானபதி னான்கில்
ஆனதோர் செப்டம் பர்மாத மதில்
வேண்டிய தேதி இருபத்தி ரெண்டினில்
வீழ்ந்த தென்றார் குண்டு சென்னைதனில்

2. ஜர்மனி எம்டன் குருசர் கப்பலது
சென்னை கடர்க் கறை தென்கிழக்கில்
அருணணி ரங்கி இருட்டு களானதும்
அங்கே ஒளியுடன் நின்றதுவே

3. நின்று எதிர்நோக்கி பட்டணம் தன்னில்
நிமிஷமிருபது நேரமட்டும்
குண்டுகள் விட்டுமே கோட்டை லயிட்டவுஸ்
குந்தம் செய்ய குண்டை விட்டனறே

4. வழிப்பரி செய்கின்ற பாதகர்போல
மனுக்களயர் நித்திரை நேரமதில்
பழிக்கஞ்சா பாவிகள் குண்டுகள் போடவே
பட்டது மண்ணெண்ணை டாங்கதனில்

5. குண்டது பட்டிட மண்ணெண்ணை டாங்கினில்
குப்பென்று தீயும் பிடித்தெரிய
கண்டது போலவர் அவ்வெளிச்சம் கொண்டு
கருதலுடன் நின்று சுட்டனறே

6. உத்தமரிங்கிலீஷ் சென்னை நகரத்தை
முத்தென ஜர்மெனி முற்றுமெண்ணி
எத்தனையேனும் மனதிலெண்ணாமல்
பொத்தென்று போட்டாரே குண்டதனை

7. மண்ணெண்ணை டாங்கினில் குண்டு பட்டெரிய
மாக்ஷிமை சென்னை தகித்ததென்று
எண்ணியே ஜர்மெனி உத்தேசம் பூண்டுமே
இருளவைத்தார் தங்கள் எண்ணமதை

8. குண்டு வெளியான சத்தமதை நந்தம்
கூரும் பிரிட்டீஷின் போர் முனையோர்
கண்டு எதிரியை தாக்கிட எண்ணியே
கப்பி விட்டார் குண்டு மூன்றுதரம்

9. குண்டுகள் சென்றதும் ஜர்மெனி கப்பலர்
சூறமெலாம் விட்டுதடன் கலங்கி
அண்டருலக அதிரிடியோ இது
அல்லது இங்லீஷ் எதிர்வெடியோ

10. என்று மனதினில் கொண்டதினாலவர்
இங்குனின்றால் தாழ்மை கொள்வமென்று
சென்று போகும்வழி காட்டாமலவர்
சீக்கிறமாக மறையலுற்றார்

11. சற்று நேறம் கப்பல் நின்றிருந்தாலது
தப்பாது இங்லீஷ் அவுட்டுக்கிறை
முற்றுமெதிர்தனில் சற்றுனின்றால் கப்பல்
முப்பது சுக்கலாய் போவதுண்மை

12. குண்டு விழுந்த சமயத்திலே சென்னை
கூரும் வெங்கிடால முதலித்தெரு
சென்றும் பதினெட்டாம் நெம்பர் மனைதனில்
தீவிரமாய் குண்டு பட்டதுவே

13. குண்டு விழுந்த சில நிமிஷமெல்லாம்
குப்பென்று வீடு பிடித்தெரிய
நின்றவர் பீதியாய்ப் பார்க்க தெருமுற்றும்
கண்ட இடம் புகை சூழ்ந்ததுவே

14. அரிசி அறைத்திட்ட மாது இருவர்மேல்
அப்புரம் ஓர்குண்டு மேல் விழுக
இமிசை இல்லாமலே ராஜ புண்ணியத்தால்
இறவற்று சொல்பமாய் காயமுண்டாம்

15. ஜார்ஜிடவுன் போலீஸ் டாணாவில் ஆணி
தாக்கிட ஜன்னல் துவார மொன்றாம்
தார்சதில் ஆக்கர் புகுந்த விதம்போல
ஜன்னலில் கொஞ்சம் உடைந்ததுவாம்

16. மிக்கப் புகழுள்ள மேன்சர்ஸ்பிரான்சன் என்னும்
மேன்மையான ஆபீஸ்தான தனில்
பக்கமதாய்க் காயம்பட்டது கொஞ்சமே
பக்கம் நின்ற ஓர் மனிதனுக்கு

17. பிரிட்டிஷ் அதிகாரி சிம்மாசனாதிபர்
பேர்மகிழ்ச்சி ஐகோர்ட் பக்கமதில்
உருட்டியே மூன்று குண்டானது ஓரமாய்
விழுந்திட சேதங்கள் இல்லை என்றார்

18. கடலோரப் பங்களா மிஸ்டர் ஜான்சானவர்
கண்ணனைபோல விளங்குகிறார்
மடன்விட்ட குண்டவர் வீட்டில் விழுந்திட
மா சுவரைத் துளைத் தேரியதே

19. மா புகழ் பெற்ற துரையவர் வீட்டிலே
வந்து வீழ்ந்திட்ட குண்டதினால்
சீர்பெரு மிங்லீஷ் துணைவன் கடவுளர்
செய்த நன்றியினால் சேதமில்லை

20. பின்னியன் கோவினில் குண்டு விழுந்திட
பேர்பெரும் பொத்தலொன்றுண்டாச்சு
இன்னிலம் நந்தம் பிரிட்டிஷின் மன்னர்க்கு
எப்போதும் தெய்வ சகாயமுண்டு

21. ஜெனறலெனும் போஸ்டாபீசின் பில்டிங்குகள்
சீர்பெரும் தந்தி ஆபீசில்
கனவிரைவாக ஓர் குண்டு விழுந்திட
கட்டடத்தில் துளை சொல்பமென்பார்

22. கடர்க்கறை உள்ள ஓர் கிட்டங்கிதனிலும்
காணும் போர்ட்டாபீஸ் கூறையிலும்
தடபுட சத்தமாய் குண்டு விழுந்திட
சார்ப்பின் கூறை கொஞ்சம் பத்தியதே

23. மண்ணெண்ணை டேங்கினில் காவலிருந்தவன்
மாயேழையான ஒருவனுமே
மண்ணுலகைவிட்டு விண்ணுலகம் சென்றார்
மற்ற மறணங்கள் தோணவில்லை

24. சின்ன ரயில்லென்னும் தென்னிந்தியா வண்டி
சீரான காரேஜ் பீச்சில் நிர்க்க
முன்னே விழுந்திட குண்டுமதன் பேரில்
மூலையில் கொஞ்சம் எரிந்ததென்றார்

25. சிங்கத்திடம் பூனைபந்தயங்கள் பேசி
சிரகற்ற ஈசல்மேல் பாய்ந்தது போல்
பங்கமில்லாதுறை இங்லீஷ் படை முற்றும்
பார்தால் உயிர்விடும் ஜர்மன்படை

26. ஆலோசனைகள் நாம் செய்வதிலொன்றில்லை
அல்லோரும் ஒன்றாக சேரவேண்டும்
சாலோபமாகிய நந்தமிங்லீஷுக்கு
ஜடலமேதெத்தம் நாம் செய்ய வேண்டும்

27. திக்குத்தி கந்தமும் கொண்டாடும் புண்ய
சீர் கீர்த்தி வாய்ந்த நம் ராஜருக்கு
பக்குவமாக நாம் சண்டைக்குபகாரம்
பண்ணாமல் போனால் நரகமுண்டே

28. திசைகளெல்லாம் கட்டி ஆளவேணுமிங்லீஷ்
தேசத்தில் நாமும் உலாவ வேணும்
இசைவுடனப் போவிருதுகள் பேசினால்
எல்லோரும் மீசை முருக்க வேண்டும்

29. சென்னை நாகைக் கரை நாகூரும் றேவில்
சேனை இருக்கும் மகத்துவத்தை
எண்ணாலெடுத்து உறைக்கவும் நாவில்லை
ஏற்றுச் சொல்வாள் ஆதிசேஷனுமே

30. இசையுள்ள கீர்த்தி ஐரோப்பியர் பேரிலும்
இனிய ரெவினியூ போர்ட்டிலுமே
விசையுள்ள றாணுவதீரர்கள் பேரிலும்
விட்டகலாபக்ஷம் கட்ட வேண்டும்

31. வெள்ளையர் சீர்த்தி தழைக்க வேணுமென்று
வேதியன் தாழ்வரம் கேட்டுடுவோன்
சள்ளையற்றும் பேப்பர்கண்டு எழுதினான்
தாசன் சபாபதி முற்றிலுமே

12

மயிலாப்பூர் ரதத்தில் அகப்பட்ட ரணக்களச் சிந்து

இவை
வந்தவாசி – முனிசாமி முதலியாரால்
இயற்றப்பெற்றது

சென்னை சூளை
தனலக்ஷ்மி நர்த்தன அச்சியந்திரசாலையிற்
பதிப்பிக்கப்பட்டது

1915 பை 6

பல்லவி

மகிமையைப் பாரீர் மயிலாப்பூரில் நேர்ந்த
கோரத்தைக் கேளீர்

அநு.

மகிமையென்றால் மகிமை கபாலீசுரதன் மகிமை
கண்டபேர்களெல்லாம் நின்று பயந்திட்ட

சரணங்கள்

ஆயிரத்துலாயிரத்தில் பதினைந்தாமாண்டினில்
அடுத்த மார்ச்சிமாதம் இருபத்தெட்டாந்தேதினில்
நேயமான ஆதி வாரந்தினந்தன்னில்
நேர்மையான பத்து மணிக்கெல்லாம் நடந்திட்ட

சங்கதிகேளீர் காபலீசரால் நேர்ந்த
பங்கத்தைப் பாரீர் அய்யோ

நான் தப்பி நாள் யிவர் திதிகளை வைத்துமே
நால்வரும் கோபமாய் நடனம் புரிந்துமே
ஆடியேரதந்தனில் அன்புடன் வந்துமே
அன்பாக நால்வரை அக்ஷணம் வதைக்கவே

அன்பு கொண்டாறாம் அனைவரும் பார்க்கவே
இன்பம் கொண்டாறாம் இவர்

ரதத்தினிலேறியே ரத்தக்கிளரிசெய்து
ரத்தப்பிரளய மாகவேயிவர் செய்து
வேண்டிய ஜெனங்களை விலகிடவே செய்து
வேணப் பொருளெல்லாம் காணவேதான் செய்து

கலங்கவிட்டாறாம் கண்டபேர்களெல்லாம்
நின்றுவிட்டாறாம் சிறுவர்

ரதத்தினில் அகப்பட்டு ரத்தக்கிளரியாகி
றக்ஷதால் கூட்டம்போல் றாணுவம் தனையேகி
அனந்தமாகவே அனேகர்பேர்தான் கூடி
அன்புடன் சிறுவரை இன்பமாயெடுத்தேகி

என்னசெய்தாறாம் எடுத்து ஆஸ்பத்திரி
ஏகிவிட்டாறாம் இன்னும்

சிறுவர்கள் னால்வரும் சீரிஅழுகவே
சிலசில ஜெனங்களும் பதரி அழுகவே
பார்த்த ஜெனங்களும் பத்திய ழுகவே
பண்புடன் ஜவானும் கொண்டுமே செல்லவே

என்னென்று சொல்வேன் ஜனங்கள் படுந்துயறை
ஏதென்று விள்வேன் அய்யோ

கபாலீசர் மகிமையை காணவும் போகுமோ
கர்த்தருடைய குணம் தெரியவும்மாகுமோ
செப்பினால் மனிதற்கு செருக்காயிருக்குமோ
சேர்த்துயிதுவெல்லாம் வெறுப்பாயிருக்குமோ

மகிமையைப் பாரீர் மயிலாப்பூரில் நேர்ந்த
கோரதைக் கேளீர்

13

மடராஸ் ரெயில் கலகம்

இஃது
தூளை முனிசாமி முதலியாரால்
எழுதப்பட்டு

சென்னை தூளை
தனலக்ஷ்மி நர்த்தனம் பிரஸிற்
பதிப்பிக்கப்பட்டது

1913 பை 6

இராகம் — நாதநாமகிரியை — ஆதிதாளம்

பல்.

விந்தையைப் பாரீர் மட்ராஸ் ரெயில் கலகம்
விளம்புவன் கேளீர்

அனுப.

விந்தையென்றால் விந்தை உலகிற்காணாத விந்தை
விளம்புவேன் கேளீர்

சரணம்

ஆயிரத்துலாயிரத்தி பதிமூன்றாமாண்டாமே
ஆனதோர் மே மாதம் யிருபத்தியேழாமே
சூழப் பெங்களூரில் நேர்ந்தக் கலகமாமே
துலங்கும் போர்ட்டர்பயிண்டர் யிவரால் வந்ததாமே

வண்டியும் வருக அவர்கள் தொழிலைவிட்டு
ஓடியே மறைய அப்போ

லயன்தப்பி வண்டியும் நாடியோடும்போது
நாதன் டிரைவரவர் கண்டாரதின்சூது
இனிவிட்டால் மோசமென் றெண்ணினாரப்போது
நிருத்திவிட்டாரப்போ பாங்ளூர் டேஷன் வாது

துரையவர்கண்டார் ஒரு ரூபாய்யின்கிரீசும்
தருகிரோமென்றார் அப்போ

பயிண்டுமேன் போர்ட்டரும் பக்ஷம் வைக்கவில்லை
பண்பாக வண்டியும் டயனுக்குப் போக்கில்லை
குணமாயர்க் கோணத்தில் கலகமோடு வெகுதொல்லை
கூடினார் ஜோலார்பேட் ராணிப்பேட்டை சொல்லை

என்னென்று சொல்வேன் கலகம்கலகமென்ற
கஷ்டத்தை விள்வேன் அப்போ

கிரீன் ஆல்துரையவர் சுருக்காய் ஸ்பொடிலிலேரி
கோரியிவர்க்கு புத்தி நேரில்வெகுவாய்க்கூரி
மதிக்கும் ஜோலார்ப்பட் டிராபிக்மானேஜர் நாடி
மனமும் கலங்கியவர் ரோடி செய்வார்தேடி

வெகுவாக சொன்னார் கடவுளைப் போலவர்
லகுவாக சொன்னார் இதர்க்குள்

அங்கங்கே கூட்சுகள் தங்கியே நின்றது
அதர்க்குப் பின்டிக்கட்டை கொடுக்காமல் வந்தது
பெங்களூர்க்கு வண்டி போகாமல் சொன்னது
பின்னால் கல்கெட்டா மெயில் பேசன் பிரிஷ் நின்றது

டில்லியின் யெக்ஸ்பிரஸ் ஓடாமலர்க்கோணம்
தங்கிவிட்டதுவும் பின்னால்

பவரிங்பட் வேலைக்கார் நிலையாய் நின்றுவிட்டார்
பண்பாய் ரெயில்வேதுரை நோடீசையிறைத்திட்டார்
குடிகளுக்குமன மிருந்திட்டால் வரவிட்டார்
குணமில்லாரெயில்வேலைக் காரரால் தடையிட்டார்

லேட்டாகும் வண்டி டயனுக்குப் போகாது
சூக்ஷத்தைக் கண்டீர் பின்னால்

டிக்கட் கலக்டர்கள் சேனபேர் நின்றிட்டார்
செழிப்பான கார்டுகள் முடுக்காகப் போய்விட்டார்
பின்னை அர்க்கோணம் பங்களூர் வேலைக்கா ரோடிட்டார்
பிரியப்பட்டாரசிச்ட் டேஷன் மாஸ்ட்டரென்ரார்

இத்தனை துன்பம் சனியன் கொடுமையாலே
வந்துதோ கர்மம் இப்போ

டேஷன் டேஷன் தோரும் நாய்நரியோடுது
சென்றுப் பார்த்தால் சாமன் அங்கங்கே கிடக்குது
மோஷன் செய்யாமலே ரெயில்யிஞ்சின் தூங்குது
மேலான சாமான்கள் தூசிப் படியுது

176 □ ஆ. இரா. வேங்கடாசலபதி

வேலைக்கார் கூட்டம் அங்கங்கே சேர்ந்துமே
ஓட்டமும் பாட்டம் இன்னம்

வேலைக்காரால் வந்த சூதுகளிதுதானே
வேணவியாபாரிகள் னொந்ததுமெய்தானே
காணப்பிரயாணிகள் கலங்கினின்றழுதாரே
கணக்கில்லாசாமானை வீணுக்கழித்தாரே

இதுயென்னகோலம் யேழைவியாபாரிகள்
பிழைக்கவோ ஞாயம் அய்யோ

பழங்கள் தினுசெல்லாம் குமுங்கியழுகலாச்சே
பண்பாய் வெங்காயமூட்டை கும்பாயொழிந்துபோச்சே
நாடிஉருளக்கிழங்கு தேடக்கிடையாதாச்சே
நாளுக்குநாள் சாமான் வீணாயழியலாச்சே

இதுயென்னபேச்சே யிப்படிசெய்வது
அனியாயமாச்சே அய்யோ

வேலைக்கார் கஷ்ட்டத்தை நாடிப் பார்க்கவேணும்
வேணநல்வார்த்தையை சொன்னாலவர்க்குத்தோணும்
தேடும் பொருளுதவி கூடத்தருகவேணும்
தோன்றாது பெருங்கஷ்டம் அவர் செய்ய மனம் நாடும்

இதுதானே நன்மை யிரக்கும்போது காசு
கொடுவாரோ பின்னை அய்யோ

பணத்தினால் கஷ்ட்டங்கள் பலவிதமாச்சுதே
பலபேரும்மனநோக யிகக்ஷியாய்ப் போச்சுதே
கருத்தாய்ரெயிலேர பயங்கரமாச்சுதே
கல்லுகள் வண்டிமேல் பரந்துமே போச்சுதே

பிரயாணிகள் பேச்சு சோர்தண்ணியில்லாமல்
சாகவுமாச்சு அய்யோ

காடோ கொல்லையோ கழணி வண்டினிர்க்கலாச்சி
கல்யாண நாள்தேதி வழியில்கழிந்து போச்சி
தேடிக்கல்யாணப்பெண் வீட்டிலிருக்கலாச்சி
திருத்தமாய் மாப்பிள்ளை பல்லைக்காட்டலாச்சி

அனியாயமாச்சி ஒருவர்க்கு சொன்னாலே
சிரிப்பாரேசீச்சி அய்யோ

குழந்தைகுட்டிகளெல்லாம் நிரைந்த பட்டினியாச்சே
கும்புகும்பாய் ஜெனம் நின்று தவிக்கலாச்சே
திருத்தமில்லாமலே போஸ்ட்டும் தடையாய் போச்சே
தேன்மொழியே துரைமார் டிராவலிங்நின்றாச்சே

யெத்தனை கெடுதி யிண்டியா முழுமைக்கும்
வைத்தாரே சுருதி யிப்போ

வியாபாரிகளெல்லாம் ஒன்றாகத்தான் சேர்ந்தார்
வேணதிரவியங்கள் தாரோமென்று கூர்ந்தார்
சீராயவர்க்குயின்கிரீஸ் நேராய்தாருமென்றார்
சிறப்புள்ளவியாபாரம் கெடுக்காதென்றேசொன்னார்

வேணதோர் சொன்னார் யெழையெளிவர் கஷ்ட்டம்
யிதங்கிடுமென்றார் அய்யோ

யெந்த காலத்திலும் யிந்துக்கள் வெகு நஷ்ட்டம்
யிதிலும் ரெயில் ஓர்க்கர்க்கு திரேகமதிக கஷ்ட்டம்
சந்ததமும் தமிழர் பொருத்தமிகவே பக்ஷம்
சார்ந்துயிதை தெரிந்து நேர்ந்து நடப்பதேயிஷ்ட்டம்

துரைமார்க்குத் தெரியும் நடுவிலிருப்போர்கள்
கெடுப்பதேபிரியம் இன்னம்

நில்வோர்க்குப் போஷிப்பு நேர்த்தியாய்கிடைப்பதாம்
நீடித்த பண்டாலே நாடின பணமுண்டாம்
சொந்த பொருளிட்டாலும் சந்தோஷமிவர்க்குண்டாம்
சூழ்ந்த கம்பெனியார்க்கு வேணநஷ்ட்டங்களுண்டாம்

கோடானகோடி யெவ்வளவு துகையென்று
யுரைப்பேன்யாநாடி யிப்போ

இரண்டொறு தினத்தினில் யெல்லாம்குதிர்ந்துவிடும்
யினிமுன்போல் ரெயிலது சரியாய் நடத்திவரும்
கலகங்களில்லாமல் கண்டிப்பாய் சரிவரும்
காலம்போல் வண்டியும் நில்லாமலோடிவிடும்

உண்மையென்பாரே கலகம் செய்தோரையும்
கூட்டிக் கொள்வாரே யிப்போ

கலகங்களினிவேண்டாம் கடவுளருளே சித்து
கண்டிப்பாய் முனிசாமி பாடும் புஸ்த்தகம் பெற்று
யினியில்லாசந்தோஷம் பாடிக்கவியைகற்று
யீசன் சன்னதிகண்டு அவர்பாதம் நீநற்று

விந்தையைப் பாரீர் மட்ராஸ் ரெயில் கலகம்
சொல்லுவன் கேளீர்

நொண்டிச் சிந்து

கலகங்கள் செய்தோர்கள் — துரைக்கு கண்டிப்பா — யெழுதுரார்
சண்ட நமன் போல் — இரவினில் டூட்டி செய்தால் — நீரும் —

யித்தனைநாள் சிங்கிலாக ஒத்துக் கொடுத்தீர் — டப்பிளாய் கொடுக்க வேணும் — ஓரிரவு தங்கினால் பாசஞ்சர் கார்டு ரெண்டு ரூபாயும் — கூட்சுகள் கார்டுக்கு துரையும் — கொடுத்திடு ரூபாவொன்றை கருக்குடனே அன்பது ரூபாய் சம்பளம் — அவருக்கு ஆனதொரு சக்கன்கிளாஸ் பாஸ் கேட்க்குரோம் — அதனிலும் பேர் பாதி — வாங்குவோருக்கு அன்பாக சர்வெண்டு பாசுமென்குரார் — சம்பளத்தின் வழிகேளும் — ரயிட்டர்க்கு — சார்ந்த யிருபத்தைந்து நார்ப்பது வரை — வருஷத்திர்க் கஞ்சி ரூபா யின்கிரீசும் — வண்மையோ யோசித்து கொடுக்கவேணும் டிக்கட்டின் கலக்டருக்கு — அப்படியே — செய்தபின் நார்ப்பது ரூபாயானால் — அண்டர்கார்ட் டூட்டி தருவீர் — சம்பளமோ அன்பத்தி ஐந்து முதல் அரவதென்ரேன் — கூட்சின் சீப்கார்டுக்கு நீளும் — குணமாய் அறுவதென்று யெண்பதுவரை — வருடத்தி லஞ்சி ரூபா யின்கிரீசும் — வளமாய் துரையையும் கொடுத்திடென்றார் — பாசஞ்சர் சீப் கார்டுக்கு யிவர்கள் — பக்ஷமாய் தொண்ணூர் முதல் நூத்திருவதென்றார் — அசிஸ்டென் டேஷன் மாஸ்ட்டர் — டூட்டியது அன்பாக கொடுக்கவே வேணுமென்றார் — யிப்படிக்கி துரையவரை — போர்ட்டர் முதல் — யெழுதியே கேழ்க்குறார் கடுகியே தான் — தந்தினம் தனதனனம்.

கும்மி

சீர்வளரும் மட்ராஸ் ரெயிலின் கலகத்தை
 சிங்காரமாயானும் பாடுதர்க்கு
நேர்வளம் தங்கிய ஆனைமுகவனை
 நின்றுமலர் சாற்றி போற்றங்கடி 1

யெத்தனையோகாலம் மட்ராஸ் ரெயிலிநில
 யிப்படி நடந்த கோலமில்லை
பத்தினியேயந்த பேரைக்கெடுக்கவே
 ஒத்துமையானாராம் பாருங்கடி 2

சென்றலில் டேஷன் வாருங்கடி யிங்கே
 சேரும் ஜெனக்கூட்டம் காணோமடி
தங்கி நின்றுப் பார்த்தால் நாங்களுமோடியே
 தாவித்திரியுது பாருங்கடி 3

ஒர்க்ஷாப்பென்னும் ரெயிலினின் ஸ்டோரது
 உள்ளதோர் வேலைக்கா ரெத்தனைபேர்
அத்தனைபேரும் நின்றுவிட்டு ஸ்டோர்
 நத்தியே மூடிநார் பாருங்கடி 4

ராச்சூர் வால்டேர் நீலகிரி முதல்
 வழங்கும் குடிகள் தத்தளித்து
மாக்ஷிமை தங்கிய பிரயாணிகளெல்லாம்
 கலங்கித் தவிக்குரார் பாருங்கடி 5

சால்ட்டு கொட்டாயில் வேணப்பொருளெல்லாம்
தங்கியேயழிகி போனதால்
காக்ஷியாயேலத்தி னால்ஜெனக்கூட்டமும்
கண்டுவருகிறார் பாருங்கடி 6

உருளைக்கிழங்கு கருப்பாச்சி யிங்கே
உற்றதோர் வங்காயம் வேம்பாச்சி
பருகிக் கிடக்கும் பழங்களெல்லாமிப்போ
பார்க்கக் கிடைக்காதென் ரோதுங்கடி 7

அங்கங்கே வியாபாரி குந்திக்கொண்டு ரெயிலின்
அலங்கோலக் கதையை பேசிக்கொண்டு
சிந்தையொந்திவர்கள் வியாபாரமில்லாத
சேதியைச் சொல்லியே பாடுங்கடி 8

கலகத்தின் சேதியை கண்டுமே போலீசார்
காலனைப்போலவே வந்திருந்து
பலவித சண்டைக ளாகாமலிவரும்
பாதுமேகார்க்குரார் பாருங்கடி 9

எத்தனையோ வரசாண்டார்கள் யிங்கிலீஷ்
அரசரைப்போல் நீதிதானுமண்டோ
சுத்தமுடனிவ ராள்கை யினாலையே
லக்ஷிமிவாசம் குடியிருப்பாள் 10

சென்னை சாமிப்பிள்ளை வீதயதாமது
சேர்ந்ததோரன்பத்தி நாலாநெம்பர்
உன்னிதமாகவே சூளை முனிசாமி
உத்தமனிருப்பான் பாருங்கடி 11

மட்ராஸ் ரெயில் கலகம் முற்றிற்று

14

கடவுள் துணை

மோசடி வியாபாரச் சிந்து

இஃது
சின்னப்ப முதலியாரால் இயற்றப்பட்டதை
சென்னை – சூளை
தனலக்ஷ்மி நர்த்தன அச்சியந்திரசாலையில்
அச்சிட்ட பிரதிக்கிணங்க

திண்டுக்கல்
V. சுப்பா நாயுடு அவர்களால்
திருச்சினாப்பள்ளி
ஸ்ரீ கிருஷ்ணவிலாசம் அச்சுக்கூடத்தில்
பதிப்பிக்கப்பட்டது

1917 பைசா 6

பல்லவி

மதிமோசம் பாரீர் பல ஊர்களில் நடக்கும்
சதிமோசம் கேளீர்

அநுபல்லவி

சரியான ஊர்களில் சன்மார்க்க வியாபாரிகள்
நெரிபோல ஏலத்தை நேர்த்தியாய் போகிற

சரணங்கள்

பலவூர்களில் நடக்கின்ற சீர்கேட்டைச் சொல்லுவேன்
அனுதினவந்துமே யேலத்தைக் கூறுவார்
கட்டுக்கடைசரக்கல்லவென்று காணவேசொல்லுவார்
காணும் ஜால்வை எல்லாம் கான்பூரென்று புல்லுவார்

தண்ணீர்போட்டால் வெளுத்துபோமென்று
தானுமே சொல்வேன்

பச்சை மஞ்சள் ஜால்வையை　　பரப்பியே வைப்பதும்
பார்க்கும் ஜனங்களுக்கு　　கான்பூரென்பதுவும்
ஒஸ்தி ஜால்வையென்று　　வுள்ளாள்சொல்வதும்
உண்மைதானென்று　　ஏமாந்தவார் கேட்பதும்

போடுவார் தலையில் பணத்தை யெடுயெடென்று
கூடுவார் இடையில்

உல்லன் ஜால்வையென்று　　ஏலத்தில் போடுவார்
ஒருவர் கேட்பதற்குமேல்　　கேட்டாலே தருகுவார்
கல்லான ஜால்வையை　　கண்ணாலே பார்ப்பீரே
கண்டிப்பாய் பேசியே　　பக்கத்தில் நிற்போருக்கு

காண்பித்து எடுப்பார் நாட்டுப்புரத்தாரை
கூப்பிட்டு நிற்பார்

நூறுரூபாய் பீட்டென்று　　நின்றுமே சொல்லிட
நாற்பது முப்பது　　இருபதுயென்றிட
ஆறு ரூபாய் ஐந்தென்று　　அப்புறம் கூறிட
அரிகினில்வந்துமே　　உள்ளாள்நின்றிட

சொல்வதைப் பாராய் துகையைக் குரைத்து
போடய்யா நேராய்

இரக்கிபோட்டாலே　　ஏலத்தில் கேட்போம்
இருக்கும் ஜால்வையை　　காட்டய்யா பார்ப்போம்
பார்க்கும் ஜனமெல்லாம்　　வேத்தாளென்றுயிருக்கவும்
பகட்டாக உள்ளாள்　　கேட்டுமே நிற்கவும்

மதிமோசம் பாரீர் ஊர்பெருளையமுக்கும்
விதத்தையும் கேளீர்

ஒருரூபாய் ஒருரூபாயென்று　　உரத்தியேகத்துவார்
ஒண்ணேகாலென்று　　உள்ளாளும் கேட்பார்
ஒன்று எட்டுயென்று　　கையாளும் கேட்பார்
ஒன்னே முக்காலென்று　　மற்றவர் கேட்பார்

தாக்கியே விடுவார் உள்ளாள் நால்வரும்
தூக்கியே விடுவார்

சாயவேஷ்டிகிரையம்　　ஆச்சுது என்பதும்
ஜனமெல்லாம் பார்த்து　　ஏமாந்து நிற்பதும்
எத்தாக சொல்லியே　　ஏலத்தை கேட்பதும்
இரண்டொரு ஜால்வையை　　உள்ளாளெடுப்பதும்

பாக்கவுமாச்சு ஜனங்களுடன் கூடநின்று
கேட்கவுமாச்சு

ஏமாந்துகேட்டாலே போடுவார்தலையில்
எடுஎடு பணத்தை கொடுகொடு கையினில்
காசுகொரைச்சலாய் மடியினிலிருக்கையில்
காமாட்டிதனமாக பேச்சுகள் விட்டுமே

பிடிங்கிக் கொள்ளுவார் ஜால்வையும் பணத்தையும்
வாங்கியே சொல்லுவார்

குறையும் பணத்தை கொண்டுவா என்பதும்
கொண்டுவரதவரினால் அமுக்கிக்கொள்வதும்
வருவதர்க்குள்ளாக கடையெடுத்தோடுவதும்
வந்துஞாயங்கேட்டால் வம்புகள் செய்வதும்

இப்படியாச்சு இன்னும் சிலமோசத்தை
பார்க்கவுமாச்சு

இரவினில் யேலத்தை கூரிவிர்ப்பதுண்டு
இருக்கும் ஜால்வையை தாத்திவிடுவதுண்டு
சரிகைவேஷ்டியுங்கூட யேலம்போடுவதுண்டு
சாலக்காய் உள்ளாளும் பேசிவிர்ப்பதுண்டு

ஏமாரவேண்டாம் பித்தளை ஜரிகை வேஷ்டியை
வாங்கவே வேண்டாம்

சால்வை வேணுமென்றால் கடைகளுக்கு செல்வீரே
கறராய் பேசியே ரொக்கத்தை கொடுப்பீரே
உல்லன் சால்வையின் உண்மையைத் தெரிவீரே
ஓரத்தை பிச்சுமே கொளுத்தியே பார்ப்பீரே

மயிர் நாத்தமுண்டாம் கான்பூர் சால்வையெல்லாம்
சுடுநாத்தமுண்டாம்

மட்ட சால்வையின்வில மணமுடன் தெரிவீரே
மதிப்போ கடைக்கு சென்று யரிவீரே
இரண்டரை ரூபாய்க்கு ஏலத்தில் எடுத்தீரே
ஏமாந்து போனீரென்று யெல்லாரும் சொல்வாரே

இப்படியாச்சு ஏலக்காரர் சேதி
இனிமேல் போச்சு

இன்னுமொருமோசம் சொல்வேன்கேட்பீரே
எத்தனையோ மருந்துகள் விர்ப்பதும் தெரிவீரே
கண்டதோர் மருந்தையும் வாங்கியுமிருப்பீரே
கருத்துடன் சொல்வதை கேட்டுமேவருவீரே

சங்கதி கேளீர் மதுரையில் நடந்த
சேதியைப் பாரீர்

விஷத்துக்கு மருந்தொன்று வித்துமேவந்தாரே
வேணபேர் நம்பி வாங்கிவைத்தாரே
உயிருள்ள நாகத்தை வைத்துயிருந்தாரே

இப்படியிருக்க விஷத்துக்கு மருந்தொன்று
சொல்லியும் விர்க்க

தேற்நாட்டுவாக்காளி தீண்டியேவிட்டாலும்
துஷ்டபாம்புகள்கூட கடித்துமே விட்டாலும்
தெளிவான மருந்தொன்று போடுவேன் அதன்மேலே
துரைமார் சர்ட்டி பிகேட்டும் இருக்கைமேலே

என்றுமேசொல்ல நிற்கும் ஜனமெல்லாம்
சரியென்று விள்ள

உனக்குயெனக்கென்று வாங்கிக்கொள்வதும்
ஏழெட்டுரூபாய்க்கு விற்றுமேவந்ததும்
தானென்ற ஆணுவம் படைத்துமே நின்றதும்
தகுமான சாறாயம் குடித்துமேயிருக்கவும்

சங்கதி கேளீர் ஒருநாள் நடந்ததோர்
சேதியைப் பாரீர்

கும்மி

விற்கும் மருந்தை பார்த்தாரடி ஒருவர்
உயிருள்ள நாகத்தை கண்டாரடி
இருக்கின்ற நாகத்தை தான் பார்த்து
என்னென்று சொன்னாறாம் பாருங்கடி 1

என்னிடத்திலும் பாம்பு யிருக்குதைய்யா
எத்தனையோ நாகத்தை பிடித்தேனைய்யா
தன்னிட பாம்புக் கினையில்லையென்று
தைரியமாய் சொல்லி நின்றாரடி 2

பாம்பை எடுத்துவிடென்றுயிந்த
பாம்பாட்டி சொன்ன மொழிகேட்டு
வீம்புக்கு பாம்பையும் தானெடுத்து வியாபாரி
வீதியில் விட்டாறாம் பாருங்கடி 3

குடிவெரியிலிருந்த பாம்பாட்டியும்
குந்தியே கையையும் தானீட்டி
கடித்திடும் நாகத்தை யாட்டயிலே
கன்னத்தில் போட்டுதாம் கேளுங்கடி 4

நாகனும்யிவரை தீண்டிடவே அங்கே
நின்ற ஜனங்களும் பார்த்திடவே

பெண்ஜாதியானவள் கூப்பிடவும் அப்போ
பாம்பாட்டி எழுந்து சென்றாரடி 5

பத்தடிதூரம் சென்றாரடி பாம்பாட்டியும்
பாதையில்யப்படியே விழுந்தாண்டி
சப்தமிட்டு பெண்ஜாதியானவளும்
சல்தியில் ஓடியே வந்தாளடி 6

வாயில் ரெத்தமும் வருகுதையா
வைத்திருக்கும் மருந்தை போடுங்கையா
நிஜமான மருந்தால் விஷம்
நீங்காமல் போகுமோ நேசர்களே 7

ஐயய்யோவென்று சத்தமிட்டாளங்கே
ஆணும் பெண்ணுமே சேர்ந்துவிட்டார்
பய்யவே மருந்தையும் தானெடுத்து இவர்
பரிகாரம் செய்துமே பார்த்தாரடி 8

மருந்தையும் கொழைத்து போட்டுவிட்டுதான் இவர்
மாதுக்கு தைரியம் சொல்லிவிட்டு
ஆருக்குந் தெரியாமல் வூரைவிட்டு சாயப்பு
அர்த்தராத்திரியில் ஓடிவிட்டாரடி 9

மதுரையில் யாவருக்கும் தெரியுமிச் சேதி
மற்றாநாள் மெந்தவுங் கூட்டமடி
வித்தையாடவந்த பாம்பாட்டிக்கு இப்போ
விதியுங் கிழிந்ததே என்று சொன்னாரடி 10

மருந்து விற்றவன் சாயபுவாமங்கே
மாண்டவன் சாயபு ஜாதியராம்
கருணையுள்ள போலீசாரும் இதைப் பற்றி
கவனிப்பாரென்றுமே சொல்லுங்கடி 11

வசனம்

போலிவைத்தியரிடத்தில் இனிமேல் மருந்துகளும் ஏலம்போடக்கூடிய யிடத்தில் நிர்ப்பதும் அதை வாங்குவதும் கூடாது. லாட்ரி சூதாட்ட முதலிய இடங்களில் போய் நிற்கவாவது அல்லது ஆடவாவது கூடாது. ஏலத்தில் வாங்கக்கூடிய சாமானை கைவிலையாக இன்னவிலையென்று கடைகளில் போய் மனதிற்கு பிடித்தமாய் எடுத்துக்கொள்ளலாம். கண்ணால் கண்டவர் எழுதுகிறதாவது பல ஊர்களில் பாட்டைகளிலும் மரத்தடியிலும் ஒரு பலகை போட்டு அதில் சோடாமாவை வாங்கி கொஞ்சம் குங்குமத்தை போட்டு கலக்கி புட்டியில் போட்டு வைத்துக்கொண்டு ஒரு நட்டுவாக்காளியும் ஒரு சிறு பச்சை பாம்பையும் கையில் தூக்கி வைத்துக்கொண்டு படேதாய்எலி யென்று ஒரு பெருஞ்சப்தம்போட

உடனே அந்த ரோட்டில் போக்குவருத்து ஜனமெல்லாம் வந்துகூடவும் அதில் ஒரு ஆள் வந்து என்னய்யா யிதுவென்று கேட்பதும் இது தேள் நட்டுவாக்காளி பாம்பு கடிக்கு மருந்து என்று சொல்வதும் பந்தயம் கட்டிக்கொள்வதும் உள்ளாள் வந்து தேளைக் கொட்டிக்கொள்வதும் விஷம் ஏறினது போல் பாசாங்கு செய்வதும் மருந்தை குழைத்து போடுவதும் விஷம் யிரங்கிவிட்டதாக சொல்வதும் உடனே அருகில் நின்று பார்த்த ஜனங்களெல்லாம் எனக்குனக்கென்று வாங்கி கொண்டு போகின்றார்கள். ஐயோ! என்ன பரிதாபம் நானும் முதல் தடவை ஏமாந்து வாங்கிக்கொண்டு போனேன். தேள் தீண்டினதற்குப் போட்டுப் பார்த்தேன். ஒரு எழவும் நீங்கவில்லை ஆதலால் போலி வியாபாரியிடத்தில் எதுவும் வாங்காமலிருப்பீர்களாக.

தேளைக் கொட்டிக்கொள்பவன் அவனுடைய ஆள்தானென்று தெரிந்துக்கொள்ளுங்கள்.

இப்படிக்கு
உண்மை உரைப்போன்

15

உ

கடவுள் துணை

அகிலமெங்கும் புகழ்ந்துக்கட்டும்
அண்டாசீட்டுப் பாட்டு

விநாயகர் துதி வெண்பா

சித்திதரு மாமுகனே செல்வச் சிவசுதனே
முத்திக்கு வித்தான முப்பொருளே — நித்தம்
அண்டாசீட் டுப்பாட்டை யானந்த மாய்ப்பாடி
கொண்டா னடிக்கவரங் கூர்.

புதுமை சித்திரப் பதுமை போலவே என்ற மெட்டு.

கண்ணிகள்

1. அண்டாசீட்டு கொண்டானடிக்குதே வுண்டானபின்
கொண்டாட்டம்போய்திண் டாட்டங்கொடுக்குதேவெகு
ஆசையுடனே பேசியனேக
மோசமீதென யோசியாபண
ஆவல்பற்றிபோமுபாயரே வராவிட்டாலும்
அவரவர்வீடேகும் நேயரே

2. எச்சுமீசைக் கிச்சைப்படுவதால் இருந்தமீசை
எடுத்தெரிய நேரிடுமதனால் வெகு
எழுதியபழ மொழிகளிருக்க
முழுதிலுமதை பழுதுநினைக்க
எப்படிமனந்துணிந்ததோவறியேன் ஈசானினது
இணையடிதுணை யெனவருஞ்சிறியேன்

3. புடவைச்சீட்டுகடனும் வாங்குதே போராகுரைசில
பொருள்மார்வாடி படையில்தூங்குதே மாணிக்கம்

புகழ்ந்தமொழியை பொருத்துச்சீட்டு
ஜகந்தனிலதை நிறுத்தப்பாட்டு
போதிக்கும்நன்னீதிசெந்தமிழ்க்கு புலவர்பாதம்
போற்றிவந்த னம்தந்தேனுமக்கு

கைதனிலே காப்பு சங்கிலிகோப்பு என்ற மெட்டு.

1. அண்டாதவலை குண்டானுக்கோர்சீட்டு
அன்பரனேகர் போட்டு
அல்லல்பட்டதை கேட்டு வெகு
ஆவலுடனுரைத்தேன்கலி அதிசயத்தமிழ்பாட்டு

2. வாரம் அணா அதிகமானதாலே
வரைந்தேனேயின் னூலே
வாங்குவீர்புவி மேலே பத்து

3. வந்தவர்சந் தோஷங்கொள்ளலாச்சு
வராதவர்கள் பேச்சு
வகைகெட்டோமென் றாச்சு வீடு
வந்துமனம்நொந்துதினம் வாழ்ந்திடநாளாச்சு

4. எட்டுவாரங்கட்டி சீட்டுவல்லை
என்கையிற்காசு மில்லை
என்னேரமிதே தொல்லை முந்தி
எடுத்துரைத்தாரெங்கணவன் தடுத்தேனவர்சொல்லை

5. போதும்போதுஞ் சீட்டுகட்டினபாபம்
புருஷனறிந்தால் கோபம்
பொல்லாதமனஸ் தாபம் எந்தன்
பிள்ளைகுட்டிகளல்லலையான் சொல்லியென்னலாபம்

6. கரிசிலவுக்குரிய காசும் போச்சு
கணவனேச லாச்சு
கலங்ககால மாச்சு கஷ்ட
காலமெனஞாலமதிற் கதறியழலாச்சு

7. பவுன்பாயி தலையணைக்கோர்சீட்டு
பலவாறாக போட்டு
படும்நஷ்டத்தை விட்டு சூளை
பாலன்மாணிக்கம்பதத்தை பாடியெங்குங்காட்டு

கண்டியில் மேவும் நல்ல கதிர்காம வேல்முருகா
என்ற லாவணி மெட்டு.

1. பெண்ணேசிகாமணியே தென்னாடுமுதற்கொண்டு
உன்னதமான சீட்டு
ஓரணா பீட்டு

உத்தமர் போட்டு வாரமஅணா
உயர்த்துங்கணக்கை காட்டு

2. ஒன்றுயிரண்டுமூன்று நான்குஐந்து ஆரேழெட்
டொன்பதுபத்தும் போச்சு
பதினொன் றாச்சு
பனிரெண் டாச்சு பதிமூன்றும்போய்
பதினாலென் றெண்ணலாச்சு

3. இப்படியாகயெண்ணி யிருபதாம்வாரந்தன்னில்
இழுக்குதிரண்டு பத்தணா
இதுவே பார்கினா
எடுத்துச்சொல் வேனான் எழூதுபதி
மூன்றுரூபா யிரண்டணா

4. உத்தமர்நூறுபேருங் கட்டினதுகைபின்னே
ஓதிவருவே னீரும்
உணர்ந்து பாரும்
உறுதி கூறும் உண்மையறிய
உள்ளபடியே வாரும்

5. ஆயிரத்தெழுபத்தி ஐந்துரூபாவைநம்
அன்பர்கள்கட்டி யிருக்க
அதைநாம் வகுக்க
அவ்வட்டி பெருக்க அதன்பிறகு
அண்டாநூறையுங் கொடுக்க

6. ஆயிரத்தெண்ணூத்தி எழிபத்துரெண்டுசேர்நூர்
அண்டாவினிடை கணக்கு
அறிந்த பிணக்கு
அதைநானு னக்கு யெடுத்துரைக்க
ஆபாசமான தெனக்கு

7. சேர்விலைபோட்டுமொத்தஞ் சேர்த்துகணக்கெடுத்தால்
பார்பிடிப்போர்க்கு லாபம்
பகர கோபம்
பலபேர் சாபம் பெரியோர்முதல்
படுவாரே மனஸ்தாபம்

8. வேலையில்லாமல்வீட்டில் நாளைகழிப்பவர்க்கு
வேடிக்கைசீட் டாச்சு
விளையாட் டாச்சு
வெறுமை போச்சு வேண்அன்பர்
வீட்டிற்கோ ரண்டாவச்சு

9. ஏழைக்குஅண்டாவந்தா லென்னசெய்குராரென்றால்
எடுத்தவர்கடை மெதுவாய்
எல்லோர்க்கும் பொதுவாய்
ஏக்கியே குதுவை வைத்ததன்பின்
ஏகுராமனத் துணிவாய்

10. அண்டாபுடவைசீட்டு வுண்டாக்கினஅன்பரை
கண்டாலேகலி தீரும்
கடுக வாரும்
கவியை நீரும் கேட்டுவீடு
களிப்புடனே சேரும்

இச்சீட்டின் கணக்குகள் விபரம்.

வாரம் பை 1,2, ஆக 20–வாரம்	நபர் 1–க்கு	1	1	6
	நபர் 100–க்கு	89	9	4
வாரம் காலணா அரையணா ஆக 20 வாரம்				
	நாபர் 1க்கு	3	4	6
	நபர் 100–க்கு	268	12	0
வாரம் அரையணா ஒரு அணா ஆக 20–வாரம்				
	நபர் 1–க்கு	6	9	0
	நபர் 100–க்கு	537	8	0
வாரம் 1–அணா 2–அணா ஆக 20–வாரம்				
	நபர் 1–க்கு	13	2	0
	நபர் 100–க்கு	1075	0	0
வாரம் 5–அணா 10–அணா ஆக 20–வாரம்				
	நபர் 1–க்கு	65	10	0
	நபர் 100–க்கு	6562	0	0

சீட்டுக்கட்டுபவர்கள் இக்கணக்கில் பிரகார இலாப நஷ்டங்களை அறிந்துகொள்ளலாம்.

ஏலேலோ தாத்தய்யா ஏலலிலோ என்ற ஓடம் மெட்டு

பல்லவி

ஆனந்தம் சீட்டுமுதல னந்தம் அதன்பிறகு
ஆனந்தம் போ யழுவாரனந்தம்

ஐரூர்

1. தானந்தருமந் தகர்த்திட்டசீட்டு
தவலைசொப்புலோட்டா குவளைக்கோர்சீட்டு
தாம்பளத்தட்டு விளக்குக்கோர்சீட்டு
தாவணிபுடவை ரவிக்கைக்கோர்சீட்டு
தாயார்க்குத்தெரியாமல் சேயொருசீட்டு
தந்தைக்குவுரையாமல் மைந்தனோர்சீட்டு

தன்னாதனரியாமுன் பெண்ணொருசீட்டு
தவருங்குழந்தைகள் தம்படிசீட்டு ஆன

2. அண்டாமுக்குசட்டி அடுப்புக்கோர்சீட்டு
அடுக்குபாத்திரங்குண்டான் வடிதட்டுசீட்டு
அரிசிபருப்புடன் அகப்பைக்கோர்சீட்டு
அழகானரயில்கூஜா அதற்கொருசீட்டு
அரைபவுன்கால்பவுன் முழுபவுன்சீட்டு
அட்டிகைதாவடம் ஒட்டியாணஞ்சீட்டு
அத்திக்காய்கொலுசுடன் நத்துக்கோர்சீட்டு
அன்பர்களாவலாய் கட்டிடுஞ்சீட்டு ஆன

3. காப்புகொலுசுகை மோதிரஞ்சீட்டு
கடயம்வங்கிக்கால் கொலுசுக்கோர்சீட்டு
காதிலணியுங்கம் மலுக்கோர்சீட்டு
கம்பீரமான புலாக்குக்கோர்சீட்டு
காசிமாலைரவை பேசர்க்கோர்சீட்டு
காசிபனாரஸ் புடவைக்கோர்சீட்டு
கனவான்கள்கூடிமுன் கட்டினசீட்டு ஆன

4. கட்டில்மெத்தைசோப்பா பெட்டுக்கோர்சீட்டு
கனமானாவைக்கடுக் கனுக்கொருசீட்டு
கண்ணாடியோடின்ன முன்னதச்சீட்டு
கான்பூர்சால்வைக்கம்ப ளிக்கொருசீட்டு
கனவேர்வைதுடைக்ககை குட்டைக்கோர்சீட்டு
கரத்தில்பிடிக்கும்நற் குடைக்கொருசீட்டு
காலிலணியுஞ் செருப்புக்கோர்சீட்டு
கண்டசாமான்கள்மே லுண்டானசீட்டு ஆன

5. பட்டுகுட்டையுடன் பலவகைச்சீட்டு
பத்திரண்டுவாரம் வுத்தமர்போட்டு
பணம்வெகுநஷ்ட மென்றுசொல்லக்கேட்டு
பார்புகழ்சென்னையில் சூளைஐரோட்டு
பாலன் எஸ் டி. மாணிக்கஞ் சொன்னபாட்டு
பத்தர்முன்னுலகில்நீ பாடிதைக்காட்டு
பார்மிகஅன்பர்கள் ஜோபில்கைபோட்டு
பஞ்சந்துலைந்திட தருவாரேநோட்டு ஆன

நொண்டிச் சிந்து

சீருஞ்சிறப்பும் வாய்ந்த சென்னைநகர் - பெண்ணே நானுனக்கு முதற் பாகமும் சொன்னேன், தேருந்திருவிழாபோல் ஆதிவாரம் - தெருத்தெருவாயன்பர்கள் பெருத்ததை வூருமுழுதுங்கூச்சல் பவுன்சீட்டு - வுற்பத்தியாகி நடக்கும் அற்புதத்தில்நீர், சேரும் வாரமிருபது எனவெகு - ஜெனங்களுக்குச்சரித்து இணங்க

வைத்தார், சீட்டுயெடுக்க முயன்றார் சிலரன்று - செய்துக்கொண்ட பிரார்த்தனை செப்பத்தரமோ, வீட்டுக்குலதெய்வமே நீயேதுணை - விழவேணும் சீட்டுமுதல்வரவேணும், காட்டுப்புலித்தோலணியும் கங்காலீஸா - கார்க்கவேணுங்கடைக்கண் பார்க்கவேணும், ரோட்டுத் தெருவில் வசிக்கும் ராகாஷி - ரேவதியே நகர் தேவதையே, அங்காளம்மன்தாயே சீட்டுவந்தால் - ஆடுவெட்டு பொங்கலிட்டு ஆனந்தஞ் செய்வேன், குண்ணாத்தம்மாதாயே உந்த னுக்கு - கொழி பாடருத்து மிககொண்டுபடைப்பேன், துலுக்காணத் தம்மையே நீ எந்தனுடன் - துணையிருந்தாலே சீட்டு முனம்வருமே, ஏகாத்தம்மாவுன்னருளால் எனக்கிச்சீட்டு - இக்ஷணம்வந்தாலே பூசை பக்ஷமாய்செய்வேன் - எனபலதெய்வங்களை இவர் தொழுது, எழுந்துவந்தார் மனந் தியங்கிநின்றார் - பவுன்சீட்டுப் ரைஸெடுத் தார், நூற்நபரில் - பார்த்துவொருவற்கதை சேர்த்துவிட்டார் மற்ற வர் துயரமுடன் எங்களைப்போல் - மஹாபாவியில்லையென வழி நடந்தார்.

தந்தின

சீட்டுவந்து பெற்றுக்கொண்டவர் சந்தோஷப்படுதல்.

செந்தமிழையுலகினில் என்ற மெட்டு.

1. காலணாசீட்டுவொன்று நாலாநாள்போட்டேனின்று
   மேலானசேலைவந்ததே யென்றுமனமும்
   வேலாவெனநினைந்ததே உடன்
   கட்டினாலதைக்கண் பட்டுகிழியுமென
   பெட்டில்வைத்துதினம் தொட்டுபார்த்துமன
   கஸ்டநிவர்த்தியானதே இன்னொருசீட்டு
   கட்டலாமென்று தோணுதே

2. அரையணாவோரணாவா யாருவாரங்கட்டினேன்
   அழகானகுத்துவிளக்கு அன்றுதினமே
   அழைத்துடன் தந்தாரெனக்கு - கா
   சாசைமோசமிலா தேசதாசாசிவ
   பூசைசெய்யும்விசு வாசநேசரவர்
   அன்பரெனவுங்கூரலாம் அவர்பிடிக்கும்
   அண்டாசீட்டிலும் சேரலாம்

3. ஓரணாகந்தவாரம் உள்ளபடிநல்நேரம்
   உடனேவந்ததுபாரண்டா பைசாநாலுக்கு
   உலகில்கிடைப்பதுவுண்டா இந்த
   உத்தமத்திலக ரத்தினத்தையிக
   பரத்திலும்தொழு வரத்தில்வந்தசுக
   உருவைப்படைத்தாரேதேவர் ஒருகுரையில்
   லாமலிருப்பாரே யவர்

சீட்டுவராதவர் புலம்புங் கீர்த்தனம்

வீணனை யேன்படைத்தாய் என்ற வர்ணமெட்டு.

பல்லவி

தெய்வமேயிந்த தீவினைக்கென்னசெய்வேன் சீட்டில்
தெரியாமலே வறியேனுழைந்
துருவேதனைக் குறையாமல்படுந்
தீவினைக்கென்னசெய்வேன்

அனுபல்லவி

வையகத்தில்வாழும் மார்க்கமரியாத
மாபாதகனாசாசக பூபாரமுற்றோனாகிய தீவி

சரணங்கள்

1. எத்தனைநாளைக் கிருப்பதுபவாசம்
நித்தமித்துன்பம் நிலைக்கப்பரிகாசம்
மெத்தவண்டாய்ப் புவி மேலேஆனேன்நாசம்
விதியோகுறை மதியோகால
கெதியோகொடும் சதியோவந்த தீவி

2. போதும்போதும்சீட்டுப் போட்டுப்பிழைத்தது
வாதும்வம்பேவந்து மாட்டியிழுத்தது
காதில்கேட்குஞ்சொல் கனலாய்க்கொளுத்துது
கடன்வாங்கியும் உடனேகொடுத்
திடவேதனைக் கடவாபெருந் தீவி

சீட்டுபிடித்தவர் 20-வது வாரம் மீதிதொகையை பங்கிட்டுத் தராமல் ஓட்டம்பிடித்ததாய் சீட்டுகட்டின 80-பேர் புலம்புதல்.

பஹரியாலாதேக்கோ ஆயிச்சேபன்மே என்ற வர்ணமெட்டு.

பல்லவி

சொன்னாலே ரோஷம் – வரும் பண்ணாரேமோசம்

கண்ணிகள்.

1. அன்னாளேயெனக்குரைத்தா ராசைவிடவல்லையே
ஆகையாலதுமுதல்யான் பட்டதொல்லையே
சொல்ல நேரமில்லையே சொ

2. நல்லவுணவுவுண்ணாமல் நாளும்பணஞ்சேர்த்துயென்
பிள்ளைகுட்டிகளலைய கண்ணில்பார்த்துயான்
கள்ளருக்கு தோர்த்துநான் சொ

3. ஆப்பம்வடைஇட்டலிவிற் றாவலாய்சேர்த்தப்பணம்
காப்படிக்கவைத்தது கரைந்ததேக்ஷணம்
திகிலாச்சே மனம் சொ

4. சாதங்கூடைநீதந்தூக்கி சம்பாதித்தகாசைவீண்
சண்டாளருங்கொண்டாட்டமாய்கொண்டேகினாரென்விதி
யென்றுப்போரேன் சொ

5. சாணந்தட்டிவிற்று சம்பாதித்தபணம்போச்சுதே
வீணர்பேச்சைகேட்டதாலிவ் விதிவாய்ச்சுதே
துக்க மேலாச்சுதே சொ

6. எந்தவிதச்சீட்டிலும் யினிசேரவேமாட்டேனே
சுந்தரேசன்சாக்ஷியாயன் சொல்லிவிட்டேனே
அதால் மிகக்கெட்டேனே சொ

7. சிறுமணவூர்சீடன் சூளை மாணிக்கஞ்சொல்வாக்கியம்
செவியில்கேட்டதுபோல் நடவரும்பாக்கியம்
கவிமிக சிலாக்கியம் சொ

அதிசய அண்டாபவுன் சீட்டுபாட்டு முற்றுப்பெற்றது.

16

உ

கடவுள் துணை

கள்ளுக்கடைச் சிந்து

விருத்தம்

நம்பிநானிருந்தகள்ளே நாடியையறிந்தகள்ளே
தம்பியுந் தகப்பன்பாட்டன் தலம்பறைகண்டகள்ளே
வம்பு நீ செய்தாய்கள்ளே வருவையோசொல்வாய்கள்ளே
சொம்புபோல்குடுவைகள்ளே சோருபோல் கொதிக்குங்கள்ளே
தங்கம்போலானகள்ளே தைரியம்கொடுக்குங்கள்ளே
எங்களைவளர்க்குங்கள்ளே எங்கேபோயொளித்தாய்கள்ளே
சிங்கம்போலிருக்குங்கள்ளே ஜெயிலுக்கு அனுப்புங்கள்ளே
பொங்கியேவழியுங்கள்ளே புறப்பட்டு வருவாய்கள்ளே.

ஆனந்தக்களிப்பு

ஜாடியே உனக்கொரு கும்பிடு — அந்த
சாராயங்குடித்தாக்கால் பேதியெடுக்குது
புட்டியே உனக்கொரு கும்பிடு — அந்த
பீறைக்குடித்தாக்கால் சோரைக்கெடுக்குது
கள்ளே உனக்கொரு கும்பிடு — அந்த
கஞ்சா வடித்தாக்கால் நெஞ்சையுலர்த்துது
மரமே உனக்கொரு கும்பிடு — அந்த
மதத்தை யிழுத்தாக்கால் பலத்தைகெடுக்குது
எப்போ வருவாயோ கள்ளே — உனக்கு
இதுஞாய மல்லநீ எழுந்துவாகள்ளே.

இராகம் — நாதநாமக்கிரியை, தாளம் ஆதி.

பல்லவி

வந்துதே கள்ளு — யீஸ்வரன்போல
வந்துதேகள்ளு

அநுபல்லவி

வந்துதேபார்கள்ளு வாகனங்கரிவாடு
நொந்துயிருந்தபேரை நெட்டித்தள்ளிக்கொண்டு வந்

சரணங்கள்

ஆதிவிலைகளெல்லாம் அடிமாண்டுபோச்சுது
அஞ்சணா ஆரணா படியொன்றுஆச்சுது
சோதியதன்சுருக்கு சூரியனுக்கும்யேது
சுள்ளைக்கடித்துக்கொண்டு உள்ளுக்குகள்விட்டால்

யெழும்புதேபோதை தலைக்குமேல்கை தூக்கி கடிக்குதேபல்லை

ஆரணாபோனாலும் ஆட்டின்மயிரே போச்சி
அதுகுடிக்கும்போதே காட்டுப்புலியும்சீச்சீ
பாரில்பட்டையும்பத்தாய் குழந்தைகுடிக்கும்பாச்சி
பாட்டாக்கள்ஒருமூச்சு பிராணந்துடித்துப்போச்சி வந்

ரகுபதிகடைகள்ளு ராவெல்லாங்கொடையது
ரவுண்டுடாணாக்கள்ளு கிருக்குகள் வாங்குது
பரைச்சேரிகடைக்கள்ளு பாடுதுஆடுது
பாழுஞ்சுடுகாட்டுக்கள் தலைகீழாய்துள்ளுது

இதுவென்னகள்ளு பலவைதொட்டிக்கள்ளு ஒழுகுதேசொள்ளு

பெண்சாதியெதிர்த்தாக்கால் பளிச்சென்றுமாட்டுது
பிள்ளைநயினாவென்றால் சொல்லையிலடிக்குது
தன்பேச்சுபோல்வந்தால் தட்டிக்கொடுக்குது
தடுத்துச்சொன்னால்பல்லை கடிக்குதுமுடுக்குது

யெடுக்குதேகிருக்கு நாலுபேர்பிடித்தாலும் யிழுக்குதேமுறப்பு வந்

வெண்பா

காலைக்குடியரெலாங் கவைக்குதவார் கள்குடிப்பார்
வேலைக்குபோகார் வெறியனைப்போ — லலைவார்
வெறுமைவந்தபோது வேலைக்குப்போவார்
தருமமோ குடியர்க்குத் தான்.

கண்ணிகள்

புரு முக்கிமுக்கிகஷ்டப்பட்டு கேளடிபெண்ணே
மூணுபணங்கொண்டுவந்தேன் பாரடிகண்ணே
பக்குவமாய்செலவுநீ பண்ணடிபெண்ணே
பட்டாக்கள்ளுக்கொருபணந் தாக்கடிகண்ணே

பெ கள்ளைமறந்திடடா குடிகார பாவி
காலையில் குடியாதடா சதிகாரபாவி

பிள்ளைகுட்டி பெத்தாயோடா சண்டாளப்பாவி
புத்தியின்னும்வல்லையோடா குடிகார பாவி

புரு சேனநாள் பழக்கமடி முட்டாளு பெண்ணே
சென்மத்திலேவூரிபோச்சு கெட்டண்டி கண்ணே
நானுமட்டுங்குடித்தேனென்று எண்ணாதே பெண்ணே
நாலுமூணு தலம்பரையாய் நடக்குது கண்ணே

பெ குடிக்கேனென்றுசத்தியங்கள் பண்ணையே பாவி
குடல்பழுத்துதென்றுகதை சொன்னையே பாவி
ஜாடிகள்ளுஉன்குலைக்கு போதாதே பாவி
சாப்பிட்டாலும் வீண் சண்டைகள் செய்யாதே பாவி

புரு மனவருத்தப்படுவதாலே கேளடி பெண்ணே
மாஜினமாகிலுந்தின்னு வாரண்டிக் கண்ணே
துணதுணென்று பேசாதடி முட்டாளுபெண்ணே
துட்டுகூட குறைஞ்சிபோச்சு தூக்குது கண்ணே

பெ பணம்போனாலும் போகுதையா எந்தன் கணவா
பங்கியுண்டைபழக்கவேண்டாம் எந்தன் கணவா
குணத்தின்படிநடப்பேனையா எந்தன் கணவா
கும்மாமட்டும் கொடுக்கவேண்டாம் எந்தன் கணவா

புரு கும்மாவுன்னைகொடுப்பதில்லை கேளடி பெண்ணே
குடிக்கமட்டும் ஒத்தைபணம் தாக்கடி கண்ணே
சும்மா சும்மா சொன்னேனேன்று எண்ணாதேபெண்ணே
சோத்துப்பானையெகிரிபூடுந் தவரினால் கண்ணே

பெ சோத்துப்பானையெகிரிபோனால் கேளடா பாவி
உன்சூத்துதாண்டா காஞ்சிபோகும் குடிகாரப்பாவி
நேத்துசொன்னசத்தியத்தை மறந்தாயேபாவி
நெஞ்சிமட்டும் நெட்டிவிட்டு வந்தாயேபாவி

புரு குடியருக்குசத்தியங்க ளேதடி பெண்ணே
கூச்சலிங்கேபோடவேண்டாம் கேளடி கண்ணே
படியடித்தும்போதைகொஞ்சம் காணண்டி பெண்ணே
பணமிருந்தால்பட்டை குடித்து வருவண்டி கண்ணே

பெ பட்டை மூஞ்சில்யிடிவிழுக குடிகாரப் பாவி
பாட்டாவுடன் பட்டை சேர்ந்தால் மோசண்டா பாவி
. . . நடப்பட்டுபணத்தைவீணா யழிக்காதேபாவி
. . . காலங்கருப்பானதினால் சொன்னேண்டா பாவி

புரு பணம்போனாலும் சட்பம்போச்சு கேளடி பெண்ணே
பாட்டாவடித்தால்கையுங்காலு முரைக்குது கண்ணே
கணக்குப்பார்த்து குடிக்காவிட்டால் கேளடி பெண்ணே
காலணாகூடகையில் கிட்டாது கண்ணே

பெ ஓயாகுடிகுடியாதடா சண்டாளப் பாவி
உத்தியோகத்தில் மண்ணுவிழும் குடிகாரப் பாவி
ஏழைவயரெறியயெறிய சதிகாரப் பாவி
எப்படியும் நாசமாவாய் குடிகாரப் பாவி

புரு உத்தியோகம்போனாலெந்தன் சட்பம் போச்சடி
ஊரொடமையில்லாவிட்டால் வெரியும் யேதடி
எத்தனைபேர்யேமாளிகள் ஊரில்பாரடி
எவனாகிலுங்கொடுத்துப்போரான் உனக்குயென்னடி

பெ பஞ்சை போலேகற்றகல்வி படிக்காதே பாவி
பாரிலுள்ளோரெல்லாம்வுன்போல் குடித்தாரோ பாவி
செஞ்சியேகாம்பரங்கவியை கேளடாபாவி
சுகப்படுவாய்புவிமீதில் குடிக்காதே பாவி

கள்ளின் மகுத்துவம் விருத்தம்

பெருமானே தரிசனமே சொல்லக்கேளாய்
பேறான பச்சைமிளகாய் வுப்புங்கூட்டி
கரடான நாக்கின்நுனி நடுவில்வைத்து
கள்ளதனைப்படியிலூற்றி நுரையைத்தள்ளி
அரகராவென்று வுள்ளே செலுத்திவிட்டால்
ஆதிசிவன் அயன்மாலும் எதிரே நிற்பார்
பிரியமாய் மதுசெய்யும் மகுத்துவத்தைப்
பரிட்சித்துக் கொண்டவர்க்கு மோக்ஷந்தானே.

நாதநாமக்கிரியை
பல்லவி

சாதுக்களைக்கெடுக்குதையா பாழுங்கள்ளுயிது
சாப்பிட்டால்மொரைக்குதையா

அநுபல்லவி

சாதுக்களைக்கெடுக்குது சாப்பிட்டால்வெரிக்குது
பாதைபடுத்துது பவுசை கெடுக்குது சாது

சரணங்கள்

பிரியமாயழைக்குதையா பாழுங்கள்ளுயிது
படிவாங்கிநெட்டுதையா பாழுங்கள்ளுயிது
பிரியமாயழைக்குது படிவாங்கிநெட்டுது
வெரிகொடுத்தாட்டுது வெளியேநெட்டித்தள்ளுது சாது
கண்டவரைகூப்பிடுதையா யிந்தகள்ளு
கடன்வாங்கசெய்யுதையா யிந்தகள்ளு
கண்டவரை கூட்டுதுகடைகடைக்குவோடுது
சண்டையைவலிக்குது தெண்டங்கொடுக்குது சாது

காலையிலழைக்குதையா தலைநோவுகள்ளு
காப்புகட்டிதிரிகுதையா தலைநோவுகள்ளு
காலையிலழைக்குது கடையில்குந்தவைக்குது
வேலையைகெடுக்குது வலிசண்டைபோடுது சாது
காசுயிருந்தால் அழைக்குதையா பாழுங்கள்ளுயிது
கடன்கேட்டால் மொரைக்குதையா பாழுங்கள்ளுயிது
காசுயிருந்தாலழைக்குது கடன்கேட்டால் முரைக்குது
மோசப்படுத்துது மூலையிலேவொரங்குது சாது
ஒரக்கங்கொடுக்குதையா கள்ளுயில்லாவிட்டால்
உட்கார்ந்துஒரங்குதையா அதுஊமையைப்போல்
ஒரக்கங்கொடுக்குதுஒருபடிமுரைக்குது
வெரியெடுத்தால்யெரையுது வேதம்படிக்குது சாது
வஞ்சனையாய் சொல்லவில்லை யிந்தகள்ளைநான்
வழக்கத்தைசொன்னேனையா யிந்தமதுவைநான்
வஞ்சனையாமிதைவிட்டு வழிபடுவாய்புவிமீது
செஞ்சியேகாம்பரங்கவியை சித்தத்திலேநிதம்பாடு சாது

தெலுங்கும் தமிழும்

ஒகநெலகாபடினபாடு ஊரந்தா அடிகிசூடு
ஜாடியே கள்ளு ஜாடியே
பீருபுட்டி செய்த மோசம் பீப்பா தண்ணியைக் கேட்டுப்பாரு
ஜாடியே கள்ளு ஜாடியே
போசேடப்புடுசுருக்க)ண்டாதி போயினவதலாயேமிலேது
புட்டியே கள்ளு புட்டியே
இத்தனைநாள்பட்டபாடு யாரைகேட்டால் தெரியபோவுது
குடுவையே கள்ளு குடுவையே
. . . வொச்சினமாட்டவினி காலிவானபயப்படுத்தி
காவடி துள்ளு காவடி
சிறுமணவூர்முனிசாமி செப்பிசெப்பிநவ்விநாடு
மாந்தையே கள்ளு மொந்தையே

கெஞ்சாவின் மகத்துவம்

ஆனந்தக் களிப்பு

இதுவே யானந்தகைலாசம் — இதற்
கிணையில்லையேயிந்த ஜெகத்தினில்மோக்ஷம் இது

இலை காம்பு விரைதள்ள வேணும் — அதற்கு
யெதிராகபிரமபத்திரி யிலைபோட வேணும்
சிவகெங்கைமூன்று துளிவிட்டு — அதை
சிக்கெனவுண்டையாய் சிலிம்பிலடைத்து

அக்கினிபகவானைமூட்டி — யெங்கள்
ஆத்தாள் சிவகாமி அம்மையை நினைந்து
பக்கென்றொருதம்மிழுத்தால் — அந்த
பரமபதந்தன்னை பார்த்திடலாமே இது

கெஞ்சாவே யோருசேதிகேளும் — உன்னை
கசக்கியடித்ததே கண்ணையிருட்டும்
அஞ்ஞானபுத்தியையோட்டும் — சிவ
மானந்தபதவியில் அருளதையூட்டும்
நெஞ்சையுலர்த்தாமல்காட்டும் — வரும்
நினைவைமறக்காமல் நிலையிலேகூட்டும்
வஞ்சனைபுத்தியையோட்டும் — பித்தம்
வந்தபின்தெருதெரு சுத்திநீவோட்டும்
வள்ளலைக்கண்டிடலாமே — ஐயா இது

சீட்டாவேயுன்சேதிகேட்டால் — சீவன்
துடிக்குதேபதைக்குதே யுன்செய்கைபார்த்தால்
நாட்டாரைகெடுத்திடவந்தாய் — நல்ல
வாலிபர்திரேகத்தை வாட்டியேகெடுத்தாய்
தொட்டவர் உனைவிடமாட்டார் — விட்டால்
தொலையாதநோயெல்லாம் பூட்டிடபட்டாய்
கூட்டியபினியைக்குண்டாய் — பின்னால்
குந்தினியிடத்திலே உறங்கிடசெய்தாய்
காட்டினேன் சீட்டாவின்சேதி — ஐயா. இது

புகையிலைச் சிந்து

நாதநாமக்கிரியை
பல்லவி

கரமாயிபோச்சி — புகலையப்பியாசத்தை
கற்றவர்பேச்சி.

அநுபல்லவி

வரியதிகமாச்சு வாடுங்குடிகள்பேச்சு
பிரியமாய்சுருட்டு பொடியுங்கருப்பாச்சு கர

சரணங்கள்

கடனென்றுபொடிகேட்டால் காதைமுடுக்குது
கட்டும்பொடியானாலும் துட்டுக்கும்ஓயர்ந்தது
பட்டணத்தில்புகலை பாழாயிபோச்சுது
பந்தர்புகலைபேச்சி அந்தரம்பரக்குது கர

துட்டுக்கொருகரண்டி சிட்டிகைபொடியாச்சி
தொல்லையாம்புகலைக்கு நல்லோர்பரக்கலாச்சி
மட்டிபுகலைநேசங் கற்றதேபகையாச்சி
மறந்துவிடுவோமென்றால் மனமுங்கலங்கலாச்சி

புகலையின்பேச்சி காலணாகொடுத்தாலும்
ஒருயிலையாச்சி இப்போ

கள்ளுகடைசுருட்டு கடையாய்பரந்துபோச்சி
காம்புக்கும்விலைமிஞ்சி கருப்பாய்பரக்கலாச்சி
தள்ளிவைத்தபுகலை தங்கம்குவிக்கலாச்சு
தம்படிக்கும்ஒரு சுருட்டும்சின்னதாச்சி கர

ஓயாமல்சுருட்டு பிடிப்போர் உரங்கலாச்சு
உதவாதகோர்வையும் பதமாய்ஒத்துபோச்சு
வாயிலடக்குவோர்க்கு வயிரும்யெறிந்துபோச்சு
வாட்டமாய்பத்தெடம் பார்த்தவர்கள்பேச்சி

வாட்டமாய்போச்சி கெஞ்சாயிழுப்போர்கள்
கலங்கிடலாச்சி

ஆமூர்புகலைபேச்சி அதிகாரம்பெரிதாச்சி
அதற்குமுன்கோர்வை பாய்ந்துயெகரலாச்சி
அதங்கரைபுகலை பார்த்ததேவிலையாச்சி
உள்ளூர்புகலையெல்லாம் நல்லவினையாச்சி

பந்தரின்புகலை சொன்னசொன்னவிலை
துள்ளுதேமேலே

அஞ்சாமல்புகலைக்கு அதிகாரம்பெரிதாச்சி
அவனியிலதுசேஷ்டை அடக்கினால் சுகமாச்சு
செஞ்சியேகாம்பரங் கவியெழுதலாச்சு
சீமையிலுள்ளோர்கள் பார்த்துமகிழலாச்சு கர

வேறு மெட்டு

புகலையே யிதுஞாயமல்லோ — உனக்கு

ஜெகமெல்லாமுனைக்கண்டு சித்தமனம்வாட
செஞ்சியேகாம்பரமும் உன்மீதில்பாட புக
சிட்டிகைபொடிகேட்டால் ஐயோ
சீரிமுரைக்குரார் என் செய்வேனையா புக

பண்ணேன்சுருட்டுயப்பி யாசம்
பாழானபொடியையும் கூடவைத்தேன்நேசம் புக
நித்தம்பித் தமதை நீக்கு முன்போல்
நீடித்துபழவிலை கொண்டுவந்துதாக்கு புக

ஆனந்தக்களிப்பு

பரிபூரணானந்தபோதம் — நேற்று
பகலெல்லாம்மழைபெய்து சுவரெல்லாம்வோதம் பரி

சாறாயபுட்டியை நம்பு — அதை
சாப்பிட்டால் கொடுக்குதே அளவற்றதெம்பு
கையிக்கிசெலவில்லைகொம்பு — யாரை
கண்டதேகுத்தினால் கயஞுதேகெம்பு பரி

பெற்றதாய் சொல்லைகேளாதே — உந்தன்
பெண்டாட்டிபிள்ளைக்கி கஞ்சிவார்க்காதே
உற்றாரைஊரில்சேர்க்காதே — உந்தன்
ஆயுசுக்கும் ஒருகாசும் தருமஞ்செய்யாதே பரி

தாயாரை தடிகொண்டுமாட்டு — இந்த
தகப்பனையும் பாட்டனையும் வீட்டைவிட்டோட்டு
உற்றாரை உறவாறைமாட்டு — இந்த
ஊரிலுள்ளவர்கள்மேல் கச்சையுங்கட்டு பரி

தருமஞ்செய்யா திருமனமே — நாளை
கருமத்தைசெய்தாலே கடைத்தேறலாமே தரு

கள்ளுகடைச் சிந்து முற்றிற்று.

17

உ

கடவுள் துணை

குதிரைப்பந்தயச் சிந்து
என்னும்
கிண்டிரேஸ் பாட்டு

விநாயகர் துதி

ஆனைமுக னானவிறை யோனடியை யேனினைய
ஞானமுறு மோனமுறு மீனமறு மேனிதமே.

நூ ல்

காணலங்காரம் என்ற வர்ண மெட்டு

பல்லவி

காணவினோதம் கிண்டிரேஸ்
கார்த்திகைமாதம் கண்ணால் காண

சரணங்கள்

1. ஆணும்பெண்ணும்வருவார் அங்குமிங்குமலைவார்
தோணுமைதானமெங்குஞ் சுற்றிச்சுற்றிக்கலைவார் கா

2. கைப்பிள்ளையோடு சில கன்னிமாருந்திரிவார்
ஒப்புவயிற்றுப்பிள்ளை யோடுபலர்தெரிவார் கா

3. வீட்டுவேலையைவிட்டு வேணபெண்வந்திடுவார்
காட்டுப்பெண்மாமியுடன் நால்வர்க்குமுந்திடுவார் கா

4. அழும்பிள்ளைதனைத்தொட்டி யாட்டிப்படுக்கவைத்து
எழும்பூருரயிலேறி, யேகும்பெண்மார்கள்பித்து கா

5. கவர்னர் துரைவருவார் கலெக்டர் ஜஸ்டீஸ்வருவார்
யவனர்பார்ஸீகள்பல ஆங்கிலயேர்வருவார் கா

6. குருடர் செவிடர்பலக் கூனக்கிழவர்நொண்டி
திருடர் நெருங்கிவந்து சேப்பிற்கையிடுங்கிண்டி கா

7. சற்றுத்தெளிந்தவருங் கல்லாதிருந்தவரும்
மற்றும்பெரியவரு மந்தைமந்தையாய்வரும் கா

8. வட்டிக்குவட்டி வாங்கு மார்வாடிசெட்டி எத்தர்
தட்டிப்பிழைக்குங்கொல்லர்தட்டார்வண்ணாரர்பத்தர் கா

9. கையிலேந்திபுத்தகத்தை காலேஜூஸ்டூடண்டுகள்
ரயிலேறிகிண்டிவந்து ராமுன்திரும்புதுகள் கா

10. கண்டிபினாங்குரங்கோன் கப்பலேறிப்பிழைத்தோர்
கிண்டியில்தோற்றுவிட்டுக் கேவலமாவதைப்பார் கா

11. ஆபிஸ்கிளார்க்குமார்க ளானந்தமாகவந்து
காபிக்கும்வழியின்றி கால்நடைபோம்பசுந்து கா

12. வக்கீல்கள் கேஸைவிட்டு வந்து லாட்டரிதொட்டு
டிக்கெட்டுக்கேதுவின்றி ட்ராவலிங் செய்பகட்டு கா

13. பிச்சையெடுத்தகாசைப் பிளேசுவன்போட்டமுது
பச்சைப்பயலுடனே பரதேசிபோம்பொழுது கா

14. மிட்டாயிதட்டெடுத்து விற்றுவருஞ்சில்லரை
துட்டையொழித்துதட்டை தூக்கியோடுமல்லரை கா

15. எட்டாம்நெம்பரில்கட்டி யேமாந்துவிட்டேனென்பார்
முட்டாளுமேழிற்கட்டி மோசம்போயினேனென்பார் கா

16. கடுக்கனடகுவைப்பார் காப்புச்சயினிவிப்பார்
துடுக்குமனமுடைந்துச் சோம்பிக்களவுகற்பார் கா

17. ஓட்டக்குதிரையெல்லவா மோடிவந்தசுருக்கும்
டோட்டாலிசேட்டரில்கண் னோட்டமுடனிருக்கும் கா

18. பாலீசுபொத்தான்மாட்டி பட்டியிருக்கிக்கட்டி
போலீசுக்காரர்பலர் போவார்வருவாரெட்டி கா

19. ஏட்டுயினிஸ்பெக்டரு மிங்குமங்குந்துடிப்பார்
பீட்டுக்காரருடனே பேசிப்பிகிலடிப்பார் கா

20. இங்கிலீஸ்ராச்சியத்தி லீதுமோர்கண்காட்சி
சங்கீதமாசுப்பையா தாசன்புகலுமாட்சி கா

காணவேணுங் காணவேணும் என்ற வர்ண மெட்டு.
கண்மணியே பெண்மணியே வாடிக் கிண்டி
கானக மைதானமது தேடி அங்கு
காட்சிவெகு மாட்சிமிக சூட்சிபல மீட்சியிலை
காண்பாய் இன்பம் பூண்பாய்

2. கோடிஜனமோடி வரும் பாராய் ஜனக்
கூட்டமுமி தேட்டமடி ஜோராய் அங்கு
கூடியுள லேடிகளுஞ் சேடிகளு மாடிகளின்
மீதே மட மாதே

3. சென்னைநகர் மன்னும்பல மாந்த ருடன்
சிற்றரசர் மற்றுஜமின் வேந்தர் களுந்
தெலுங்கர் தமிழர்வட கலிங்கர் துளுவர்பலர்
சேர்வார் களி கூர்வார்

4. காசுபணந் தூசுக்குச் சமானம் எவர்
கையும்பணப் பையுமவ தானம் பல
காவலருஞ் சேவலரு மேவலரு மாவலுடன்
திரிவார் நன்மை புரிவார்

5. வின்பிளேசுக் கும்பலெனப் பணமே நெம்பர்
மேற்குதிசைத் தோற்கிலை குணமே மனம்
விட்டதிலைத்தொட்டதுதை நட்டமெனக் கட்டமுடன்
விசனம் இல்லை வசனம்

6. லாட்டரியிற்சீட்டுகளை வாங்கி வரும்
லாபமெனப்பாபமன மேங்கி கன
லச்சையற்று மிச்சையற்று மச்சைவிற்று மிச்சமற்று
வருவார் ஐ. பி. தருவார்.

எந்த மானந்த மென்ற வர்ண மெட்டு.

பல்லவி

வேடிக்கை வேடிக்கை வேடிக்கையே கிண்டி
வேடிக்கை வேடிக்கை வேடிக்கையே நல்ல வே

அநுபல்லவி

வேடிக்கையுமாகுங்கெட்ட வாடிக்கையுமாகுங்கிண்டி வே

சரணங்கள்

1. ஓடுதுபாரொரு ஜோடிக்குதிரை
ஓடிமுன்னாகப் பரக்குஞ்சதிரை
மூடுதுமேலெழுந் தூசிக்கதிரை
முத்துநவ ரத்தினமே இத்தினமு முத்தமே வே

2. வெள்ளைசிவப்பது மெள்ளப்பின்னோடி
வேகமாய்தாவிமுன் னாகுதுசாடி
எள்ளுவிழவிட மில்லாதுகூடி
யிருக்குஜனப் பெருக்கமென நெருக்கமரு வருக்குதடி வே

3. பொப்பிலிராஜாவின்   கப்பிதிவ்வேளை
   பூங்கொடியேகொச்சிக்   கப்பதுநாளை
   அப்புறந்தாண்டிமை   சூருக்கப்பாளை
   யகமகிழுந் தகமைசெயுங்   ககனமதி முகவழகி   வே

4. தேறுஞ்ஜனவரி   மாதமுன்தேதி
   சென்னைக்கவர்னரின்   கப்பதுக்கியாதி
   ஏறுங்குதிரைக   ளேபலஜாதி
   எண்டிசையு மண்டிவருங்   கண்டிடுவங் கிண்டிதனில்   வே

5. ஆண்டிற்கொருமூன்று   மாசமேரேசு   வே
   நானென்னென்று   சொல்வேன்தமாசு
   வேண்டியபாக்கெட்   திருடர்கள்கேசு
   விதிவசமீ ததிசயநற்   புதுமையடி மதிவதனி   வே

6. கிண்டிரேஸ் கிண்டிரே   சென்றேயெழுவார்
   கெம்பீரமாய்ரயி   லேறிவிழுவார்
   உண்டியல்போனபின்   னேவென்றழுவார்
   ஒப்பிநிதஞ் சுப்பையனுஞ்   செப்பினது மெப்பதமே   வே

       அய்யாவுன்பாதம் என்ற இங்கிலீஷ் வர்ண மெட்டு

   ஆனந்த மானந்தமே   ஆனந்த மானந்தமே   பர
   மானந்த மானந்தமே   ஆனந்த மானந்தமே

   அதிதுரிதமா   யொருகுதிரையு   மோடுதுபார்
   அற்புதமிகு   சொற்பனத்திலுங்   கண்டிலேனேர்
   இதுததிபல   குதிரையுமுனங்   கூடுதுஜோர்
   இருமையினொரு   நிமிஷமேகளி   கூர்கூர்கூர்கூர்

         இப்புவி   செப்பிடுஞ்சீர்
         கற்பனை   விற்பனந்தேர்
         சுப்பைய   னற்பதம்பார்
         ஒப்பின   தைப்படிஸார்

       தாதாபாய் நௌரோஜி என்ற வர்ண மெட்டு.
                  பல்லவி
   வாராயென்   மடமானே
   வாராயென்   மடமானே
   ஜோராய்முன்   னடதேனே

                அநுபல்லவி
   வாரா வண்டிக்குப்   போவோங்கிண்டிக்கு   வாரா

சரணங்கள்

சீராருஞ்சென்னைநகர் தெய்வலோகமே நிகர்
சேட்டுவர்த்தகர் செட்டிகணந்தமிழ்
நாட்டுமக்களின் துட்டுதுரும்படி வாரா

தொகையரா

பாராளுமிங்கிலீஷ் துரைத்தனத்தேரயில்
பாதைமோட்டார் படோபம்
வீரானகம்பியில் லாத்தநதியாகாய
விமானமின் சாரதீபம்

சரணம் எடுப்பு

கண்டோம் பல புதுமை காணாதவர்பதுமை
காலசக்கரஞ் சற்றுவினோதமே
சீலசுப்பையன் கற்றதுநீதமே வாரா

பூவருந்திருவே என்ற வர்ண மெட்டு

கிண்டி குதிரைப்பந்தயமேநமைக் கோறுந்தந்திரமே கிண்டிக்
குதிரைப்பந்தயமேநமைக் கோறுந்தந்திரமே அடிக்
கோமளக்குயி றேபுறப்பயத்
தாமதப்பட லேதடிக்கடி குதிரை

நல்ல பாண்டுவாத்தியமே நமைத் தூண்டும்பாத்தியமே எந்தன்
பாவையேமடப் பூவையேமனத்
தேவையேதுவுன் கோவைாய்திற குதிரை

பாரு மோட்டார்கும்பலையே பல நாட்டார்கம்பலையே அடி
மோகனக்கிளி யேமனக்குறை
நீவிடுத்திடு வாகிடைத்திடுங் குதிரை
அடி ஓடுதேகுதிரை ஜனங்கூடுதேபிறகே பார்
ஒன்றூதிரியும் நன்றாவருது
என்றாயதுவும் பின்றாவிடுது குதிரை

நல்ல லாட்டரிசீட்டு வாங்க நீட்டடிநோட்டு இதில்
லட்சாதிபதி தானுமாகலாம்
பிட்சாதிபதி யேனுமாகலாம். குதிரை

தமிழ்ச் சுப்பையன்பாட்டு தினஞ்செப்பிடக்கேட்டுமனந்
துடிதுடிக்குது எடுயெடுப்பிளே
சடியடிப்பணம் நடநடப்புறம் குதிரை

கணவனுக்கும் மனைவிக்குந் தர்க்கம்

தனித்து மெத்தையில் படுத்திருக்கையிலே
என்ற வர்ணமெட்டு

மனைவி

1. எனதுமனதுக் கினித்தசுந்தரரே கிண்டிரேசிலுமக்
கென கிடைத்தது முனமளிப்பீரே உமக்
கேதுயித்தனை வாதுமெத்தவுஞ்
சூதுகற்றது போதுமித்ததி
எடுத்துப்பணத்தைக் கொடுத்திடுவீரே இதோசெப்பினு
ளிருக்குதெத்தனைக் கணக்குரைப்பீரே எனது

கணவன்

கமலவதனக் கனகரஞ்சனியேகண்ணேபெண்ணே என்
காமரஞ்சிதச் சோமவஞ்சனியே எனக்
காலமோசனிக் கோலமோயெவர்
சாலமோவனு கூலமேயிலைக்
கட்டினபணம் வெட்டியானதடி லாட்டரிசீட்டில்
கொட்டினதொகை தட்டிபோனதடி கமல

மனைவி

3. தரித்தகம்மலை கழற்றிசென்றீரே சண்டாளப்பாவி
உரித்துச்சாட்டைப் பறித்தகன்றீரே இனி
தாலியிருக்கு கோலியறுக்க
பீலியிருக்கு கேலிபெருக்கு
சரட்டுக்கெனக்கு வழியூரைப்பீரே வீட்டினில்லாதே
விரட்டுவேன்வெளிப் புரப்படுவீரே எனது

கணவன்

4. எனக்குமுனக்குமினிப்பகையெதற்கு இப்போதேகப்பல்
ஏரியக்கரை சேறுவேனிதற்கு பிற
கெனைமறந்துவுன் னனைபுகந்தநன்
மனைநடந்திடு சினமொழிந்திடு
இழந்தபணத்துக் கிரட்டிப்புதனமே மீள்வேன்திரட்டி
இயம்புசுப்பைய னயம்புகழ்தினமே கமல

ஓர் கிழவி புலம்பல்

பஞ்சாமிர்தப்பழனிவேல் என்ற வர்ணமெட்டு

பல்லவி

ஐயோநானென்ன செய்குவேன் அரும்பாவிகெடுவேன்
ஐயோநானெனன செய்குவேன் ஐயோ

அநுபல்லவி அடுக்கு

அறுபதுக்குமொரு எழுபதுபணம்
பெறுவதற்குமில்லை யழுவதற்குவிதி ஐயோ
ஆட்டைவிற்று மாட்டைவிற்று
வீட்டைவிற்று போட்டுவிட்டேன் ஐயோ
ஆசையாலேமதி மோசமானகுடி
நாசமாகிபர தேசியாவிதி ஐயோ
அங்குமிங்குமி லங்குமங்கள
மங்கைபங்கனு மெங்கள்பங்கிலை ஐயோ
அட்டமசனியனெனைக் கிட்டினதிலிதுமதி
தொட்டதறுநூறுமிதிற் கட்டியிழந்தழுகிறேன் ஐயோ

சரணங்கள்

1. ஐம்பதுரூபாய்வின் னதிலிழந்தாச்சு
அறுபதுரூபாய் பிளேசினிற்போச்சு
நம்புலாட்டரியில் நானூறுதீச்சு
நாயெனத்திரித்துமிங் கவமதிப்பேச்சு ஐயோ

2. காப்புகைக்கொலுசுங் காயலான்பெட்டி
கம்மலுஞ்சையினுமச் சேட்கடைப்பட்டி
பாப்பம்மாளிடத்தில் பலநகைவட்டி
பாக்கியென்றளினி யெடுக்கணுஞ்சட்டி ஐயோ

3. வரும்பொழுதேநிலை யிடித்தசித்திரமே
வாசலுள்ளோர்தடுத் ததுதரித்திரமே
விரும்பிநான்வைத்த வீட்டுப்பத்திரமே
மீட்பதேதுயினி வீடுசத்திரமே ஐயோ

4. பாவியென்குடியைக் கெடுத்ததேகிண்டி
பந்தயத்தானழிந் திட்டனானொண்டி
பூவினிற்சுப்பையன் பூப்பதமண்டி
போய்ப்பிழைப்பேன்சிங்கப் பூரொடுகண்டி ஐயோ

ஓர்மாது கடவுளை வேண்டுதல்

அமாரேநபி என்ற வர்ணமெட்டு

பல்லவி

கபாலீசனேவுனைக் கைகூப்பினேன்கார் கபா

சரணம்

உபயபாதம்பணிந்து ஓடிவந்தேன்துணிந்து
அபலைக்குழவிவேணு மாயிரம்ரூபாய்வந்து கபா

தொகையரா

மண்கூடைதூக்கிமுன வைகையாற்றிற்கிழ
 வந்தியைக் கார்க்கவிலையா
கண்கூடாலாட்டரிச் சீட்டெடுத்தேன் பணங்
 கைகூடச் செய்யமலையா

சரணம் எடுப்பு

கட்டுவேன்கோபுரமே காலுக்கு நூபுரமே
துட்டுமிகக்கிடைத்தால் சுப்பையன்பாசுரமே கபா

18

உ
குகமயம்

தெக்ஷிணபீட கள்ளச்சிங்கம்
ஜெம்புலிங்க நாடார் பராக்கிரம சிந்து

இவை ஜி.பி. லெக்ஷிமய்யா அவர்களாலியற்றப்பட்டு

திருநெல்வேலி தெற்குப்புதுத் தெரு ஸ்ரீமான்
கி. பலவேசம் பிள்ளை அவர்களால்
திருநெல்வேலி ஸ்ரீ கிருஷ்ண விலாச அச்சுக்கூடத்தில்
பதிப்பிக்கப்பட்டது.

(2nd edn.) 1921 2000

காப்பி ரிஜிஸ்டர் விலை அணா 2

விநாயகர் துதி வெண்பா

சீர்மேவுஞ் செம்புலிங்கம் செய்த விளையாட்டதனை
பார்மீது சிந்துகவி பாடுதற்கு – வாராய் நீ
மதகரியப்பா மாமுகப்பா
இதுதருண முன்றன் றாளிணைக் காப்பு

(ஆண்டிப்பண்டாரம் உனை வேண்டிக்கொண்டேனே)
வர்ண மெட்டு

ஜெம்புலிங்கமே இந்த ஜெகத்தில் சிங்கமே தென்னாட்டு *(ஜெம்பு)*

1. ஜெம்புலிங்க நாடார் செய்த
சிறுமையான பெருங்களவால்
நம்பும்படி போலீசார்கள்
நாங்கூனேரி பிடித்துவந்த *(ஜெம்பு)*

2. வம்புசெய்த நாடார் தன்னை
வாரண்டுடன் சப் ஜெயிலில்
கம்பு துப்பாக்கி யோடு
காவல் செய்து அடைத்தனரே *(ஜெம்பு)*

3. அடைத்த ஜெயுலுக்குள்ளே
அர்த்த சாம வேளையிலே
உடைத்து வெளியேவர
ஊர்ஜிதமே செய்து கொண்ட (ஜெம்பு)

4. இரும்புக் கம்பி கதவுதன்னை
இருபிளவாய்ச் செய்வோமென்று
துரும்புபோலே ஒடித்து
துரந்துவெளி யேறினாரே (ஜெம்பு)

5. நாட்டமுடன் வெளிவந்தவர்
நாலுபேர்கள் ளென்றுரைத்த
தாட்டிக மானவர்கள்
தன்பெயரை சொல்லுகிறேன் (ஜெம்பு)

6. சீரான பணகுடியிலே
சிறப்பான ராஜதுரை
பேரான ஜெம்புலிங்கம்
பெருத்தவம்பு ராமசாமி (ஜெம்பு)

7. பேரி லுயர்ந்தவர்கள்
பேரீசு பெற்றவர்கள்
ஊரில்ச் சிறந்தவர்கள்
ஒற்றுமைக்கு நல்லவர்கள் (ஜெம்பு)

8. நாலுபேரும் வெளிவந்ததை
நன்கரிந்த ஜெயிலர்துரை
போலீசுக் காரரிடம்
போட்டுவிட்டார் வாரண்டதை (ஜெம்பு)

9. அம்புவியி லிவர்பெரிய
ஆரவாரக் கள்ளரென்று
நம்பினார்கள் கெவர்ண்மெண்டியே
நாட்டினார்கள் வாரண்டிலே (ஜெம்பு)

10. வாரண்டுங் கையுடனே
வழக்கம்போல போலீசார்கள்
ஊரெல்லாந் தேடித்தேடி
ஒதுங்கினார்கள் காட்டுக்குள்ளே (ஜெம்பு)

11. காட்டுக்குள்ளே ஜெம்புலிங்கம்
கட்டிவைத்த வீட்டுக்குள்ளே
தாட்டீகமாய் போலீசார்கள்
தான்பிடிக்க மார்க்கமில்லை (ஜெம்பு)

12. மார்க்கமில்லை பிடிக்கவென்று
மன்னவராம் கலைக்டரிடம்
தீர்க்கமுடன் பெட்டிஷனில்
தெரிவித்தார்கள் போலீசார்கள் (ஜெம்பு)

13. பெட்டிஷன் பார்த்ததுமேல்
பெரிய கலைக்டர் துரை
அட்டியில்லாமல்ப் பிடிப்பார்க்
கைநூறு ரூபாயென்றார் (ஜெம்பு)

ஜெம்புலிங்க நாடார் பராக்கிரம நொண்டிச்சிந்து

அய்யா ஒரு சேதிகேளும் பக்கா ஜெம்புலிங்கம் சேதிதனை கெம்பீர மாய்த்தான், இவரைப் போல் கள்ளருண்டா – உலகில் ஒப்பில்லாத புகழ்பெற்ற பக்கா சிங்கமாம், மைத்துனன் ராமசாமியொடு – எங்கும் மங்காத கியாதியோடு சுற்றித் திரிந்து, களக்காட்டு ரோட்டு மார்க்கம் கள்ளர் கொழுந்தூராமலைக் குரங்காட்டி மடத்தில் ஒன்று இரண்டு மூன்று நாளாய் இருந்து, ஓயாத கொள்ளை செய்து தாராளமாய் மற்றானாள் மாலையிலிவர் திருக்குறுங்குடி மலையோரம் நம்ப கோயிலுக்கு போவாரை கொள்ளை செய்ததால், நம்பி கிருபையாலே, ஜெம்புலிங்க நாடாரை ஜெயிலுக்கு போகவிடுத்தார் இவரைப் பிடித்தடைத்து, சேர்மாதேவி இருக்கும் கலைக்ட்டர் துரையவர்கள் முன்புக்கு, தீரவிசாரித்துமே துரையவர்கள் செப்பினார் நாலரை வருடமென்று, இத்துடன் முடிவுமில்லை, இன்னும் இருக்குது கேசுகள் ஈரங்கியில் கேசு முடிந்தவுடன், பூறாவும் புதிது புதிதாக வெளிவருமே தந்தினத்தம்தனதனனா.

கணபதி துணை

ஜம்புலிங்க நாடார்

விளையாட்டுச் சிந்து.

இஃது

சூளை - மாணிக்க நாயகரவர்களால்

சென்னை சூளை

ஸ்ரீ பாரதி அச்சுக்கூடத்தில்

பதிப்பிக்கப்பெற்றது.

காப்பிரைட்] 1929. [விலை அணா 1.

இப்புத்தகம் தேவையானால், எல், டி, மாணிக்க நாயகர்,
இராமலிங்கம் அண்டு கம்பெனி, சூளை ஹ ரோட், மதராஸ்.

19

உ

கணபதி துணை

ஜம்புலிங்க நாடார்
துற்விளையாடற் சிந்து

விநாயகர் துதி வெண்பா

வம்புமிக செய்துகெட்ட ஜம்புலிங்க நாடாரும்
தெம்புடனே மாமன்வீடு தேடிவர — செம்புலிகள்
கண்டவனை சுட்டகதை கரிமுகனே கவியாய்நான்
மண்டலத்தில் பாடமன மகிழ்.

சொக்கரலங்காரம் வர்ணமெட்டு
தெம்மாங்கு

1. மூதாதிதேவர்களு முன்னந்தொழும்விநாயகரே
காதாரகேட்கசிறு காளைகவிபாடிவாரேன்

அலங்காரம்

நாதவொளியேநளின பாதா நான்மறைதினம்புகழும்போதா
பாதம்பணியும்புலவர்தாதா பரமன்பாரிநினதுமாதா
ஓதவுனதுசெவிகேளாதா வுண்மைதொண்டனுக்குரைக்கதீதா
தேவமுதலேவிரைவில்நீதா வேண்டினேநீகாக்கவாதா

சிறுமணவூர் சீடன்பாடும்
அறுமைமொழிசீர் திருத்தநாடும்
தொந்தியே வந்தாதரி முந்தியே

தெம்மாங்கு

2. திருநெல்வேலிபாளையங்கோ டெல்லையினில்சேர்ந்தபக்கம்
அருணணைபோல்துலங்கிவெகு ஆர்பாட்டங்கள்செய்தநாடார்

அலங்காரம்

சிம்பலக்கினம்பிறந்தராசி சேர்ந்தமைத்துனன்சிறுவன்காசி
வம்பிருவரொம்பநேசி வாதுகள்மிகசெய்யுமுல்லாசி

நம்பதகாதவரெங்குராார்பேசி நாடெங்கும்பேர்புகழையோசி
தம்பதிவாழ்தேவுபவாசி தறணியில்கெட்டவனெனயேசி

அதிககூட்டம் அவர்மேல்நாட்டம்
பதியிலோட்டம் பகர்திண்டாட்டம்
சிங்கமே நாடார்ஜம்பு லிங்கமே

தெம்மாங்கு

3. குத்துசண்டைகுஸ்திகளும் கோல்கத்திகோப்படாவும்
கற்றுவந்தநேயரவனை கண்டுபயந்தோடுவாராம்

அலங்காரம்

கள்ளர்கருவருத்ததூயன் களவுசெய்வதில்மிகவுபாயன்
வள்ளல்கிருபை பெற்றசேயன் வரும்வினைப்பயனரியும்நேயன்
பள்ளர்மரவர்புகழுமாயன் பவளம்போன்றசிவந்தவாயன்
கள்ளமன தாய்படைத்தாரயன் காணகண்கள்கூசுதேயன்

குயிலில்மிகுந்த வோசைக்காரன்
குடியைகெடுக்கு மோசக்காரன்
சிங்கமே நாடார்ஜம்பு லிங்கமே

தெம்மாங்கு

4. போலீஸார்கோபம்வந்து போய்புகுந்துகுன்றுகளில்
வாலிபனைகட்டிவந்து வழக்கெடுத்துயேதுசெய்தார்

அலங்காரம்

காலில்விலங்கைகடுகபூட்டி கழுத்தில்பில்லையையிருக்கிமாட்டி
பாலனிவனைபதைக்கவாட்டி பாரகுற்றமிவன்மேல்சாட்டி
நாலுவருஷம் நடுங்கதீட்டி நம்பர்கரப்புகுல்லாபேட்டி
வேலைசெய்யஜெயிலிலோட்டி வெந்தகலியையமுதாயூட்டி

கைதிசெய்து காவல்நின்றார்
கதும்பியிரவில் வோட்டங்கொண்டார்
சிங்கமே நாடார்ஜம்பு லிங்கமே

அம்ஸவல்லிகேசு அதன் விலையோ ஆறுகாசு
யென்ற வர்ணமெட்டு

தெம்மாங்கு

1. ஜெயிலைவிட்டுவோடிசில காலமலைச்சாரலிலே
மயிலைமாடுரெண்டுகட்டி மகிபனைபோல்வாழ்ந்திருந்தான்
போலீஸார்கள்பேச்சு பொல்லாதகோபமாச்சு

2. பணக்காரன் வீட்டில்சென்று தினக்கொள்ளையிட்டுவந்து
தனக்கானயேழைகட்கு தானஞ்செய்துகொண்டிருந்தான்

3. கன்னமிட்டுகளவுசெய்யும் காசிஜம்புலிங்கத்தைமுன்
இன்னிலத்திலேபிடித்தால் ரெண்டாயிரரூபாயினாம்
தாரோமென்றுசொன்னார் தர்மதுரைகள்முன்னால்

4. சுடலைமுத்துநாடாரவர் சொந்தபந்துமாமனவர்
வுடலில்நாவைவழிப்பதுபோல் வுத்தமனும்பிடித்துதர
எண்ணமதுகொண்டார் எழுந்துகாடுசென்றார்

5. காடுமலைநுழைந்து கண்டபுதர்சாலைசென்று
தேடிகிடைக்கவில்லை தீரன்காசிஜம்புலிங்கம்
மாமனவர்பேச்சு மனக்குரையுண்டாச்சு

6. பணக்குடிதோட்டமதை பாதுகாத்துசுடலைமுத்து
மனக்குரையோடுஅந்த மண்டலத்தில்வாழ்கையிலே
ஜம்புலிங்கம்காசி சாலையுள்வந்தார்பேசி

7. சூதுசெய்யயெண்ணங்கொண்டு சுடலைமுத்துநாடாரவர்
வாதுசெய்தழைத்துவந்து வட்டித்தாராம்சாதமன்று
ஜம்புலிங்கமுந்தி சாதம்புசித்தார்குந்தி

8. சோளக்கொல்லையிலிரு பாலரும்விருந்துவுண்டு
நாளைக்கழித்தாரன்று நாடார்சுடலைமுத்துடனே ஜம்பு

9. பொழுதுவிடிந்தவுடன் போய்வருவோமென்றுரைக்க
பழுதுகள்செய்யமாமன் பாலருக்குயேதுரைத்தார்
இன்றுஒருமாலையிருந் தேகும்நாளைகாலை

10. எண்ணையறப்புதேய்த்து வென்னீரில்ஸ்நானஞ்செய்து
இன்னமொருநாள்விருந்து யென்னிடமுண்டேகுமென்றார்
ஜம்புலிங்கம்பேச்சு சந்தோஷங்களுண்டாச்சு

11. மாமன்ஜகுனிசொன்ன மர்மமதைகண்டிடாமல்
ஏமாந்திருந்தனராம் யேழுமணியாகும்வரை ஜம்பு

12. சுடலைமுத்துநாடாரவர் சொல்லிநிருத்திவிட்டு
உடனேதிரும்பிவீடு வந்துரைத்தசேதியிதோ
நொண்டிச்சிந்துபாரும் யெண்டிசையும்நீர்கூறும்

ஜகுனிமாமன்சுடலைமுத்துநாடார்
ஜம்புலிங்கத்தையும்காசிநாடார்
இருவரையும் காப்பிகொல்லையிலிருக்கச்செய்துவந்து
மனைவியிடம் வீட்டில் மர்மம் கூறும்
நொண்டிச் சிந்து

பெண்ணே சிகாமணியே ஜம்புலிங்கம் காசியென்னும் நேசனுடன் பேசியேவர அன்னவரை கண்டு மிகவும் ஆவலுடன் அன்ன மிருக்குதுகொஞ்சம்வுண்ணுங்களென்று சொன்னவுடனிரு

பேரும் சந்தோஷமாய் சாப்பிட்டிளைப்பாறி சற்று படுத்தெழுந்து என்னுடைய முகம்நோக்கி மாமா நாங்கள் யேகிவாரோமென்று சொல்லி போகநடந்தார் முன்னமே நானெழுந்தோடி இன்னகரி லின்னமொரு நாள்விருந்து வுண்ணுவதுடன் யெண்ணையரப்பு தேய்த்து வென்னீரின் ஸ்நானஞ்செய்து நாளைகாலை போகலா மென்று பணக்குடி தோட்டமதிலே இருவரை படுத்திருக்க செய்துனை யடுத்து வந்தேன் மனக்குரைவுனக்கேண்டி போலீசு மன்னவரிடமுளவு சொன்னவுடனே கன்னல்மொழிமாதர சேயிருவரை கட்டிகொண்டு போனவுடன் தட்டிக்கொள்ரூபா அன்னமே முன்னிரண்டாயிரம் சர்க்காரில் அளித்திடுவார் சன்மானம் கொடுத்திடுவார் வள்ளியூர் வாழும் போலீஸன்பரிடம் கள்ளர்வந்தகப்பட்டதாய் மெள்ளவுரைத்துவருதற்குள்ளவரிங்கு வொருசமயம் வந்தாலும்சரியவரை இந்தயிடத்தில் குந்து மெனவுபசரித்து மனமது கூசிடாமல் நேசியை போல் பேசிநிறுத்து தந்தினம் தினதந்தினம்.

கும்மி

1. என்று மனைவிக்குரைத்து விட்டு நாடார், ஏகினாரே போலீஸ்டேஷனுக்கு, அன்றுநடந்த விபத்தையான்புகல, அம்பிகைபொன்னடி காப்பாமே.

2. காலையேழுமணியானதினால் ஐம்பு, காசியுடன் மாமன் வீடடுத்துச் சோலைக்கிளிமொழி மாமியாரேமாமன், சுடலைமுத்துயெங்கே சொல்லுமென்றார்.

3. கேட்டவுடன்மாமி நாடாரெதிரினில், வாட்டமாகவந்து நின்றுகொண்டு, தோட்டத்தைவிட்டுநேர்வீட்டுக்குவந்தவர், துட்டு கேட்டுகையில் வாங்கிக்கொண்டு.

4. தாங்கள்வருவதாய்சொன்னாரே மாமன், தானுங்கடை வீதிசென்றாரே, வாங்களூட்காருங்கள் வந்திடுவாரென, வந்துவுபச்சாரமுந்துரைத்தாள்.

5. மாமன்வரும்வரை மாடியின்மேல்குந்தி, மர்மமாய்காலங் கழிப்பதுடன், சீமான்கெவர்ன்மெட்டு சேவகர்கண்களில், சிக்காமலிருக்க வேணுமென்றாள்.

6. வீட்டுத்தாளைநன்றாய் போட்டுக்கொண்டுமாது, வடலிவில்லை யென்ற யெல்லைவந்து, நாட்டுக்கதிபதி யாகவிளங்கிடும், நாடாரப்பாவுக் குரைத்தனளாம்.

7. கேட்டவுடனே குமாரசாமிநாடார், கூடினார் தந்தையும் தானுமாக, வாட்டமுடன்கையில் துப்பாக்கியைதூக்கி, வந்துரைத்தார் போலீஸன்பருக்கு.

8. காட்டிலுலாவிநம் நாட்டில்கொள்ளையிடும், தேட்டைகாரன்காசி ஜம்புலிங்கம், மேட்டிமையான சுடலைமுத்துநாடார், வீட்டிலகப்பட்டு கொண்டாரென.

9. கோரியூர்சேவகர் கேழ்விபட்டுவெகு, கோபத்துடனெ மூந்தோடிவந்து, வூரிலிருப்போரொருநாள்கொஞ்சதூரம், வொற்றிபோகவேணு மென்றுரைத்தார்.

10. இப்படியாக யிவரிருக்கபோலீ, ஸேகியேநாடார் சுடலைமுத்து, செப்பியதைகேட்டு வள்ளியூர்சேவகர், சேர்ந்தார்பணக்குடி காப்பிதோட்டம்.

11. இரவிலிருவர் புசித்துபடுத்த, இடத்தையுங் கண்டவரிட்டுவந்து, விரைவில் சுட்டகுண்டு வேணதுண்டுரெண்டு, விரோதிகளுமில்லை கொல்லையினில்.

12. வீணாககுண்டையுஞ் சுட்டாரேயிருவர், காணேமென்று கேழ்விபட்டாரே, போனார்சுடலைமுத்து நாடார்வீட்டுக்கு, போலீஸினிஸ்பெக்டர் காவலரும்.

13. கோரியூர்போலீஸார் கூட்டமாகக்கூடி, குண்டுமருந்து துப்பாக்கியுடன், வீரியமாகவே நின்றுயிருக்கையில், வள்ளியூர் போலீஸார் வந்தனராம்.

14. கோரியூர்வள்ளியூர் போலீசுசேவகர், கூடிகலந்து யிருதரத்தார், பாரினில்சுட்டதை பாலன்மாணிக்கமும், பாடிவாரேன் கேளும்நேசர்களே.

ஊர்குருவி வேடங்கொண்டு வுயரப்பரந்தீரானால்
யென்ற தெம்மாங்கு வர்ன மெட்டு

1. ஆயிரத்தொலாயிரத்தி ஆண்டுயிருபத்துமூன்றில்
நேயர்களேசெப்டம்பரில் நேர்ந்தவிபத்தைகேள்ஜம்பு
லிங்கமே சிங்கமேசேவகருங்கண்டவனை செய்திடவந்தார்பங்கமே

2. இருபதாந்தேதிகுரு வாரம்பகல்மூன்றுமணி
குருவுபதேசம்பெற்ற கூட்டாளியோடிருந்தஜம்பு லிங்கமே

3. ஐம்பதுவீரர்களும் ஜம்புலிங்கம்வீட்டைச்சுற்றி
வம்பனைசுட்டுக்கொல்ல வந்துகாவலானாரங்கு
ஐயனேமெய்யனே ஆறுமுகமானகுரு ஆதரியெனதையனே

4. காசியும்ஜம்புலிங்கம் மோசம்போனோமென்றறிந்து
யோசித்திருவருமா யேரிமாடிமேலேநின்றார் ஐயனே

5. போலீஸாலானவரை போட்டடித்தார்குண்டுகளை
வாலிபரிரண்டுபேரும் தாளைதிறவாமல்நின்றார் ஐயனே

6. சப்பினிஸ்பெக்டரென்னும் சாதுமுத்தய்யாபிள்ளை
செப்புமார்டரைக்கண்டுசீரிகுண்டைசுட்டான்ஜம்புலிங்கமே

7. சுட்டகுண்டுமுத்தய்யாமேல் பட்டவுடனேவிழுந்தார்
திட்டமுடனாஸ்பத்ரிக்கு சட்டெனகொண்டேகினதாய்
சொன்னதும் மன்னரும் சூழ்ந்துவெகு கோபமுடன்
செய்தசண்டை கேளின்னமும்

8. சேவகர்சுப்பய்யாபிள்ளை செல்வன்வெகுகோபமுடன்
காவல்நிற்ககண்டவுடன்காலில்குண்டைசுட்டான்ஜம்புலிங்க

9. போலீஸார்ஜம்புலிங்கம் போர்புரிந்துசுட்டகுண்டு
நாலுதிசையிருந்த வோலைவீடும்பற்றினதாம் ஐயனே

10. தீபற்றிகொண்டதென தீரனிவனும்தெரிந்து
ஆபத்துநேர்ந்ததென்று அலறிகுதித்தானேஜம்பு லிங்கமே

11. போலீஸாரிவனைச்சுட இவன்போலீஸாரைச்சுட
வாலிபரிரண்டுபேரும் வந்துவுடனே துரைத்தார் ஐயனே

12. இருனூறுதோட்டாக்க ளெம்மிடமிருப்பதினால்
தருணம்ரெண்டாயிரம்பேரைதாக்குவேன்பாரென்றுகுண்டை
சுட்டதும் பட்டதாம் சேஷய்யரேட்டங்கத்தில்
சீரிகுண்டு பாய்ந்திட்டதாம்

சந்தணதேவன் வர்னமெட்டு

1. வீரமொழிபுகன்று சூரரிருவரன்று
தீரமாய்சுட்டுகொண்டு நேராகவோடலுற்ற
நாடார்ஜம்புலிங்கம் நாட்டைக்கடந்தான்சிங்கம்

2. ஆறுஅடிவேலிதாண்டி ஆத்திரமாயோடிவந்து
நேறுபுளியமர மேரிகுண்டைசுட்டுநின்ற நாடார்ஜம்பு

3. கண்ணில்புலப்படாமல் காசிநாடானோடுகையில்
தண்ணீர்கால்வாயதனை தாண்டமுடியாமல்வீழ்ந்தார்
காசிநாடார்பேச்சு கண்கலங்ககாலமாச்சு

4. கூடதுடந்தோடியகு மாரசாமிநாடாரவர்
உடனேதிரும்பிகுண்டை விட்டார்வெகுகோபமுடன்
காசிநாடார்மூச்சு கண்டிக்கப்ராணம்போச்சு

5. சுட்டுவிட்டேனென்று சொல்லி சேவகர்முன்கூச்சலிட
சட்டெனயிரங்கிதூக்கி திட்டுமேலேபோட்டுவைத்தார் காசி

6. காசியிறந்தானென்று காதிற்கேட்டஜம்புலிங்கம்
நேசனுயிர்போனபின்பு நாமிருக்கக்கூடாதென்று
ஏகியெதிர்நின்றான் யென்னைசுடுங்களென்றான்

7. துப்பாக்கிகைபிடித்து தலையைமூன்றுதடவைசுற்றி
இப்புவியிலெறிந்து இருகரமும்தூக்கிக்கொண்டு ஏகி

8. நிராயுதபாணி யாகயிவர்நிற்கையிலே
சூரரொருவரன்று சுட்டகுண்டுகாலில்பட ஏகி

9. காலில்குண்டுபட்டவுடன கைதூக்கிமார்பில்வைத்து
போலீசாரேசுடுங்களென்று பொருமையுடனின்றுகேட்ட
நாடார்ஜம்புலிங்கம் நாடெங்கும்பெயர்பொங்கும்

10. வேரேயிரண்டுகுண்டு வந்துமார்பில்பட்டவுடன்
போரேனெமலோகமென்று வீரனிவனும்விழுந்தான் நாடார்

11. துஷ்டபயலெனமுன் துப்பாக்கிகூர்முனையால்
இஷ்டம்போலவனைகுத்தி கஷ்டப்படுத்தினராம் நாடார்

12. கீச்சகமர்தனம்போல் ரோஷமுள்ளசேவகரும்
கூச்சலுடனவன்மே லேரிகுதித்துமிதித்தார் நாடார்

13. காலைபிடித்தவரை கண்டபடியிழுத்துவந்து
மாலையாறுமணிக்கு மன்னரவர்கண்டுரைத்தார் நாடார்

14. சர்ஜன் துரையவரும் ஜம்புலிங்கநாடானவன்
வஜ்ஜிரதேகமதை வந்துகண்டுமெச்சினார்பார் நாடார்

15. இன்ஸ்பெக்டர்ஜெனரல்எப் ஆர்மிட்டேஜ்துரையுடன்
இன்னமனேகரிஜர் போலீஸாருமேகிவந்தார் நாடார்

16. உயிர்போனஜம்புலிங்க முடலைகண்ணில்காண்பதற்கு
ஆயிரம்ரெண்டுபத்து அன்பர்க்குமேல்வந்தனராம் நாடார்

17. அன்றுயெழுதிவிட்ட அயன்விதிபோலேநாடார்
நின்றுவுயிரைவிட்டார் நேசனவன்பாஷத்தினால் நாடார்

18. லோகோபகாரியிலே யேகமாய்வரைந்தகதை
பாகமுதலிதென்று பாடிவைத்தான்மாணிக்கமும் நாடார்

ஜம்புலிங்கநாடார் துற்விளையாடற்சிந்து
முற்றுப் பெற்றது.

20

ஸ்ரீ வேணுகோபாலன் திருவடிகளே சரணம்

30–7–22க்கு ஆடி மீ 15உ பாளையங்கோட்டை பெரிய ஜெயிலிலிருந்து செம்புலிங்க நாடார் ஓடிப்போன பாட்டு

இஃது பாளையங்கோட்டை மில்டெரி லயன் புஸ்தக வியாபாரம்
S.A. அளகிரிசாமி பாகவதர் பாடியது
பாளையங்கோட்டை சௌராஷ்ட சபையார்
பொருளுதவி செய்தது

திருநெல்வேலிப்பாலம் ஸ்ரீ காந்திமதி விலாஸம் பிரஸில்,
அச்சிடப்பட்டது

காப்பி	முதற்பதிப்பு	2000
இதன்விலை	1922	அணா 1

விருத்தம்

செம்புலிங்க நாடார்மேல் ஜெகமதில் பாட்டுரைக்க அம்புவியோர் இதைக் கேட்டு ஆனந்தமாய் மகிழ தம்பி எனும் வேலனுக்குத் தமையனாம் கணபதியை தும்பிக்கையுடையோனைத் துரிதமுடன் நமஸ்கரித்தேன்.

ஆல்ரெடி சொவுசுக்காரி — என்ற மெட்டு

செம்புலிங்கம் ஓடினசங்கதி சொல்லவேண்டாமா
அதைப்பாட வேண்டாமா
ஊரில்கேள்க வேண்டாமா
மனங்கொள்ள வேண்டாமா

அணாக்கொடுத்து புஸ்தகம்வாங்கிப் பார்க்க வேண்டாமா
பார்த்துநல்ல குற்றங்குரை தெரிய வேண்டாமா

புஸ்தகத்தை வாங்கிப்பார்த்தால் புலன்வெளியாகும்
கவலைகள் தோணும்
யோஜனை உண்டாகும்
புத்தி தடுமாடும்

செம்புலிங்கம் செய்த விஷயம் செவ்வையாய்த் தோணும்
வம்புவந்த வகையதுவும் தென்புடன் காணும்

பாளையங்கோட்டை பட்டாளம் லயன் அளகிரிசாமி
    பாடினேன்   இதை
    தேடியும்   நீங்கள்
    நாடியுங்   கேட்டு

பாடிப்பாடி நாடுகளில் கூடிப்பேசிடுவீர்
ஆடி ஓடிய செம்புலிங்கத்தைத் தேடிகண்டிடுவீர்

நொண்டிச் சிந்து

கொள்ளை செய்த குற்றத்துக்காக – மெத்த சள்ளையில்லாமலிருக்க செம்புலிங்கத்தை – சரியான தெண்டனை செய்து – உடன் சர்க்கார் அடிதண்டாவைக் காலில்மாட்டி – பக்குவமாய்ப் பாளையங் கோட்டை – புது ஜெயில் தன்னிலல்லோ அடைத்து வைத்து – பந்தோபஸ்துகள் செய்து – அவரைப் பகலும் இரவுமல்லோ பாறாவில் வைத்து – சிலகாலம் பார்த்து வந்து அண்ணே – இந்த விதம் நாள்களித்து வரும்போது – எவ்வித காரணத்தாலோ – அங்கு ஜூலை மீ முப்பதாந்தெய்தி யன்று – ஞாயிற்றுக் கிழமை இரவில் – இந்த செம்புலிங்க நாடாரும் காசிநாடாரும் – தேவமார் ரெண்டு பேரும் – அந்த ஜெயிலுக்குள்ளேயிருந்து வெளியேரி – தந்திரமாய் ஓடிவிட்டார் – இந்த நல்ல விவரத்தை முன்பக்கத்தில் – அனைவோர்களும் தெரிய யான் செப்பியிருக்கிறேன் அளகர்சாமி தந்திதை தன்தினனா.

21

உ

கணபதி துணை

கொடுக்கூர் ஆறுமுக படையாக்ஷியின் அற்புதக் கலகச் சிந்து

இரண்டு பாகம் அடங்கியது

குறள் வெண்பா

கொடுக்கூர்வாழ் ஆறுமுகன் செய்த கொலைசொல்ல
இடக்கருப்பாய் ஆனைமுகா ஏய்ந்து.

ஆண்டிபண்டாரம் வர்ணமெட்டு

அதோபோராண்டி கொடுக்கூர் ஆறுமுகந்தாண்டி

கண்ணிகள்

1. சதாயிரவு பகல்
சஞ்சரிப்பான் காடுகளில்
மேதாவி யாரானாலும்
வாதாடும் வல்லவண்டி அ

2. வன்னிய குலந்தனிலே
வந்துதித்த வீரனடி
அன்னீத சண்டையிவன்
ஆரம்பம் செய்யானடி அ

3. சீமானாம் ராமசாமி
செய்தவத்தா லாறுமுக
பூமானும் வந்துசெய்த
புதுமைகளை என்னசொல்வேன் அ

4. வேளாள மரபினரால்
விளைந்தசில வாக்கியத்தால்
மாளாத் துவேஷங்கொண்டு
மதிமாரி திரியும்சிங்கம் அ

5. பார்த்தோர் நடுங்க பிஸ்டோல்
கத்திகையில் கொண்டுமெத்த
வேர்த்த முகத்துடனே
வெளிதிரிந்து காட்டினுள்ளே அ

6. கொடுக்கூரை முன்கொளுத்தி
கோட்டையதனை யிடித்து
நடுக்காட்டில் சஞ்சரிக்கும்
நாட்டாமைக் காரனவன் அ

7. பண்ணுருட்டி தஞ்சாவூர்
பார்மதுரை பக்கமுள்ள
எண்ணுகா டெத்தனையோ
எல்லாமிவர்க்குச் சொந்தம் அ

8. நாகூர் சபாபதியும்
நேசனிட கோவிந்தனும்
போகும்பொழு தவரைக்கண்டால்
போட்டிடுவார் பொய்கும்பிடு அ

9. சாமிதேவன் பின்னதேவன்
சர்தார் சந் தணதேவன்
நேமியிவரைக் கண்டால்
நடுங்கிவந் தனம்செய்வார் அ

10. மலையாள் மாந்ரீக
மாவீர சூரனடி
கொலையனேக முன்செய்து
குகைக்குள் திரிபவண்டி அ

(நாத சங்கீதப் பொன்) என்ற மெட்டு
கண்ணிகள்

கொடுக்கூர் ஆறுமுகத்தின் முதற்பாகம் — அன்று
கூரினே னிதுவே ரிரண்டாம்பாகம் — இன்று
படிக்குரேன் விலை அரையணா வாகும், — நன்றாய்
பார்த்து வாங்கிடினுமக் கினிதாகும்

பெரியோரே சிரியோரே — உங்கள்
பண்பர்தமக்குக் கதை அரை — வீரே
வீரவன்னிய குலத்ததி தீரன் — மாதர்
வேண்டும் படிக்குவந்த றதிமாரன் — இந்த
பாரில் பயில்வான்களுக் கதிவீரன் — பதம்
பாடும் பாவலர் கெலா — முபகாரன்
அதிமேலன் சதிலோலன்

ஆனவனாறுமுக மெனும் பேரன்
பங்காளி செய்த மோசமதைக் கொண்டு
பற்பல மனிதர்கள் தமைகொன்று — மெய்யாய்
எங்கேயோ சென்ற கதைகளை அன்று நான்
எழுதிபடித்து விட்டதுடர் — பின்று
  எடுப்பேனே — படிப்பேனே
இரண்டு பைசாவுக் கிதை கொடுப்பேனே

ஆண்டிப்பண்டாரம் என்ற மெட்டில் பின்முடுகு

அகப்பட்டுக் கொண்டான் — கொடுக்கூர்
ஆறுமுகமென்பான் — தலைவெட்டி அ

  அகங்கெட்டு கொலைபுரிந்து
  பகல்முற்று மொளித்திரிந்து

அர்த்தராத்திரியில் மெத்தை வீடுகளில்
அடித்ததை சிலவழித்தவன் அவன் அ

  தந்தைக்கு முதல்வனான
  தந்தையை செயித்ததினால்

தனக்கெதிரி நற் கணக்கனின்விரல்
தரித்தவன் பெண்டை அடித்தவன்இன்றே அ

  சொத்தை ஏலமெடுத்த
  மற்றவனைத் துலைத்த

மட்டும்போதாதென்று பட்டணத்தில்வந்து
மங்கையர் தங்களை பங்கமே செய்தவன் அ

  இக்கொடுமை புரிந்த
  தக்காலையில் தெரிந்த

இனிஸ்பெக்டருடன் கானிஸ்டேப்புகளும்
எங்குந்தேடிக்காணா தெங்கோ ஒளிந்தவன் அ

  ஒளிந்த இடம்தெரிந்து
  ஓடிப் பிடித்துவந்து

உதையுடன் கும்மாவதையுடன்
அடிகொடுத்திட எதிர்த் தடித்தவனிவன் அ

  எப்படியுமிவனை
  கைப்பிடியாய் பிடித்து

இட்டுவந்து விலங்கிட்டு முந்திஜெயில்
கட்டடத்தில்விடப் பட்டதும் தப்பித்தோன் அ

துஷ்டன் இவனே என்று
சிஷ்டை ஏழாண்டு அன்று

இட்டுரயி லேற்றி விட்டுவிட ஆற்றில்
திட்டெனவே விழுந்திட்ட ஆருமுகம் அ

ஒயில் கும்மி

ஆற்றில் குதித்தவன் சேற்றிலழுந்தாமல்
அம்மணமாய்க் கரைஏரிவந்து
ஆடையினி ஓடவழி தேடிஒரு காடதனில்
அன்றிருந்தான் மனம் குன்றிருந்தான்
காலையில் பெண்டுகள் வேலைக்குச்சென்றிட
காட்டிலுரும் அந்த ரோட்டில்வரும்
காலையிலே பெண்டுகளின் சேலையிலே துண்டுகிழித்
திட்டனனே அதை கட்டினனே
காட்டினில் சேலையை கட்டிக்கொண்டுபகல்
காலத்தை அங்கேயே போக்கிநின்று
கரியயிருள் தனிலேவரு பவரையடித்தவதிக்கொடுத்
தேடிருந்தான் பசி யோடிருந்தான்
மெத்தபசியோடு உற்றிருக்கசில
வர்த்த கரந்த வழிகடக்க
வரும்போதிவன் தெரியாதவர்பிரகேநடந்திருவோரையும்
குத்தினனே பொருள் பத்தினனே
பத்திய தெல்லா மெடுத்துக்கொண்டு அவன்
பங்காளி கெர்வமடக்க வென்று
பலபேருடன் நிலவுதனில் அடுத்தானந்தகொடுக்கூர் முனம்
ஆசையுற்றான் மர்மம் பேசலுற்றான்

நொண்டிச் சிந்து

வந்தான் கொடுக்கூரில் - ஆறுமுகன் - வாதிகள் எங்கே எனத் தேடித்திரிந்தான், நின்றான் ஒருயிடத்தில் - தனதரும் - நேயனாயிருந்த தன் இனத்தவனை, கண்டான் களிப்படைந்தான் - எந்தனிட - கருத்துப்போல் நீ சகாயஞ்செய்வாயென்றான், வேண்டாமெனவே மறுத்தான் ஆறுமுகன் - வெட்டிமல்லாத் தியங்கேகிடத்திவிட்டான் - சென்றான் ஒரு தெருவில் - தன்னை - சிட்சைபுரியவைத்தோனில்லம் இது, என்றான் கொளுத்தி விட்டான் - ஜனங்களும் - ஏகமாய் நிறைந்திட கண்டுவிட்டான், பிடித்தான் பெரு ஓட்டம் - அவனையே - பின்பற்றிசென்றவரை எதிர்த்துக்கொண்டான், அடித்தார் தடுத்துக் கொண்டான் - தனது - ஆயுளை அங்னமே மறந்துவிட்டான், குத்தினான் மூவர்களை - அவர்விழ - குனிந்து உடானடித்து பரந்து விட்டான், அத்தின மந்தசெய்தியும் - போலீசாருக்கறிக்கையிடவே எங்குந்

தேடலுற்றார், பிடிபட்டகாலமதனை - பின்னாலிங்கு - பேசுவேன் லாவணியில் கண்டுகொள்வீர், தந்தோம் தன தனனா.

காமரசக் குயிலே என்ற மெட்டு
லாவணி

1. பலேகெட்டிக்காரன்தம்மைக் குழிவெட்டிபுதைக்கவே
கொடிகட்டி கொண்ட மகா வீரன் வீரன்
தலைவெட்டி ஆறுமுகம் பிடிபட்ட விந்தைசொல்ல
திடுக்கிட்டிடுமே இந்த நேரம் நேரம்

2. கொடுக்கூருக் கடுத்தவூர்க் கடையில் பனங்கள்ளையே
குடித்துவிட்டு வெளியில் வந்து வந்து
பொடுக்கென தலைவெட்ட இருக்குரே னாறுமுகம்
ஒருவனெனப்பினத்தி வந்து வந்து

3. வந்தவனவ்விடத்தோர் சந்துமுனையிற்குந்தி
வருவார் போவார்களையுந் திட்டி திட்டி
சந்தோஷமுற்றிருக்க அந்தநேரத்தில்போலீஸ்
வந்தார் ஆறுமுகத்தை கிட்டி கிட்டி

4. ஆறுமுகமேயினி சீராகவந்திடிலோ
எல்லாமுனக்குச்செய்வோம் நன்மை நன்மை
வேறுமொழிந்தால் உன்னை தாருமாராகச்செய்து
வேண்டியதுகள்செய்வோம் தின்மை தின்மை

5. தின்மைஎன் றிடும்போதே கண்ணிரண்டுஞ்சிவந்து
திமிரி எழுந்திருக்கக் கண்டு கண்டு
மன்மமாக விருந்த மற்றொரு கானிஸ்டேபில்
மண்டையிற் போட்டார் அடி ஒன்று ஒன்று

6. ஒன்றுவாங்கிய பின்னர் நின்றவ றாருமுகம்
ஒன்றும்பேசாமல்பின்னால் வந்தான் வந்தான்
நன்றெனப்போலீசாரும் கொண்டுசப்ஜெயில்தனில்
அன்றேயடைத்தாரவன் நின்றான் நின்றான்

7. காவல்தனிலேவைத்த பாவி ஆறுமுகத்தை
கைகளில் விலங்கிட்டு வந்து வந்து
ஜீவகாருண்ய ஜட்சி செய்தநற் தீர்ப்பதனை
செப்புவேன் கேளீர்மகிழந் தின்று இன்று

ஆனந்தக் களிப்பு

ஆறுமுகன் ஜட்ஜிமெண்ட்டு நன்றாய்
அரைந்திடும் பதம்படித் திடுகிறேனின்று
சீருடனேசெவி கொடுப்பீர் இது
சரியல்லவெனில்மித்ரன் பேப்பரைபடிப்பீர்

ஆறுமுகன்தோழன் மூவர் பொல்லா
அரக்கரைப்போலவ தரித்தப்பிரதாபர்
ஒன்றுசேர்ந்தபெருங் கொள்ளை ரூபித்
துறுதியானதைமுன்னிட் டவர்க்கொருசள்ளை
இல்லையென்றேமகிழ் கொண்டு மற்
றிருவர்க்குமிரண்டாண்டு கடுங்காவலென்று
தீர்மானித்தார் ஜட்ஜிமெண்டார் பொல்லா
தீரனாறுமுகத் தையழையென்றார்
வந்துவணங்கியே நின்றான் அப்போ
வாதிக்கும்லாயரு மேதோபுகன்றார்
ஜட்சியவர் உற்றுப்பார்த்து இந்த
சண்டாளன்செய்குற்ற மெல்லாமுஞ்சேர்த்து
ஆதியில்தெண்டித்த தீர்ப்பு எட்டு
ஆண்டெனகண்டுகொண் டதனையும்பார்த்து
இன்னமிவன்மீது உண்டு கேசு
என்று ஆலோசித் தடைத்திடுமென்று
இன்னும்ரிமாண்டினில் வைத்த சேதி
இப்போ தரிவித்தேன் தப்பல்லசுத்த
முன்னுங் கலைவல்லோனாகும் துரை
சாமிவரைந்தப் பதமிதுவாகும்
என்றுமயில் வாகனன்பிரஸில் அடித்
தீன்றார் நடக்குது வியாபாரம்விரஸில்.

செந்தில்வடிவேலவன்மேற் சிந்துதமிழ் என்ற வர்ண மெட்டு

1. கவர்மெண்டா ரேமார கண்டுவோட்டங்கொண்டான்
கானகவழி சென்றான்
கபடிலாத வன்தான் அந்த
காரிருளில்கிடைத்தகனி காய்களையேவுண்டான்

2. இந்தவிதம் ஏழாண்டு யிடரரசு புரிந்தான்
யிவனிருப்பைபோலீ சரிந்தார்
எங்கெங்கோதேடி திரிந்தார் இவனை
எந்தவிதம் பிடிப்பதென தந்திரமும் தெரிந்தார்

3. முதுகுளம்ரெட்டியாறால் முடியுமெனக்கோரி
முன்கோபத்தோடு சீரி
மூடன்செய்கையைக் கூரி உடன்
முடிவுயெட்டு நாட்களுக்குள் சுடவுத்திரவுநேரில்

4. கானகமெல்லாம்திரிந்து களைத்தானாறுமுகம்
கடும்பசிநீர் தாகம்
கனம்ரெட்டி சினேகம் வீட்டை
கண்டுகேழ்க்க போட்டசாதம் வுண்டவுடன்சோகம்

5. படுத்துரங்கும் சமயம்ரெட்டி பார்த்து ரிவால்வரால்
படவிட்டனர் ஜோராய்
மாபாதகன்மார் நேராய் மேல்
பாய்ந்தவுடன்பரமனடி சேர்ந்தான்போவோம்வாறாய்

6. துஷ்டருக்குசிஷ்டைசெய்யும் துரைத்தனத்தார்மீது
துவேங்கொண்ட போது
துலையுமுயி ரோது சிவ
தோத்திரஞ் செய்யபதவி வாய்க்குமே னிவ்வாது.

ஆறுமுக படையாட்சியின் அற்புதக்கலகச் சிந்து,
முற்றிற்று

பாரதமாதா துணை.

பெங்களூர் மெயிலில் ஏறிவந்த

ராஜாம்பாளால்

நான்குபேர் அரஸ்டும்,

மண்ணடி லக்ஷ்மையாவின்

மர்டரின் மர்மமும்

அடங்கியது.

சென்னை முத்தியாலுப்பேட்டை

V. A. தியாகராஜசெட்டியா ரவர்களின்

பிரதம மாணவர்

M. S. சாப்ஜான் அவர்களால்,

ஸ்ரீமயில் வாகனன் பிரஸில்

பதிப்பிக்கப்பட்டது.

காபி ரைட்.] 1929. [விலை அணா-1

நெ. 2 ஜான் ஐரோப், மதராஸ்.

வெற்றிவேலுற்ற துணை.

பெங்களூர் மெயிலில ஏரிவந்த ராஜாம்பாளால்

நான்கு பேர் அரஸ்டு.

விநாயகர் காப்பு வெண்பா.

தன்னயமாய் பெங்களூர் ரயில்தனிலே யேரிவந்த
பெண்மணியைகொலேபுரிந்தபாடலதை-திண்ணமுடன்
பாரிலே யான்புகல பாசாங் குசதரனே
வீரியமாய் நெஞ்சமதில் வா.

தெம்மாங்கு மெட்டு.

1 சத்தியுமை யான்மகனே
ஷண்முகர்க்கு மூத்தவனே
அத்திமுகம் படைத்த
ஆனைமுக நாயகனே
பரிதாபக்கொலேப்பாட்டு—பாட
பாலனுக்கருளூரட்டு சத்

2 எத்தனையோ கொலேகள்
இப்புவியில் கண்டிருப்பீர்
தத்தியே பெங்களூரு
ரயிலில் நடந்த கொலேயைப்போல
கண்டிருக்கீர் பாரும்—இக்
காருலகினில் நீரும் சத்

3 மயில்போல நடையுடையாள்
மங்கைசிறு ராஜத்துக்கு
வயது இரு பத்துமூன்று
வாகுட னிருந்திடலாம்
கல்வியறிந்த மாது—இவள்போல்
காணக்கிடை யாது

3

4 பெண்மணிக்கு பிரியமுள்ள
புருஷன்ராமச் சந்திரனை
உன்னதமாய் காணவென்று
உத்தமியாள் மெயிலிலேரி
சென்னைபட்டணம் வருக—ஏமன்
சென்றான்மங்கையி னருகே சந்

5 ஏராளமான நகை
எந்திழையாள் ராஜாம்பாளும்
பூராகவே யணிந்து
புரப்பட்டு உட்கார்ந்திருந்த
காரேஜயில் புகுந்து—யாரோ
கொலைபுகுந்தனர் அணிந்து சந்

6 திருவேலங் காடருகே
சின்னபின்ன மாயறுக்க
பெருகியே உதிரமெல்லாம்
புரண்டுமே வெளியில்வர
கூச்சலிட்டாள் — மாது— அங்கே
கோவென்று அப்போது சந்

7 கூச்சலை கேட்டஜனம்
குணமாய் வண்டியை திருத்த
அச்சமில்லா பாவியவன்
ஆரணங்கை தள்ளிச்சென்றான்
அதன்விபர-சேதி— இங்கே
அரிவிப்பேன் அன்னிதி சந்

8 நேசரே அந் நங்கையன்றை
நகைக்காக கொல்லவில்லை
நாசக்கார துரோகியாரோ
நானிலத்தில் கொலைபுரிந்தான்
நகையை கழட்டவில்லை—உள்ளே
நபர் ஒருவரு மில்லை சந்

4

9 ரயில்வந்து சோதிக்கையில்
ரத்தமாக வேயிருக்க
கைபிடிரங்கு கருப்புகம்பி
சோமன்காக்கி சர்ட்டிருக்க
பிரேதமது இல்லை—அதை
பாடவும் மனம் வல்லை சந்

10 வீரியமாய் வண்டிதனை
ஒருமைல் பின்னாலேதள்ள
காரிகை மாதரசை
கண்டனர் லயனருகே
அருத்தெரிந்த பாவி—அவன்
அகப்படவில்லை மேவி சந்

11 செத்திறந்த இராஜாம்பாளை
சென்ட்ரல்ஸ்டேஷன் கொண்டுவந்து
பூர்த்தியாய் சோதித்தபின்
புண்ணியர்கள் கொளுத்தினரே
பின்னடந்ததை யானே—இனி
புகலுவேன்சீ மானே சந்

12 காருண்யராம் நமது
கவர்ன்மெண்டார் இப்பொழுது
நேர்மையுடன் தேடையிலே
நால்வரகப் பட்டாரையா
அறிவிப்பேனிதை கேளும்—இந்த
அவனிதனிலென்னாளும் சந்

13 நன்னயமுட னுரைப்போன்
நாவலரே லாவணியில்
வண்மையுடன் சென்னையில்
வி. எ. தியாக ராஜன்சீடன்
பாலன் சாப்ஜான் பாட்டு—இந்த
பார்முழுதிலும் காட்டு சந்

அக்தாக்கபஸ்டி என்ற லாவணிமெட்டு.

1 மாதரசி ராஜாம்பாளை மாசுஷியாய்கொலைபுரிந்த
மாபாவியை தேடினதில் இன்று இன்று பெரும்
பாதகர்கள்நாலுபேரை பக்ஷமுள்ளகவன்மெண்டா
பிடித்துகொண்டுவந்தனர் நன்று நன்று ப

2 பஸ்டிரைவராயிருந்த பண்புள்ளரங்கராவையும்
பெங்களூரிலேபிடித்து கேளும் கேளும் வெகு
தாஷ்டீகமுடனவரை ஜெயிலுக்கழைத்துவந்தார்
தருணமேகவர்ன்மெண்டார் நாளும் நாளும் ப

3 உயிர்துறந்திட்டமாது உத்தமிராஜாம்பாளிட
உடன்பிறந்தாளைகைது செய்தார் செய்தார் இன்
தையின்போருட்டாய்சென்னை தாட்டீகமுடையமோட்டார்
டிரைவர்பாலனையும்கைது செய்தார் செய்தார் ப

4 ராஜம்அக்காளுடைய வீட்டில்பரிசாரகனாய்
இருந்த ஒருவனையும் கண்டார் கண்டார் இ
நபருடனேமூன்று நண்பர்களையும் போலீசார்
நாட்டமுடன்கைதுசெய்ய விண்டார் விண்டார் ப

இதன்பின்நடக்கும்சேதி இரண்டாம்பாகத்திலுரைப்பேன்
இதமுடன்கேட்டிடுவீர் ஐயா ஐயா வெகு
நீதமுடன் தியாகனிட தாளடிப்பணியும்சீடன்
கானேசாப்ஜான்சொல்லிடுவேன் மெய்யா மெய்யா

மெயிலில் இறந்த ராஜாம்பாள்கொலை

முற்றிற்று.

மன்னாடி லக்ஷ்மையாவின்
மர்டரின் மர்மம்.

கல்வாக்கு சீகெட்டடி என்ற மெட்டு.

ஆண் மனதுக் கிசைத்தவளே
மாங்குயில் போன்றவளே
வணக்க முடையவளே
வருத்தமென்ன மயிலே — மன

பெண் வருத்தப் படவுமில்லை
வாதுருது ஒன்றுமில்லை
பொருத்தமாய் யுரைத்தசொல்லை
போனவழி தெரியவில்லை — வரு

ஆண் சொல்லுவேன் கேளுமடி
சிங்காரமான லேடி
கள்ளமில் லாமலடி
கருத்தாய் நீ கேட்பாயடி — மன

பெண் கட்டழகர காதலரே
கனமாய் உரைப்பீர்நீரே
இஷ்டமுள்ள நாயகரே
எத்திழைக் கேசொல்வீரே — வரு

ஆண் சென்ற சிலநாள்முன்னே
சேயிழையே கேளும்கண்ணே
இன்பமாய் மன்னாடிபெண்ணே
இராமசாமி வீதிதன்னில்

வளையல்சிந்து மெட்டு.

1 கன்னியாவும் ராஜுமுடன்
கலந்திருந்த போது கொஞ்ச
காலத்தின்பின் வாது நேர
கட்டளையோ மாது அந்த
கட்டழக னுடனே அவன் வாழ்ந்துவந்தாள் தோது

7

2 மைத்துனனும் லக்ஷுமையா
மகிழ்வாய்பள்ளிக் கேக ஊருக்கு
மணவாளனும் போக பின்னே
மாரியுமன் பாக உயிர்
மாகஷிமையாய் கொல்லவந்தான் மைந்தனைபண்பாக

3 பாலகனும் வீட்டில்வந்து
பாலமிர்தம் உண்டு பின்
படுத்துரங்கக் கண்டு கத்தி
பரிவாய் துஷ்டர் கொண்டு உயிர்
பதைபதைக்க வாங்கினரே பாதகர்கள் விண்டு

4 பொழுது விடிந்தவுடன்
போலீசாரு மரிந்து அந்த
பாவைவீட்டை தெரிந்து சிறு
பாலனுக்காய் பரிந்து உடனே
பாவையினம்ராஜாம்பாளை பிடித்துவந்தார் துணிந்து

5 அவளுடன் பிறந்ததங்கை
அரிவித்தவுரை யாலே விலங்கு
அணித்தார் கரந் தனிலே பின்னும்
அடைத்தார் லாக்காப் பினிலே வெகு
அன்புடனே பாலுப்பிள்ளை வாக்குமூலம் கேளே

6 பாலுபிள்ளை வாக்குமூலம்
பரிவாய் ஜூரர் உணர்ந்து அந்த
பாவைதனை கொணர்ந்து சிறை
போட்டடைத்தார் துணிந்து தான்
பதமுடனே கும்மியதில் பாடிவாரேன் பரிந்து

கும்மி.

1 கும்மியடிக்கலாம் வாருங்கடி-ஒரு
கூட்டமா யெல்லோரும் சேருங்கடி
விம்மியேமாண்டதோர் மன்னாடிமின் கொலே
விபரமதுதனை கேளுங்கடி

2 ராஜாம்பாளின்மீது சந்தேகமாகவே
தம்மிடகவர்ன் மெண்ட் கைதிசெய்தார்
ருஜுவானசாக்ஷிகள் இல்லாமையாலவர்
தங்களை ஜாமீனி லேவிடுத்தார்

3 காணுமலயாரோ செய்தகர்மவினை
கர்த்தன் ஒருவர்க்குத் தான்தெரியும்
ஈனமானமின்றி இடர்செய்த துஷ்டரை
இடியாதே பாலனின் தோஷங்கள்தான்

4 கோரக்கொலைகளை செய்யாதீர் கொடுங்
கோபியெனப்பே ரெடுக்காதீர்
ஆராத்துயரத்திற் குள்ளாகி நீங்களும்
அவதியுரவேண்டாம் நேசர்களே

5 மானிடவாழ்க்கையே பொய்யாமே பெற்ற
மக்களும் ரொக்கமும் பொய்யாமே
வீணிலேன்னே வெகு துன்பங்களைச்செய்து
வருந்திப்புலம்பாதீர் நேசர்களே

6 மன்னாடிமாணவன் கர்மகொலைதனை
மன்னனறிந்த வரையுரைத்தேன்
இன்னும்வெளிவரும் பேப்பர்களைக்கொண்டு
எழுதுகிறேன் இரண்டாம் பாகத்திலே

7 அன்பாயிவ்வுலகை அரசுபுரிந்திடும்
அண்ணலாம் ஜார்ஜ்மன்னர்வாழ்க
தன்னயமாய்ப்பெரும் நாவலர்பாவலர்
தானும்வாழ்கவென்று போற்றிநின்றேன்

8 சென்னை நகர்தனில் வாழும் சிறுவனும்
சத்தக்கவி தியாகராஜனிட
அன்புமிகும்சிடன் யானைசாப்ஜான் சொன்னே
ஆசீர்வதித்திட வேணுமையா.

முற்றிற்று.

இப்புத்தகம் கிடைக்குமிடம்;—

23

உ

நாகூராண்டவர் துணை

வாணியம்பாடி கோவிந்தபுரத்தில் நடந்த ஹஸிநாபிவி சிசுகொலைச் சிந்து

முதற்பாகம்

விநாயகர் துதி வெண்பா

நானிலமு மேபுகழும் வாணியம் பாடிதனில்
கூனிசெய்த விபரமதை கூறுதற்கு — மானிலத்தில்
ஓங்கார பிரணவமே வுமையவளின் தன்சுதனே
பாங்காக கணபதிகண் பார்.

கொச்சிமலை கொடகுமலை என்ற வர்ணமெட்டு

1. சாத்துக்குடி சந்தாமியான் சாயப்மகன்யாரு
சங்கதிசொல்வேன் பாரு எங்கும்புகழும் பேரு மா
ஜனாப்தீனப்துல் சமத்சாயப் குணவானென கூரு

2. பிள்ளையிலாக் கவலையினால் பெருந்தவமுமிருந்து
பெக்டார்தலமுந் திரிந்து பேரின்பவாழ்க்கையறிந்து தன்
பெண்ஜாதியும் தானுமாக பேசிகண்ணீர் சொரிந்து

3. முஹையதீ னப்துல்காதர் முதல்நபிகாரென்றார்
முடிவணங்கி நின்றார் முன்பிள்ளைவேணுமென்றார் மன
முருகியவர் வருகையிலே வுருவம்வயர் கொண்டார்

4. பத்தொன்பது பதினலா மாண்டுநல்ல தினமே
பகர்வேன்கேளு மனமே பாவையும்ஜனனமே பெண்
பிறந்தநாளாய் சிறந்தபொரு ளிருந்தடைந்தார்குணமே

5. ஹஸிநாபிவியென்னும் பேர் அகிலமீது தந்தார்
ஐந்துவயதைக் கண்டார் ஆசைமிகவும் கொண்டார்
அன்றுகோஷா ஸ்கூலுக்கு அனுப்பதானு முயன்றார்

6. வாசிக்கத்தன் னேசியுடன் பேசிக்கொண்டுசெல்ல
வண்டிவரு மாம்வுள்ளே வந்துகுந்துவார்மெள்ள தன்
வாயிற்பேசும் வார்த்தையெல்லாம் மாயன் புகழ் சொல்லே

7. இப்படியாய் வித்தைகற்று இருக்கும் நல்லவேளை
எமனும் ஞாயர்மாலை இட்டவிதிபோலகாலை யாரோ
இழுத்துக்கொண்டு போனதாய்நீ வழுத்துமிந்த நூலை

8. சிசுவைப்பிடித் தேகினதாய் செப்பினதைக்கேட்டு
சிறுவன்மாணிக்கம்பாட்டு செல்வதற்குபாடிகாட்டு இந்த
சிந்துவிலை சொன்னேன்முந்து ஆறுகாசு நோட்டு

மஹமதியர்குலத்தில் மாணிக்கமாய் விளங்கும்
என்ற வர்ண மெட்டு

1. ஆதியிங்லீக்ஷவருஷம் ஓதிவருவேன்நிஜம்
அறிவீர் செப்டம்பர் மாதமே தேதிபதினா
ராதிவாரெமென் றோதுமே தாய்
ஆசைகொண்டபி னாபிவியென
மோசம்போன தெனதினையாமன
தோடுவீதியில் தேடினார் அனேகர்வந்து
பாடுபடவுங் கூடினார்

2. போனகுழந்தையின்னம் காணோமென்றேதாய்முன்னம்
தானேதியங்கி வாடியே தரணியில்தன்
சேனைகள்வீடு வோடியே பார்
சிறுவயதொன்பது பருவமுடன்பது
மையுருகொண்டவள் தெருவரகண்டிரா
சிவந்த நிற முடையவள் ஆண்டவன்க்ருபை
தவந்தனிலே பிறந்தவள்

3. ஹஸினாபியென்னும்மாதை யார்கண்டபோதுஞ்ஜல்தி
அழைத்துவந்து விடப்பாரு அவர்க்குயினாம்
அளிப்பேன் ரூபா இரனூரு என
அடித்துதண்டோரா பிடித்துகொண்டெதிர்
விடுத்துகேட்டதை கொடுத்திடமுதற்
அடிபணிந்திட்ட மங்கையை அல்லாஹு அக்பர்
அன்பாய் ஸ்மரித்தேன்செங்கையால்

4. பத்துமாதஞ்சுமந்து பெற்றமகள்பிரிய
பற்றுதேயெந்தன் வயது பாரில்நபியே
பார்த்துகினவில் பகரு நீ
பற்பலதுயர்களை கெற்பினி வயர்தனி
லுற்பவஞ்செய்வது தற்பரனேயிது
பாருனக்கழ காகுமோ பச்சியைக்கொன்ற
பாபம் வீணாகப் போகுமோ

5. மக்காமதினாமற்று மிக்கபுகழ்படைத்த
முஹம்மது ரசூலல்லா முஸ்லீம்களுக்கு
முத்தியளித்தீர்வாய்சொல்லால் பெண்
சிக்கினவுடனின் முக்கியகடனை
தக்கபடிதந் திக்கணம்வருவேன்
தாளமுடிய வில்லையே தறணியில்யான்
வாழும்வரையில் தொல்லையே

6. என்று நினைந்து மெள்ள ஏங்கிபோலீஸில்சொல்ல
ஏககோபமாய் நடந்தார் இனிஸ்பெக்டரும்
இருக்குமிடத்தை துடர்ந்தார் உடன்
எடுத்துடைரியில் தொடுத்துதைரியம்
கொடுத்துவைரியை பிடித்தால்சௌரியம்
எனவுரைத்தவர் போனாரே மாணிக்கங்கவி
தினமும் படிக்க லானாரே

கும்மி

1. போலீஸில்சென்று யெழுதி வைத்தார் — பெண் பிள்ளையைக் காணோமென் றேவுரைத்தார், நாலு திசையிலும் தண்டோரா போட்டந்த நாடு முழுமையுஞ் சுற்றிவந்தார்.

2. கேணிகள் சோதனை செய்யும்படி—வெகு கூலியாட்களை முன்சேகரித்து, வாணியம்பாடி முழுதும் கிணர்தூரு வாரியகப்படவில்லையென்றார்.

3. வீடுவீடாகவும் சோதனை செய்திட வேண முஸ்லீம்களும் முன்னெழுந்து, தேடியகப்பட வில்லையதனாலே துன்பமடைந்தார் தாய்தந்தையரும்.

கன்னிகுலைகேசு யென்ற தெம்மாங்கு மெட்டு

1. வேலூர் ஜில்லாமேர்க்கே வாணியம்பாடிதாலூக்கா
நாலுதிசைபுகழும் நண்பர்வாழும்நாடதிலே
சாயபுமார்கேசு சங்கதி ஆறுகாசு

2. கோவிந்தபுரமைரோடு கோரிமசூதிதெருவீடு
குண்டுபாக்ஷாமியான்சாயப் குமரனாகவந்துதித்த
முஹத்பாக்ஷாகேசு முந்துங்களாறுகாசு

3. பாலபிராயமுள்ள பாதகனும்செய்யும்தொழில்
தாளமுடியாமலே தகப்பனாரும் வீட்டைவிட்டு
சென்றுவிட்டபின்பு சிறுவன்பாடுதெம்பு

4. திவான்கானா அரையில் தீரன்மிட்டாய்தினுசுவைத்து
கனவான்கள் பிள்ளைகளின் காசுவாங்கித்தந்திடுவான்
சிறுவர்களின்கூட்டம் சேருவார்வந்தெதேஷ்டம்

ஷ கும்மி

4. முஹமதுபாக்ஷாமேல் சந்தேகம்கொண்டிவர் முன்னமழைத்தங்கு கேழ்க்கையிலே, பகர்ந்தமொழியதை பாலன்மாணிக்கமும் பாடிவாரேன்கேளும் நேசர்களே.

5. ஹஸினாபிவிவரவுமில்லை — இங்கு ஐயோயென்கண்ணாலும் காணவில்லை, விசுவாசகாரின் வீட்டில் விளையாடும் வீதியிற்தேடியே பாருமென்றான்.

6. இரத்தகுறி துளி கண்டுவிட்டாருடன் மிரட்டமனமும் துணிந்து விட்டார், திருட்டுப்பயலே நீ சொன்னாலாச்சுயில்லை துன்பப் படுவாய்நீ யென்றுரைத்தார்.

7. ஆடுதொட்டியானும் சென்றிருந்தேன்—அந்த இரத்தம் செதுரிமேல் வீழ்ந்ததென்றான், கோடுகோடாய் மார்பில் பூரியிருப்பதை கூரவேணுமென்று கேட்டனராம்.

8. பூனையொன்றுயான் வளர்த்துவந்தேனது பூரினதுகோப மார்பதிலே, வீணாகயென்னை பிடித்துமிரட்டுறீர் விதிவசந்தானிது யென்றழுதான்.

9. சாயபுமார்சபை கூடிமுகமது சென்றிருக்கமாட்டா னென்றுரைத்து, தாயாருடன்பிள்ளை சேருமென்றவனை தந்திரமாக வனுப்பிவிட்டார்.

10. முஹமதுபாஷாவை விட்டுவிட்டுகுலை மூண்டது பாபமு மாந்ரீகன்மேல், பகவானரிவாரவர் பட்டதுன்பத்தை பார்த்தவர் சொல்ல முடியாதென்றார்,

11. புதையலெடுக்க முயன்றனராம் — தலசன் புத்திரன்வேணுமே யென்றனராம், வதைசெய்ததாயொப்பு கொண்டனராம் விதி வந்துமூண்டபெரும் விந்தையைக்கேள்.

12. குத்துவுதையுங் கலந்து தந்தாரவன் கூடமயானம் துடந்து வந்தார் சுத்துபக்கஞ்சிறு கல்லை தூக்கிப்போட்டு வைத்தேனிங்கே தோண்டிப் பாருமென்றான்.

13. தோண்டிப்பாராத விடமுமில்லை—யந்த தோகை பிரேதங் கிடைக்கவில்லை, ஆண்டவன்தானே அரிவரரெனவெகு அன்பரும் பேசிக்கொண்டேகினராம்.

14. பன்னிரெண்டு நாளாய் மந்திரவாதியை குண்ணி நடுங்க வதைத்துவந்த, கன்னிஹஸினாபிவி யவள்தேகமும் காணவில்லை வொன்றும் தோணவில்லை.

15. என்று இன்ஸ்பெக்டர் யீரங்கியில்கேசை அன்று மருத்து நிருத்திவிட்டு, சென்று வீடுதோறும் தோண்டிபார்க்கவொரு செக்ஷன் பிறப்பித்தார் சேவகர்க்கு.

16. மாந்ரீகன்வந்து அகப்பட்டசேதியை முஹமதுபாக்ஷாவும் கண்டறிந்து, ஆந்ரீகமாகவே வந்தவன்தாயிடம் ஆண்டவன் தப்பித்து விட்டாரென்றான்.

17. இனியெனக்கொன்றும் பயமில்லைமாயானும், யேகுரேன் பெங்களூர் போகுமெயில், தனியாகநீயிங் கிருக்கவேண்டாமுந்தன் தமயன் வீடேகுமென்றே நடந்தான்.

உடுமலையின் முத்துசாமிபாட்டை என்ற மெட்டு.

கண்ணிகள்

1. கோவிந்தபுரத்திலே ஐரோடு நிமாஸ்
கூருமசூதியெதிரு வீடு பூட்டி
கோதையுடனேபிறந்த சோதரன்தன்னோடுவந்து
இருந்தாள் மனம் பொருந்தாள்

2. வீடுவீடாய்நுழைந்து பார்த்தார் வெகு
பாடுபட்டுவந்துமுகம் வேர்த்தார் முறை
வந்துமுஹமத்பாக்ஷா சொந்தவீடுசோதிக்கமுன்
நின்றார் திரங்க ளென்றார்

3. பிள்ளைக்கு தாயின்மாமன் வந்தார் வீட்டு
பூட்டுதிரவுகோலு தந்தார் அந்த
கள்ளப்பயல்செய்தகொலை வுள்ளபடியாகதெரி
யாது யென்று வோது

4. பத்தொன்பது பதினேழா மாண்டு மாதம்
பத்துதேதியோபதி மூன்று சிசு
பாலகிகுலைபாதகம் காலைதுடர்ந்ததொன்பது
மணியே வாரம் சனியே

5. சுற்றுமுற்றும் பார்த்துவரும் போது ஈயனேகம்
சூழ்ந்துபரந்ததாமப் போது போலீஸ்
வுத்தமர்கண்கண்டவுடன் மெத்த சந்தேகத்தைக்கொண்டு
வந்தா ரங்கு நின்றார்

6. பூஞ்செடியை தள்ளிபள்ளந் தோண்ட அந்த
போக்கிரிபயல்கையினில் மாண்ட மெத்த
புத்திசாலிஹஸினாபி வொத்தக்கைரவிக்கையொரு
துண்டை கண்டார் மண்டை

7. ஏட்டுஜவானுயினிஸ் பெக்டர் போலீஸ்
மாஜிஸ்டிரேட்சர்ஜனும் ரெஸ்பெக்டாய் வந்து
இன்னுமனேகவயம் பெண்ணுருவம்குறைவென
வோதினார் வெகு நீதி

8. குண்டுமியான் சாயபுபெண் ஜாதி தன்னை
கண்டுபிடித்துகேட்டார் சேதி மகன்
கொண்டுவந்துசெய்தகொலை வுண்டுயெனஒத்துக்கொண்டாள்
நொந்து பார்நொண்டிச் சிந்து.

நொண்டிச் சிந்து

மானிலம் புகழ்போலீஸ் மன்னர்களே மகன்செய்த குற்றமதை பகருவேன்கேள், ஆணிவனாகப்பிறந்தான் ஹஸிநாபிபெண் அங்கத்தை பலவிதமாய் பங்கமும்செய்தான், கோணியில் போட்டடைத்தான் சிலதினத்தில் கொண்டுவந்து பள்ளந்தோண்டி புதைத்துவிட்டான், நானிவனிடம் வந்தேன் — அப்பாயிது ஞாயந்தானோவென்று கேழ்க்க கோபமும்கொண்டான், கூனிசெய்வே னுனையுமென்றான் —

கூச்சலிடாமல் குமுங்கினமதுமிக கலங்கிநின்றேன், நகைகள் கழட்டியெடுத்தான் அவனுடைய நண்பருடன் சென்றுவெகு தென்புடன் விற்றான், மகன்செய்த குற்றமதனை — பெற்றவள்யான் மண்டலத்தில் சொல்லமனம் வல்லையிருந்தேன், அகம்பாவம் கொண்டபயலை — சீக்கிரத்தில் அடக்கிடுவாரவனை பிடித்திடுவார் என்று மனதில் நினைத்தேன், இதற்குள்ளவன் ஏகினானே பெங்களூரு போகுமெயிலில். தந்தினம் தனதன்னா.

வந்தவேளையிது நல்லவேளை என்ற மெட்டிலும் அல்லது கும்மிநடையிலும் பாடலாம்.

கத்திதாம்புகயர் கோணிப்பையும்தந்து
காட்டினாள்பரணை மீதிற்சென்று
சுத்திவுதிரம் திரண்டபலகையை
பத்திரமாக யெடுத்துக்கொண்டார்

பழயகக்கூஸ்கூண்டில் பார்த்தெடுத்தவுரு
பாதியொழிந்து அழிந்ததினால்
கழரமனமும் நடுங்குதையோயிந்த
காதகியை லாக்காப் செய்யுமென்றார்

பெங்களூருசென்ற முஹமதுபாக்ஷாவை
அங்கேயரஸ்டுசெய் யென்று தந்தி
பொங்கியேதந்ததைக் கேழ்விப்பட்டுபோலீஸ்
சிங்கங்கள்சென்று பிடித்தனராம்

தாயாருடன்பிள்ளை யிருவரைக்கட்டி
தாக்கியேலாக்காப்பில் போட்டடைத்து
வாயாற்சொல்லமுடி யாதவழக்கிது
வந்ததுபார்வேலூர் கோர்ட்டதிலே

டிசம்பர்பதிமூன்றாந் தேதியிலேவேலூர்
செஷனில்விசாரணை செய்தவரை
சிசுவதையையிவர் செய்திருக்கமாட்டா
ரென்றுவிடுதலைசெய்துவிட்டார்

செய்தவர்யாரோ வலது தெரியாது
சிசுகொலைபாதக மும்விடாது
கைதிசெய்துசில நாள்கெவர்ண்மெண்டார்
கண்டுபிடிப்பார் குலையாளியை

வீதியில்சென்று திரிபவரையெல்லாம்
வீணாகக்கட்டியே கொண்டுவந்து
சேதியுரைத்தால்நீ யாச்சுமுதல் நிஜம்
செப்புமெனவுதை தந்தனராம்

பெண்ணாசை பொன்னாசை போகாதெனமிக
புத்தி பெரியவர் கூறிருந்தும்
கண்ணாலேகண்டு மகிழ்வோமெனசிசு
காலிலும்கையிலும் பூட்டுகிறீர்

உயிர்கொள்ளியென்று வுரைத்ததைமறந்து
உள்ளபடிநகை பூட்டுவதால்
வயிர்பிழைக்கதெரி யாதகள்ளர் சிலர்
வந்துபிடித்து வதைசெய்கிறார்

பிள்ளைகள்மேல் நகை போடவேண்டாம் துஷ்ட
கள்ளருக்கிறை யாக்க வேண்டாமையா
உள்ளபடிபெண்ணுக் கைந்துவயதானால்
வெளியேகவிடை தரவேண்டாம்

சேசையுங் கண்டு பிடித்தவுடன்வெகு
மீசுரமாக விரண்டாம்பாகம்
தாசன்மாணிக்கமும் நேசர்களரிய
தாமதமில்லாம லச்சடிப்பேன்.

ஹஸினாபிவி சிசுகொலைச்சிந்து முற்றிற்று.

24

ஸ்ரீ

கள்ளப்புருஷன் ஆசையால் பிள்ளையைக் கொன்ற கனகம்மாள் துயரம்

வெண்பா

கள்ளப் புருஷன்சொல் கனகம்மாள் தான்கேட்டு
பிள்ளைதனைக் கொலைசெய்து பள்ளமதில் — தள்ளினதை
சிந்தாகயான் பாட செல்வனுக்குத் தம்பி
கந்தா நீ வந்தென்னைக் கார்.

இராகம் நாத நாமக்கிரியை, தாளம் — ஆதி

பல்லவி

அனியாயம் பாரீர் பெண்பிள்ளை க்கேற்பட்ட
துணிவை நீர் கேளீர்

அநுபல்லவி

அனியாயம் பாரிந்த அகிலத்திலுள்ளோரே
தனியாகப்பையனை தரைதனில்புதைத்திட்ட அனி

சரணங்கள்

அயிதிராபாக்கத்தில் முசாநதியோரம்
அயர்நாகுளம்மாமே நகரெனவும்பேராம்
பயபக்தியுடனவர் வியாபாரஞ்செய்வோராம்
பாலகன்கிருஷ்ணனை குமுஸ்தாவாய்வைத்தாராம்

செட்டியார்மனைவி குமுஸ்தாவின்கைவசம்
கிட்டினாள்துணைவி அப்போ

ரங்கய்யாசெட்டியார் சந்தைக்குபோனாராம்
ராஜன்போல்குமுஸ்தாவுங் கடைதனிலிருந்தானாம்
மங்கையுங்கிருஷ்ணனை கண்ணாலேகண்டாளாம்
மாதுகனகம்மாள் மயங்கியழைத்தாளாம்

இருவருங்கூடி வீட்டுக்குள்ளேசென்று
பரியாசமாடி யிருவர்

சரசசல்லாபமாய் புருஷன்போலிருக்கவும்
சந்தோஷமாய்மகன் வீட்டுக்குள்வருக்வும்
கோரமாய் தாயாருங் கூடியிருக்கவும்
குறிப்புடன் பையனும் கண்ணாலேபார்க்கவும்

கோபத்தைக்கொண்டு தாயாரைப்பாத்திவன்
சொல்லுவான் நின்று அம்மா

ஏமம்மாயிதியந்தா மஞ்சிதிகாதம்மா
எவரைனவிண்ட்டேனு நவ்வுத்துரம்மம்மா
நாயப்பசூசித்தே நரிக்கிவேஸ்த்துடம்மா
நம்மித்தேசெடிப்பேதி நியாயமுகாதம்மா

நேன்வொச்சினானே இத்துராடேதிசூதி
கூர்ச்சுகுன்னானே அப்போ

குமஸ்தாவும் வீட்டுக்குள் குந்தியிருந்தானே
கூச்சலிடாமலே குமுங்கிக்கொண்டிருந்தானே
சமைத்ததோர்பலகாரம் சாதமும் போட்டாளே
ஜாடையாய்கிருஷ்ணனும் கூடத்திலேகுந்தி

சாப்பிட்டானிவனும் பிள்ளையைசாப்பிட
கூப்பிட்டாளவளும் அம்மா

லோப்பலவுண்டேதி எவரம்மா செப்பிடு
செப்பின தரவாத்தா போஞ்சேஸ்த்தானிப்புடு
லேக்கபோத்தநேனு போஞ்சேனுயிப்புடு
அப்புஒஸ்த்தேனேனு செப்புத்தானப்புடு

இதிமுந்துநேனு ஈஸ்பரடுசாக்ஷி
இண்ட்டிலோரானு இந்த

பையனைகொலை செய்ய யெண்ணங்கள் கொண்டாராம்
புழக்கடைபின்பக்கம் பள்ளந்தோண்டினாராம்
தையலும்ஜாடையாய் தாளையடைத்தாளாம்
தடிப்பயல்குமுஸ்தாவும் தடியாலடித்தானாம்

பதைபதைத்தானாம் பையன்புழக்கடையில்
துடிதுடித்தானாம் அய்யோ

பிள்ளையைவெட்டியே பள்ளத்தில் போட்டாராம்
தீபரும்பாவிகளிவர் கையைகழுவினாராம்
தொல்லையெல்லாமின்றி தீர்த்திட்டோமென்றாராம்
ரெமாய்வீட்டுக்குள் திரும்பிநுழைந்தாராம்

இருவருங்கூடி குறையில்லைபோடி — இனிமேல்நமக்கொரு அப்போ

செட்டியார்வளர்த்ததோர் கிளிப்பிள்ளையிருந்துதாம்
செய்ததோர்கொலைதனை பார்த்துமயங்குதாம்
வெட்டினார் அண்ணனை வீணுக்குளன்றதாம்
விபரமாய்சேதியை வுரைக்கலாமென்றிந்த

கூண்டினிலேறி குமுங்குதாம்பாரீர் — பேசாமல்மௌனமாய் உடனே

சந்தைக்குபோனதோர் செட்டியார்வந்தாராம்
சந்தோஷமாகவே வீட்டில்நுழைந்தாராம்
வந்தவுடனேசெட்டி மைந்தனைகேட்டாராம்
வரவில்லைபையனும் பள்ளிக்குசென்றவன்

என்று சொன்னாளாம் ஸ்நானஞ்செய்தானாம் — சரிதானென்றுயெண்ணி பிறகு

கிளிப்பிள்ளையிடம்வந்து யேமிறாவென்றாராம்
குமாரடுசச்சி போயினாடென்றதாம்
பளிக்காரமுண்டையை பட்டுக்கோவென்றதாம்
பலவிதமாய்சொல்ல கவலைக்கொண்டிருந்தாராம்

அணியாயம்பாரீர் பெண்பிள்ளைக்கேற்பட்ட
துணிவைநீர்கேளீர்

நொண்டிச்சிந்து

துடியிடைமடமயிலே நல்ல தூங்காமணிவிளக்கே பாங்காகக்கேள், கிளிகூண்டை கையிலெடுத்து செட்டியார் கடைவீதி நுழைந்துடன் பழம்வாங்கி பஞ்சவர்ணக்கிளியிடத்தில் தெலுகு பாஷையினில் பேசிவெகு ஆசையுடனே கொடுக்குமோர் வேளையிலே கிளிப்பிள்ளை களிப்புடன் நடந்ததை வெளிப்படுத்த யெண்ண மிகக் கொண்டு அன்னக்கிளி அரங்கய்யா செட்டியாரே திரங்களென்று வெளியினி லோடிவந்து செட்டியாரே மட்டிப்பயல் கிருஷ்ணனும் ஓட்டமாய்வந்து தட்டினான் வீட்டுக்கதவை உடனே கனகம்மாள் நடையினிலோடி வந்து கதவையுந் திரந்துவிட்டாள் இருவரும் மறைவாக படுக்குமோர் அறையில்சென்று இருக்குமோர் வேளையிலே லக்ஷமய்யன் க்ஷணங்கள் செய்வதற்கு தக்ஷணம் வந்து தாயாரைக்காணோமென்று பையனவன் தையலரைத் தேடிக்கொண்டு வெய்யலில்வந்து அலைகுமோர் வேளையிலே கனகம்மாள் தனியாக கிருஷ்ணனை குனியவைத்து பாய்களை மேல்மூடி குமுஸ்தாவை பக்குவமாய் மூலையிலே ஒளித்துவைத்து வெளியினி லோடி வந்துபிள்ளையை வாடாமகனே யென்று தேடியழைத்து அன்னமது தான் படைத்தாள் பையனவன் தின்றுகொண்டு யெண்ணங்களை பண்ணிக்கொண்டிந்த அன்னையுடன்

பேசினவரை நாமும் அறிந்துகொள்வோஞ் சங்கதி தெரிந்துகொள்வோம் யென்றிவனோடி வந்து வீட்டில் நுழைந்துவிட்டான் பாயைத் திரந்து விட்டான் கிருஷ்ணன் கண்டுவிட்டான் பிள்ளையிவன் விருக்ஷம்போல அசந்திவன் நின்றுவிட்டான் தலையை வணங்கிக்கொண்டு யெந்தனிட தகப்பனார் வந்தவுடன் சொல்லுவேனென்று கோபமுடனிவன்பேச கிருஷ்ணனும் ரோஷமுடன் வீச ஒரு கத்தியெடுத்து சுத்தவீர சிங்கமதுபோல் பிள்ளையை குத்தினானே தொண்டையிலே ரத்தம்வொழுக பத்தினியையும் ஓடிவந்து புழக்கடையில் செத்தைகளை தள்ளியிவள் சுத்தப்படுத்தி பள்ளமதை தான் தோண்டி கனகம்மாள் பாலகனை காலினாலே யெட்டியுதைத்து தள்ளினாள் பள்ளமதிலே பிள்ளைமிக துள்ளித் துடித்தவன் தன்னுயிரைவிட்டான் (தந்தி)

கும்மி

1. பிள்ளையைவெட்டி புதைத்தாரென்று — கிளிப், பிள்ளையுஞ் சொன்னதை கேட்டவுடன், நல்லகுணமுள்ள ரங்கைய செட்டியார் மெள்ள நடந்தவ ரேது செய்தார்.

2. வீட்டினில் கூண்டையும் வைத்தாராம் — போலீஸ், காட்டை யுங்கண்டு நுழைந்தாராம், ஏட்டையுங் கண்டு வுரைத்தாறாம் எங்கள் வீட்டுக்குவாவென் றழைத்தாராம்.

3. என்னசேதியென்று யேட்டு கேட்க — இவன், எங்குமிலா துயரத்தைக்கொண்டு அன்னீதமாகவே பிள்ளைக் கழுத்தை, அறுத்து புதைத்தாரே யென்றழுதார்.

4. சொன்னதைக்கேட்டதும் ஏட்டுடன் சேவகர் சூழ்ந்துக்கொண்டா ரெம தூதரைப்போல், கொண்ணவரைக் காண்பி யென்று சொல்லியிவர், கூடத்துடர்ந்தாராம் நேசர்களே.

5. வீட்டினில்வந்து நுழைந்தாராம் — கிளி, கூண்டையுந்திரந்து விட்டாராம், ஓட்டமாயோடி புழக்கடையில் மண்ணைக், காலினால் தோண்டுதாம் பள்ளமதை.

6. காலினால் மண்ணையுந் தோண்டிடவேகூட, வந்த சேவகருஞ் சூழ்ந்திடவே, மாலைக்குள்ளே பள்ளந் தோண்டிவிட்டு அந்த பாலகனைக்கண்டார் கோலமுடன்.

7. பிள்ளையைத்தோண்டி யெடுத்தாரே கிளிப், பிள்ளையைக் கண்டு மகிழ்ந்தாரே, கள்ளமுண்டை கனகம்மாளை கண்டதும், கத்துது மூக்கினால் குத்துது பார்.

8. கனகம்மாளை மூக்கில் குத்திவிட்டு கிளி கடையில் கிருஷ்ணனை காட்டிவிட்டு, மனக்கவலையெல்லாந் தீர்த்துவிட்டு — கிளி, மாராமல் தன் கூண்டிலேறினதாம்.

9. அண்டையயலுள்ள ஆணும் பெண்ணும் — புவியாளுங் கெவர் மெண்ட்டு சேவகரும், முண்டையிவளையுங் கண்டவரேசிடக் கொண்டுவந்தார்களாம் காவலுக்குள்.

10. பாவிகுமஸ்தாவின் ஆவியைபோக்கிட, காவலுடன் வந்த சேவகரும், தாவிப்பிடித்துக்கை விலங்கை பூட்டவே கூவி அழுகுறார் பாவியிவர்.

11. இருவரையுங்கட்டிக் கொண்டுவந்து பெரும், விலங்கையுங் கையினில் பூட்டிவிட்டு, தருமதுரைமுன்னே தள்ளிவந்து கும்மாங்குத்துகள் தந்தாறாம் நேசர்களே.

12. பாவியை லாக்காப்பில் வைத்தாரே — மாண்ட, பிள்ளையை டாக்டரும் பார்த்தாரே, ஆவலுடன் துரை ஆப்ரேஷன் செய்திட்டு, அக்ஷணம்பிள்ளையை தந்தாரே.

13. மாண்டபிணத்தையுங் கொண்டுவந்து, அங்கே தோண்டின பள்ளத்தில் போட்டுவிட்டு, ஆண்டவனைப்போல் ஜட்ஜியெதிரிலே அனியாயகேசை விளம்பலுற்றார்.

14. பிள்ளையைவெட்டி புதைத்தாரென்று—கள்ள முண்டையை கூடவே தள்ளிவந்தார் துள்ளித்துடிக்க குமுஸ்தாவை வுதைத்து, தள்ளிவந்தார் ஜட்ஜி முன்னிலையில்.

15. இருவரையுஞ்ஜட்ஜி பார்த்துவிட்டு அந்த, தருமதுரையவரே துரைத்தார், பருவமுள்ள அந்த பாலனை கொன்றதை பார்த்தவருண்டோ சொல்லென்றுகேட்டார்.

16. ஜட்ஜியுங்கேட்டதை கண்டுகொண்டு — கிளிதக்ஷணம் கூண்டையும் வீட்டிரங்கி சாக்ஷியும் சொல்லுவேன் யீஸ்வர னாணையாய் கேசையும் தீருங்கள் ஜட்ஜிகளே.

ஆசியா ஆப்ரீக்காலண்டன் என்ற காவடிச்சிந்து மெட்டு

ஐயா பெரியோரே ஜட்ஜி மெய்யன் கிளிவார்த்தையைக்கேள்
சையோகமாய் வாழ்ந்திருக்கும் நாளையில் மணி
ஐயோபனிரெண்டுதானவ் வேளையில்

செட்டியில்லாவேளையிலே மட்டிகுமஸ்த்தாவும்வந்து
கட்டியிருவருங்கூடி யாடினார்பையன்
பட்டிதாயார்காணோமென்று தேடினான்

பள்ளியிற்கு சென்றுவந்த பாலகனைக்கண்டு அன்று
கொல்லவேணுமென்று கத்தி தீட்டினாள் வெகு
கோபக்குறியோடுபள்ளங் காட்டினாள்

பள்ளமதை தோண்டிவிட்டு மெள்ளயிவளோடி வந்து
நல்லவள்போல் லக்ஷ்மையனை கூப்பிட்டாள் உடன்
வல்லவன் வீட்டினில் குந்தி சாப்பிட்டான்

சாப்பிட்டதோர் பையனையுந்தோப்புக்குள்ளேவா டாவென்று
கூப்பிட்டாள் கனகம்மாளும் வோசையாய் பையன்
ஏப்பம்விட்டே போனான்வெகு ஆசையாய்

ஆசைக்கொண்டுபோகையிலே பாசமுள்ள குமஸ்தாவும்
நேசமுடன் பாவியிவன் ஓடியே மிக
ரோஷமாய்போட்டான் கழுத்தை தேடியே

கத்தியதைபோட்டவுடன் பட்டிமுண்டையிவள்கூடி
காலினாலெட்டிவுதைத்து தள்ளினாள் பின்னால்
கபடுகள் நேராதுயென்று யெண்ணினாள்

எண்ணிருக்கும் வேளையிலே யீஸ்வரன் தயவினாலே
யெங்களெஜமானும் உடன் வந்தனர் துரை
சிங்கமடிந்ததைசொல்ல நின்றனர்

கிளிப்பிள்ளைவாக்குமூலங் கேட்டிருந்த ஜட்ஜி முதல்
கீர்த்தியுடனேயவரும் நம்பினார் கூட
நேர்த்தியாயதிலொருவர் தும்பினார்

கும்மி

1. ரங்காகிளிசாக்ஷி சொன்னவுடன் — ஜட்ஜி, பங்கப்படுத்தவே வேணுமென்று, அங்கேவந்திருக்கும் இன்ஸ்பெக்டரிடத்தில் ஆர்பாட்டமாயவர் சொல்வதை கேள்
2. சொந்தக் கணவனையே மாத்தியிவள், சோரநாயகனுடன் கூடி, சந்தோஷமாகவே வாசித்துவந்ததோர், பிள்ளையைக் கொன்றாளே சண்டாளியும்.
3. நரகக் குழியினில் தள்ளுமையாயிவளை, நண்பர்கள்காலில் மிதியுமையா, கலவரமில்லாமல் கள்ளியைக் கொண்டுபோய், கரும்புள்ளி செம்புள்ளி குத்துமென்றான்.
4. கரும்புள்ளிசெம்புள்ளி குத்திவிட்டு பின்னால் கழுதை மேலேத்தியிருவரையும், செருப்பு முறத்தாலடித்துக்கொண்டு அந்த தேசமுழுதையும் சுத்திவந்தார்.
5. புருஷனைவஞ்சித்த பெரும்பாவியிவள் பிள்ளையைகொன்ற கொடும்பாவி, மருவுயிர்போக்கிட வேண்டாமையா—யிந்த மாதுக்கால் கைகளை வாங்குமென்றார்,
6. கனகம்மாள் கைகாலை வாங்கிவிட்டுயிந்த, கிருஷ்ணனை பஸ்றவுக்கேத்திவிட்டு, ஜெனங்களையெல்லாந் துரத்திவிட்டு கேட்டு, கதவையு மூடியே வாங்களென்றார்.
7. ஜட்ஜியுஞ் சொன்னதை கேட்டவுடன் — அங்கே, சேவகர்சீக்கிர மோடிவந்து, தக்ஷணம்கால்கையை வாங்கிவிட்டுகொடுந், தடியனை பஸ்ராவுக்கேத்திவிட்டார்.
8. புருஷனைபார்த்து புலம்புவோருங்—கிளி, பிள்ளையைக்கண்டு மகிழ்பவரும், கருமியிவளென்று கண்ட ஜெனங்களும், காரியுமிழ்ந்ததாம் பார்முழுதும்.

9. சாக்ஷிகள் சொன்ன கிளிப்பிள்ளையை—யிந்த, சர்க்காரில் வைக்கவே வேணுமென்று, மாக்ஷிமை தங்கிய ஜட்ஜியுஞ்சொல்லவே சூட்சமாய்செட்டியாரேது செய்தார்.

10. கிளிப்பிள்ளைகூண்டை விட்டுரங்கய்ய—செட்டி, காவி துணியை தரித்துக்கொண்டு, தலைவிதியென்செய்வேனென்று சொல்லி— வேடம் தரித்தாராஞ்செட்டியாராண்டியைப்போல்.

11. ஆஸ்திகளையெல்லாந் தானஞ்செய்தார் — நல்ல க்ஷேத்திரங் களையும் தேடிசென்றார், வாஸ்தவமாகவே ரங்கய்யசெட்டியார், கோஷ்டிகளுடனே கூடிக்கொண்டு.

12. சங்கராசம் போசதாசிவனே—யிது, சம்மதமோயெங்கள் துன்மனமோ, அங்கம்பதவே விட்டுவிட்டாயெனை, ஆண்டாவவுன்னடி சேருமென்.

13. காசி அரிதூவார்பத்ரிநாராயணம், பிரேக்காராஜ்ஜியமும் பார்த்துக்கொண்டு, வாசிவழிக ளரிந்துகொண்டு — எந்த, தேசமுஞ் சுத்துரார் உத்தமனும்.

14. பாவிகளின்கதை தீர்ந்துதையா—யிதை, பாடியேவாய்கூட நோகுதையா, ஆவியைபோக்கிட வேண்டாமையா—பெண்கள், ஆசையுங் கொள்ளாதீர் நேசர்களே.

15. கருமியுட கதை காண வேணுமென்று, கண்ட ஜெனங்களுங் கேட்டதினால், சிறுமணவூர் முனுசாமிசீடன் — சூளை, சிறுவன் மாணிக்கம்பா ரச்சடித்தான்.

கனகம்மாள் துயரம் முற்றிற்று

25

உ
நாகூராண்டவர் துணை

சிதம்பரம் கசாய்கடை கோபாலு நாயகர் கொலைச் சிந்து

வெண்பா

தீரமுடனம்சவல்லி சோரனுடன் கூடுவதை
பாரதனில்பத்தாநேர்பார்த்ததினால் — வீரனிவன்
முண்டையை கொலைசெய்து முறியனுடல் தோலுரித்து
கண்டமென வித்தகதை காணு.

பாண்டிதேவன் தூக்கு பாடும் பாட்டு ஷோக்கு என்ற மெட்டு
கண்ணிகள்

சிதம்பரந்	தாலுக்காவாம்
சித்திரக்குளத்	தெருவாம்
பதமாக	ஆடருக்கும்
பாலன்கோபால்	செய்ததைப்பார்
அம்ஸவல்லிகேசு — அதன்விலையோ	ஆறுகாசு
வன்னிய	குலந்தனிலே
கண்ணியமாய்	தான்பிறந்து
அன்னகரி	லொண்டியாக
அவஸ்தைப்பட்டுக்	கொண்டிருந்தார் அ
நல்லவனென்று	கோபால்
தில்லையினில்	வாழ்கையிலே
பொல்லாத	வேளையினால்
சொல்லுவார்	சினேகிதரும் அ
தனியாக	கோபாலுநீ
தயங்குவது	ஞாயமல்ல
மணஞ்செய்துக்	கொள்ளுமென
மண்டலத்தில்	சொன்னவுடன் அ

முச்சந்தி இலக்கியம் ◻ 253

காட்டுமன்னார் குடியில்
கண்ணப்ப நாயகரும்
வீட்டிலொரு பெண்ணைபெற்று
வாட்டமாய் வளர்த்துவாரார் அ

என்றுசொல்லி பந்துக்களும்
யேகினாரே மன்னார்குடி
ஒன்றுகூடி பேசிவுந்தன்
மகளைத்தாரு மென்றுரைத்தார் அ

ஈடுயென்ன கட்டுகிறீர்
எங்களுக்குச் சொல்லுமென
நாடறிய கேட்டாரந்த
நாயகிக்குத் தாய்தகப்பன் அ

கண்ணப்ப நாயகரை
கோபாலன் தானழைத்து
பெண்ணுக்கு காப்புகொலுசு
ஈடுரெண்டும் கட்டிவிட்டார் அ

பந்தலலங் கரித்தார்
பந்துகட்கு சேதிசொன்னார்
வந்துகூடி சினேகர்
தந்திரமா யேதுசெய்தார் அ

நளவருடம் ஆனிமாதம்
ஞாயர்பதி னோராந்தேதி
மேளத்தாளத் தோடுவங்கே
தாலிகட்டி முடித்தனராம் அ

பெண்ணும்பிள்ளை யிருவருக்கும்
பிரியமுடன் மருவுசெய்து
கண்ணப்ப நாயகரும்
கணவனுடன் அனுப்பிவிட்டார் அ

அம்ஸவல்லி கோபாலனும்
ஆசையுடன் வாழ்கையிலே
இம்சைவந்த காரணத்தை
எடுத்துரைப்பேன் நேசர்களே அ

அண்டைவீட்டில் வாழ்பவன்
அழகில் மிகுந்தவனாம்
சண்டையில் கெட்டிக்காரன்
கொண்டைகட்டி அருணாஜலம் அ

இவ்விதம் பேரெடுத்து
இருக்குமொரு வேளையிலே

மைந்தன்மேல் மோகங்கொண்டு
மங்கையிவ ளேதுசெய்தாள் அ

சிறுகல்லை தானெடுத்து
சித்தினிப்பெண் ணம்ஸவல்லி
மருவவாடா நீயென்று
கெருவமுடன் தானடித்தாள் அ

பட்டதொரு கல்லதனை
பாலனவன் பார்த்துவிட்டு
எட்டிப்பிடித்துக் கொண்டு
கட்டி யணைந்தனராம் அ

அருணாசலம் அம்சவல்லி
ஆடுவதை புருஷன்கண்டு
ஒருநாளும் வுயிரைவைக்க
லாகாதென யேதுசெய்தான் அ

ஊரில் அனேககொலை
உத்தமர்கள் செய்துவந்தார்
பாரில் நகைக்கநாமும்
பெரியகொலை செய்யவேணும் அ

ரெண்டு பேரைவெட்டி
கண்டதுண்டம் செய்யவேணும்
கண்டுதோ லூரிக்கவேணும்
பெண்டுபிள்ளை பார்க்கும்படி அ

ஆட்டுக்கடா போலநாமும்
மாட்டிவிட்டு ரெண்டுபேரை
பாட்டுபாடி விற்கவேணும்
பாதகரை மார்க்கட்டுக்குள் அ

நொண்டிச்சிந்து

கண்டுவிட்டான் ஜாடைகணவன் — இவர்கள் — கழுத்தை யறுக்கமனம் மிகத்துணிந்தான், சென்றுவிட்டான் தனிவிடமே — யோசனைகள் — சிந்தைதனை வேணமட்டுந் தேறுதல்செய்தான், அண்டமனம் பொருக்கவில்லை — விழிபொரிய ஆங்கார மேல்பதற கடையடுத்தான், பண்டுதொட்ட கத்தியெடுத்தான் — சாணையில் — பளபளபளவென பக்குவஞ்செய்தான், சந்து பொந்தும் தமுக்கடித்தான் காலையில் — தருவதுசேரரை பணம தென்றான், நொந்துவிட்டான் மனமதுவும் இவனுடைய — நோக்கமெல்லாம் மனைவிமேல்வீடு அடுத்தான், நந்தமுடன் மொழியலுற்றான் — சிதம்பரத்தில் — நாயகியே நாலு கிடா வாங்கணுமென்றான், சிந்தை மகிழ் கொள்ளடியென்றான் —

சீக்கிரத்தில் சிறப்புடன் கட்டமுது செய்திடவிண்டான், அந்தமுடன் கிளம்பிவிட்டான் — மனைவியிடம் — ஐந்துரூபா நோட்டெடுத்து கைதனில்தந்தான், வந்திடநாளாகுமே யென்றான் — வழிகடந்து — அற்புதமாய் நடந்தவன்மறைந்து விட்டான். தந்தினம்.

கும்மி

1. புருஷனும்போனதை கண்டுவிட்டு இந்த புத்தியில்லாதபெண் அம்ஸவல்லி, கரிசிலவுவாங்க மார்க்கட்டைத் தேடியே கன்னியிவள்போகும் வேளையிலே.

2. பெண்ஜாதி போவதை கண்டுவிட்டு – கோபால் பொல்லாத கோபமாய் வீட்டில்வந்து, கண்காணக் கொண்ட புருஷன் பரணைமேல் கோபமாய்க் கத்திகை கொண்டிருந்தான்

3. கரிவகைவாங்கியே வீட்டில்வந்து யிந்த கண்மணி செய்யுமோர் பாகமது, பரிமளமாகவே வாசனை வீசுது பதைக்குது கோபாலன் தன்மனது.

4. சாதம்சமைத்தவள் வைத்தாளே – அந்த சண்டாளன் வீட்டில் நுழைந்தானே, பாதம்பணிந்தவள் கைபிடித்துக்கொண்டு பாரிவுலாத்துரார் நேசர்களே.

5. பார்த்துச்சகிக்க முடியாமல் – அவள் பாயிலிருவர் படுக்குமட்டும், வேர்த்தமுகத்துடன் கத்திகை கொண்டுமே வேதனையாக அமர்ந்திருந்தான்.

6. கொண்டைகட்டியுடன் குந்திக்கொண்டுயிவள் கொஞ்சிக் குலாவியே சாதமிட்டு, முண்டத்தனமாகக் கதவை மூடிக்கொண்டு மூலைவீட்டைத்தேடி வந்தனரே.

7. பாவிச்சிரிக்கியும் வாலிபப்பையனும் பாயில்படுத்துப் புரளுமட்டும், மேவி துடித்துப் பரணைமேலுற்றவன் மெள்ளயிரங்கி யெதிரில் வந்தான்.

8. வந்தவுடனெதிர் நின்றுகொண்டா – னய்யா வாரும்சகலரே யென்றுரைத்தான், சிந்தை தெளிவுர எப்போவந்தீரென சேதிநயமாகக் கேட்கலுற்றான்.

9. கோபாலன் கேட்டதோர் கேழ்விக்கிப்பின்னவர் கொண்டை கட்டிபதில் சொல்லவில்லை, ஆபத்து வந்தது பார்த்துக்கொள்ளு மென்று அக்ஷணம் பிஸ்மில்லா செய்திருந்தான்.

10. எட்டிமயிரை வளைத்துபிடித்துமே எண்ண வொண்ணாபடி பின்னமற, மட்டிச்சிறுக்கியை கண்டதுண்டமாய் மார்தலை கால்விழ மாரிவிட்டான்.

11. மாண்டுமடிந்திடச் செய்துவிட்டான் – நொடிமண்டையைத் துண்டாய் மடித்துவிட்டான், பூண்டு மேலுற்றதோர் சேலையும் வேஷ்டியும், போட்டுநெருப்பில் கொளுத்திவிட்டான்.

12. வீட்டில்சவத்தை யடைத்துவிட்டா – னுடன் வேகமாய்க்கேணிக் கரையடுத்தான், தாட்டீகமாக குளித்துமுழுகியே சந்தணபொட்டு விபூதியிட்டான்.

13. கைப்பிடிவண்டியைக் கொண்டுவந்தானதிற் காணும்பிணங்களை ஏற்றிவிட்டான், நைபிட அந்த இரவில்நடத்தியே நாசுக்குடன்கடை யேறிவிட்டான்.

14. சொந்தக்கசாயி கடையடுத்தானங்கே துண்டுகள்செய்ய கத்திபிடித்தான், அந்தமதாகவே மார்துடைகால்களை அற்புதமாக கழித்துவிட்டான்.

15. முழுதிலும்தோலை யுரித்துவிட்டான் – முகம் கண்களைவேரே எடுத்துவைத்தான், கழுத்து கரியிது வாங்குமென்றுபெரும் பைத்தியம்போலே வுளருகின்றான்.

16. கோளாவுருட்டிட நல்லகரியிது கோஷ்கரி குர்மா குணமிருக்கும், ஆளனைவஞ்சித்த உத்தமியின் கரி அல்லோரும்வாங்கி புசியுமென்றான்.

17. கரிநயமென்றிவன் முந்தினதேதியில் காண வெளியில் தமுக்கடிக்க, பிரியமதாகவே அனைவரும்வாங்கிட புட்டிகைகொண்டுமே வந்தனரே.

18. வந்தவர்தேங்கியேநின்றுவிட்டாரெதிர்வாய் குளரிமதி தாளலுற்றார், சிந்தைகலங்கியே யாரும்திகில் கொள்ள சென்றனர்வந்த வழியடைந்து.

19. பார்க்கப்பயங்கொள்ள கூடிவிட்டார் – ஜனம் பையனின் தாய்தந்தை வந்துவிட்டார், நோக்கயிவர்களைக் கண்ணுற்றுப் பார்த்ததும் நோஞ்சலில்லாகரி வாங்குமென்றான்.

20. பெற்றவர்பிள்ளை தலைதனைக்கண்டதும் பேரிரைச்சலுடன் மாரடித்து, உற்றமகனென்று மூஞ்சிலறைந்துமே ஓலமிட்டங்கு உருண்டனரே.

21. இப்பெரும்பாதகம் கும்பினிகேட்டிட, உத்தமரிங்லீஷ் துரைத்தனத்தார், மெய்ப்புடன் துப்பாக்கி கத்திபைனெட்டுடன் மேட்டிமையாக நெருங்கிவிட்டார்.

22. கட்டைமேல்கத்தியை போட்டுவிட்டானவன் காரணம்யாவும் எடுத்துரைத்தான், அட்டியில்லாமலே ரெண்டுகரத்திலும் அப்பவேபோடும் விலங்கையென்றான்.

23. கையில்விலங்கிட சேவகரோடுமே கைதியாய் லாக்காப்பில் போட்டுவிட்டார், பையபிணங்களை சர்ஜன் துரையிடம் பார்வையிடக்கொண்டு சென்றனரே.

24. சர்ஜன் துரைமிஸ்டர் க்ரீமி ஸென்பவர் சார்ந்தவிஷயங்கள் தானறிந்து, அர்ச்சண்டாகவே உள்ள விஷயங்கள் அப்பவே ரிக்கார்ட்டு செய்தனரே.

25. இருவரையு மண்ணில்போட்டுவிட்டு – இந்த இம்சைசெய்த கோபால்நாயகரை, தருமதுரையவர் கேசைவிசாரித்து தண்டித்த சேதியை சொல்லுவேன்கேள்.

26. கோ. கேசுநடக்குது ஜட்ஜிமுன்னே – விபச்சாரம்நடக்குதுபூமியிலே, மீசுரம்வேடிக்கை இக்கொலை மண்தனில் முன்னோர்கள் நாளிலும் கண்டதுண்டோ.

27. ஜ. வருஷத்துக்காயிரம் கேசுநடக்குது வையகத்தில்நீயுங் கண்டறிந்து, புருஷனைவிட்டுப் பிரிந்ததினால்கெட்ட புத்தியில்லாகொலை செய்யலாமோ.

28. கோ. புருஷனைதெய்வமென் றெண்ணவேணும் மண்ணில் புண்ணியத்தைதினந் தேடவேணும், அருமையானபுருஷர் வந்தபோதுமவர் ஆசைவைக்கலாமோ ஜட்ஜிகளே.

29. ஜ. எண்ணறவாசித்து எழுத்தறக்கற்றாலும் பெண்பிள்ளைபுத்தி பேதமையென்று, சொன்னதையோ சித்து காலங்கழியாமல் மன்னவனேகொலை செய்துவிட்டாய்.

30. கோ. பெண்பிள்ளையாகப் பிறந்தவர்க்கு – ஒரு புருஷன்வேண்டுவ துண்மையென்றேன், அன்போடு பேசுமோர் ஆடவரைக்கண்டு ஆசைகொள்ளலாமோ ஜட்ஜிகளே.

31. ஜ. பத்தாவுக்கேற்ற பதிவிரதையானால்யெத் தாலுங்கூடியே வாழ்வாரென்று, உத்தமி ஔவையார் சொன்னகவிதனை சித்தத்தில்வைக்காமல் செய்துவிட்டாய்.

32. கோ. பூனைசெய்வது துடுக்குபின்னாலதை அடித்தால்பாவமே யென்றுசொன்னார், வீணான ஆசையை கொண்டதினாலிவள் போனாளெமலோகம் ஜட்ஜீகளே.

33. கொலைசெய்து மாட்டினே னென்றுசொல்லி யென்னை கொண்டு வந்தீர்கோர்ட்டு முன்னிலையில், தலைவிதிதப்பாது யென்று சொன்னார் முன்னோர் தாங்களே யோசித்து தீர்ப்பு செய்வீர்.

34. ஜ. ரெண்டுபேரைவெட்டி மாட்டிவிட்டு கோபால் கண்ட துண்டமாக செய்ததினால், மண்டலத்திலுன்னை தூக்கவேணு மென்று கண்டுசொன்னேன்செக்ஷன் ஆக்டதுபோல்.

35. கோ. ஒருவனைவெட்டி ஒளித்திருந்தாலென்னை உண்மையாய் தூக்கத்தான் வேணுமையா, இருவரைவெட்டிநா னிவ்விடம் வந்தேனே யெந்தனுக்கேற்றதோர் தீர்ப்புசெய்வீர்.

36. ஜ. உந்தன்மனைவியுந் துரோகம்செய்தாளென்று உத்தமனேகொலை செய்ததினால், அந்தமான்சென்றுநீ ஜன்மகழுதையாய் அவ்விடங்காலம் கழியுமென்றார்.

37. தீவாந்திரம்சிக்ஷை தந்திடவே கோபால் தீரமாய்ஜட்ஜிக்கு யேதுரைப்பான் காவலுடன் பஸ்றாசண்டைக்கனுப்புங்கள் காலங்கழிக்குரேன் ஜட்ஜிகளே.

38. சண்டைக்கு யான்போரே னென்றுசொல்ல ஜட்ஜி சந்தோஷமாகவே யேதுசொல்வார், இண்டியா சண்டைக்கு யேகிவாருமென்று எழுதினார் தீர்ப்புகள் நேசர்களே.

39. கால்களுக்குபூட்சு தந்தாரே – காக்கி கோட்டையுங்கூடவே போட்டாரே, ரோல்காலில்கொண்டு நிறுத்தினாரே கோபால் நாயகர் சந்தோஷமானாரே.

40. கத்தியுந்துப்பாக்கி வாங்கிக்கொண்டு கோபால் காலங்கழிக்குறார் பட்டாளத்தில், எத்திசையுமிவர் செய்த கொலைகேட்டு புத்திவானென்று புகழ்ந்தனரே.

41. சினேகிதன்பெண்சாதி தன்னுடன்பிறந்த தங்கைதாயென்று நினையாமல், அனேகம்பேர்ட்ரசை வுடுத்திக்கொண்டுவூரில் ஆர்பாட்டஞ்செய்குறார்நேசர்களே.

42. ஒருவர்பெண்சாதிமேல் இச்சைகொள்ளுந்து ஷ்டவுத்தமர்க்கு நாளைஇந்தகதி, வருமென்றுயோசித்து நடந்துகொள்ளவேணும் வருத்தப்படவேண்டாம் நேசர்களே.

43. பாலன்மாணிக்கமும் பாடிவைத்தான் – சிந்து பார்வையிட்டார் சூளை கோவிந்தனும் கோலமானகதை பார்த்தவர்கேட்டவர் குற்றஞ்செய்யவேண்டாம் நேசர்களே.

44. குற்றஞ்செய்தாலும் விடுவதில்லை – கவர்ண்மெண்டாரும்வீணாய்ப் பிடிப்பதில்லை, கற்றதோர்பூஜையை செய்துகொண்டுவூரில் காலங்கழியுங்கள் நேசர்களே.

45. புருஷனைவிட்டு பிரிந்துவிட்டால் – பின்பு பொல்லாதகோபமாய் மூண்டுக்கொண்டு, அறுத்துவிடுகிறார் கண்டதுண்டமாக அவஸ்தைப்படுகிறீர் பெண்மணிகாள்.

46. புருஷனைவிட்டுப்பிரியவேண்டாம் – புத்தி கெட்டுப்பின்னாலே அலையவேண்டாம், சரசமாய்கூடியே வாழ்ந்துக்கொண்டுபல தெய்வத்தைவேண்டுங்கள் பெண்மணிகாள்.

47. இருகொலைசிந்துநீ பாடவேணுமென்று இஷ்டர்கள்யாவருங் கேட்டதினால், சிறுமணவூர் முனிசாமி சீடன் சூளை மாணிக்கம்பாடியே அச்சடித்தான்.

கொலைச்சிந்து முற்றுப்பெற்றது.

26

இந்துநேசன், சினிமா தூது இரு பத்திரிகைகளின் மாஜி ஆசிரியரான ஸ்ரீமான் C. N. லக்ஷ்மிகாந்தம் மரண கீதம்

காமதகன கண்டனக் கட்சி
இ. பார்த்தசாரதி நாயுடு இயற்றியது

V.R. பெருமாள் நாயுடு அவர்களால்
பிரசுரிக்கப்பட்டது

1944 விலை பை 6

சி. என். லக்ஷ்மிகாந்தம் அகால மரண சிந்து

காப்பு

அம்பிகை புதல்வன் ஆறுமுகன் றனக்கு மூத்த
எம்பிரா னான உலகிறைவன் காப்பு.

தெம்மாங்கு

1. மூலாதாரப் பொருளே மூஷிகனே இத்தருணம்
பாலன் கொலைசிந்தை பாடுதற்கு வரமருளும்
பாருஞ் சிவன்மகனே பார்த்தசாரதி கார்குகனே

2. திருச்சினாபள்ளியதில் தீவிரமாய் தான்பிறந்து
உரைத்தகல்வியை இண்டர்மீடி யேட்வரைபடித்து
உணர்ந்துபுகழ்பெற்ற இந்தஉறுதியைகேள் உற்று

3. சிலகாலம் தன்பெயரை சீமான்கள் தான்புகழ
உலகில் நற்பெயரைபெற்று உலவிவருங்காலமதில்
ஊர்பகையை கொண்டார் இந்த உலகமதில் மாண்டார்

4. சினிமாதூது வென்ற ஒருசிறந்த வாரப் பத்திரிகை
கனமுடன் தான்முதலில் கருதியே விடுத்ததினால்
அநுமதியில்லாமல் பேபர் அறைந்ததினால் பூவில்

260 ☐ ஆ. இரா. வேங்கடாசலபதி

5. ஆயிரத்துளாயிரத்தி ஆண்டுநாற்பத்து நாலினிலே
நேயமுடன் பிப்ரவரி மாதந்தன்னில் சட்டமுடன்
நிறுத்திடவுஞ் சொன்னார் பயன் பொருந்த ஐந்நூறென்றார்

6. கஷ்டப்பட்டு அதன் பிறகு கல்வி அறிவா லுலகில்
இஷ்டமாய் இந்துநேசன் என்றதொரு பத்திரிகை
ஆசிரியரானார் அதன்பிறகு காலமானார்

ஜாவோ ஜாவோ (என்ற மெட்டு)

பல்லவி

அதன்பின்னாலே அறைகுவேன் கேளும்
அறிகுவீர் இதை நாளும்

அநுபல்லவி

பதமுடன் இண்டர்மீடயட் படித்ததெல்லாம்
பாழாக்கின சேதி   (அ)

சரணம்

இகபரமெங்கும் இந்துநேசன் பேப்பர் எங்கும் புகழ்ந்திடவே
ஜெகமதில் சினிமா நடிகர்கள் தம்மின் சீரதை குலைத்திடவே
                                                                      (அ)

அவதரித்துலகில் ஆயிரம்பேர்களை அவமதித் தெழுதியதால்
தவம்பூண்டிவர் மேல்தான் கோபங்கொண்டார் தாரணியில்
                                                        இவர்மேல் (அ)

இந்து ஆபீஸ் வடிவேலு என்பவன் இவர்மேல் கோபங்கொண்டு
வந்துமுன்னொருநாள் கத்தியால் கழுத்தினில் வாகுடன்
                                                     தாக்கினாராம் (அ)

காலையில் எழுந்திருந்து (என்ற மெட்டு)

அன்னவரை பிடித்து சென்னை கவர்மெண்டார்
அப்போ ரிமாண்டில் வைத்தார் கடவுளே   பின்னால்
    செப்பிவருவேனீதோ கடவுளே.

நன்னயமாய் கேசு நடக்கையிலே
பெரும் இன்னல் நடந்ததை கேள் கடவுளே   இதை
    என்னவென் றுரைப்பது கடவுளே.

எட்டு பதினொன்று நாற்பத்து நாலினில்
திட்டமாய் வக்கீல்வீடு கடவுளே   சென்று
    சட்டமாய் திரும்பையில் கடவுளே.

புரசைநகர்தன்னில் ரிக்ஷாவில் வருகையில்
துருசாய் இருவர் வந்து கடவுளே   வயிறு
    சரிந்திட குத்தினானாங் கடவுளே.

குத்தியவன் தன்னை உத்தமனும் பிடிக்க
மெத்தகஷ்டப்பட்டார் கடவுளே அவன்
எத்தாக ஓடிவிட்டான் கடவுளே.

கத்தியதை பிடுங்கி உத்தமன் போலீசில்
சித்தமகிழ்ந்து தந்து கடவுளே சிகிச்சைக்காக
ஆஸ்பத்திரி வந்தார் கடவுளே.

ஜெனரல் ஆஸ்பத்திரியில் கனமிகுந்த டாக்டர்
மனம்போல கவனித்துங் கடவுளே அந்த
மறலி விடவே இல்லை கடவுளே.

அறிவுள்ள டாக்டரிடம் நெறியாய் லக்ஷ்மிகாந்தன்
பரிவாய் வாக்குதந்தார் கடவுளே பின்னால்
அறிவிப்பேன் கேளுமினி கடவுளே.

மறுநாள் வியாழன்காலை நாலரை மணிக்குமேல்
மாண்டு உயிர்விடுத்தார் கடவுளே இது
ஆண்டவன் சோதனையோ கடவுளே.

ஐயா சிறுபெண் (என்ற மெட்டு)

பாவம் உலகில் ஆவிதுறந்த காந்தனின்சேதி
இந்தபாருலகில் கோரக்கொலையானதை ஓதி
வெகுதூரம் அந்நீதி.

ஆவிபோக்க பாவி எவர் கார்த்திருந்தாரோ
ஆணழகன் உயிரை எமன் கொண்டுசென்றாரோ
தாவி மனந்துடிக்கின்றாரோ உலகினில்வாடி
அதை தானறிந்த பெரியார்களுந்
தாளாதோர்கோடி இதை தரணியில் பாடி
புரசைநகர் தன்னில் வாழ்ந்தபுனிதமானவர்
புகழும்கீர்த்தி உலகினிலே தானே பூண்டவர்
திரிசைநகர் தன்னில் ஜெனித்த செல்வ லோலனே
உன் திருஉயிரைகொண்டுசென்றான் பாழுங்காலனே
வருகாயோ பாலனே
பெண்டுபிள்ளை தாய்தந்தையர் கலங்கி வாடினார்
உடன்பிறந்த சகோதரனுங் கூடதுடிக்க லாகினார்
சென்றுமுப்பத்தைந்தா மாண்டில் சிவபதவியே
வெகு சீக்கிரமாய் சென்றதேனோ நீரும் மேவியே
பார்த்தான் கூறத் தாவியே.

கும்மி

இந்துநேசன் என்றபத்திரிகை தனக்
 கேற்பட்ட ஆசிரியர் காந்தன்
சென்றுசிவ லோகமடைந்தா ரென்று
 சேர்ந்து கும்மி யடியுங்கடி.

உலகில் டெயிலி எக்ஸ்பிரஸ் வாங்க முயன்றதால்
 ஒருகுற்றம் அவர்மீதில் சாட்டியபின்சிலகாலம்
மறைந்து ஓடினதால் சிறைசென்றார்
 பத்து ஆண்டு முன்னதாக
சென்றவருடம் பத்தாண்டுக்கு முன்னதாய்
 திருட்டுகையெழுத் திட்டதாக
நன்றெனவாதம் நடக்க ஐகோர்ட்டினில்
 நாடியே மாயமாய் தான் மறைந்தார்
இன்னுஞ் சேலஞ் ஜெயில்தன்னில் தப்பியோடி
 இருக்கின்றார் இந்தபுவியதனில்
பின்னும் ராஜமகேந்திரம் ரயில்போலீஸ்மீறி
 போக அந்தமானுக் கனுப்பிவிட்டார்
சிந்தை மகிழ்ந்துமே அந்தமானைவிட்டு
 சென்னைவந்த பிறகுன்னிதமாய்
விந்தையாய் சினிமா தூதென்ற பேப்பரினால்
 விதித்தார் ஐநூறு அபராதமும்
ஆதலால் இந்துநேச னென்றபேப்பரின்
 ஆசிரியராய் நடத்தையிலே
வேதனை வந்தது வடிவே லென்பவனால்
 விதியை என்ன சொல்வேன் பூமியிலே
சீர்திருச்சிநகர் சின்னசாமி சீடன்
 செல்வன் ராஜகோபால் தம்மருளால்
பார்புகழும் பார்த்தசாரதி செந்தமிழ் பாடினேன்
 கோடிபேர் தாமறிய.

27

உ

மகாத்மா காந்தி
கதர் ஆனந்த ஏலப்பாட்டு

விநாயகர் துதி வெண்பா

கதரென்னும் ஆடையின்மேல் கவியொன்று ஏலேலோ
பதம்போல பாடுதற்கு பாலகனா — நிதமுந்தன்
தும்பிக்கை முன்தொழுதேன் துய்யகணேசா யென்னை
வம்புக் கிழுக்காமல் வா.

ஏலேலோ குருபாதம் ஏலலிலோ என்ற மெட்டு

பல்லவி

கதரம்மா காந்திகதரு — காணுங்கள்
கைத்தரியால் நெய்தகதரு.

ஓடம்

1. கதரம்மாகதரு கைராட்ணகதரு
கற்புள்ளமாதர்கள் கட்டிடுங்கதரு
கங்காதரத்திலக ரங்கானகதரு
கனவான்களுக்கேற்ற குணமானகதரு
காந்திமஹாஜீவ காருண்யகதரு
காங்ரெஸ்கமிட்டியார் கட்டிடுங்கதரு
காசியினில்மெத்த லேசானகதரு
கலியுகத்தாய்மார்கள் வாங்கிக்கொள்வீரே கதத

2. குடுத்துணிகோட்டுக்கு குணமானகதரு
குழந்தைமுதற்பெரி யோர்கட்டுங்கதரு
குகனோடுவள்ளிதெய் வானையின்கதரு
குருமகாத்மாகூரும் பொருள்சுத்தகதரு
கோபத்தைதீர்த்திடுங் கிலாபத்துகதரு
கோபாலகிருஷ்ண கோக்கல்கட்டுங்கதரு

கோரிக்கையைநிறை வேற்றிடுங்கதரு
கொண்டுவரேன்தாய்மார் வாங்கிக்கொள்வீரே கத

3. சத்தியாகிரகத்தை விர்த்திக்குங்கதரு
சண்டைகள்நேராமல் கொண்டாடுங்கதரு
சங்கரலாலென்னும் பாங்கரின்கதரு
சஞ்சீவியாய்வந்து அஞ்சுதுகதரு
சாமிவிவேகா னந்தரின்பகதரு
. . . . போதிக்குங்கதரு
. . . . சாற்றிடுங்கதரு
. . . . வாங்கிக்கொள்வீரே கத

4. . . . . பகட்டானகதரு
. . . . மன்னரின் குறைநீக்குங்கதரு
. . . . னணாண்முதல் செய்திட்டகதரு
. . . . போட்டு வருந்திடுங்கதரு
. . . . னால்நெய்த நவநீதக்கதரு
சிரம்பரம்பிள்ளைக்கு பதந்தந்தகதரு
. . . க்ஷக்குட்பட்டோரை சிறைமீட்குங்கதரு
சிசுபாலர்சாக்ஷியாய் வாங்கிக்கொள்வீரே கத

5. சீயார்தாசரென்னும் நேயரின்கதரு
செல்வர்களுடுத்திடு மல்ஷோக்குகதரு
ஜெகமெங்கும்சுயராஜ்யம் வாங்கிடுங்கதரு
சேயிழைமார்நெய்த காயத்ரிகதரு
சாரளாதேவியின் பேர்போனகதரு
சௌகடலிசெய்த சாத்வீகக்கதரு
சோதரர்மஹம டலிநெய்தகதரு
சுருசுருப்பாகநீர் வாங்கிக்கொள்வீரே கத

6. வங்காளதேசத்து பாங்கானகதரு
வடநாட்டில்நெசவான திடமானகதரு
வஞ்சகரையோட்ட வாளானகதரு
வைராக்கியங்கொண்டு வந்ததிக்கதரு
ஓமென்னுமக்ஷரம் வோதியகதரு
உலகஞ்செழிக்க உலாவிடுங்கதரு
உத்தமமாதர் வுடுத்திடுங்கதரு
ஊரிலுள்ளோர்நீங்கள் வாங்கிக்கொள்வீரே கத

7. பாரில்பிள்ளைகலி தீர்த்திடுங்கதரு
பாபகர்மங்களை போக்கிடுங்கதரு
பத்தினிபெண்கட்கு சித்திக்குங்கதரு
பலவிதபிணியையும் துலைத்தோட்டுங்கதரு
பஞ்சை நூலாக்கிநாம் பண்ணினகதரு
பாதகத்தைநீக்கும் வேதத்தின்கதரு

பாட்டன்முப்பாட்டனால் காட்டியகதரு
பரதநாட்டுத்தாய்மார் வாங்கிக்கொள்வீரே கத

8. இந்ராதிதேவர்கள் கொண்டாடுங்கதரு
இந்துமுசல்மானை ஒன்றாக்குங்கதரு
எம்பெருமான்காந்தி சிங்கத்தின்கதரு
ஏழைந்துகோடிபே ரிடர்தீர்க்குங்கதரு
நீலநிறமுள்ள சேலைநற்கதரு
நேரிழைமார்கட்ட நெசவானகதரு
நிலையாய்நிருத்திநம் களை தீர்க்குங்கதரு
நிந்தனைசெய்யாமல் வாங்கிக்கொள்வீரே கத

9. அபாடிபானு அப்துல் ஹலிபேகங்கதரு
அன்பாய்மிஸர்ஸ்காந்தி அணிந்திடுங்கதரு
ஆண்ட்ரூஸென்னுந்துரை வேண்டினகதரு
அம்மாள்சரோஜனிக் கன்பானகதரு
அன்னியநாட்டாரை அழச்செய்யுங்கதரு
அன்பன்லாலாலஜ பதியின்பகதரு
ஆறுமுகம்வள்ளி கோறிடுங்கதரு
அருந்துதிதாய்மார்கள் வாங்கிக்கொள்வீரே கத

10. ஆதிநம்நீதியை ஓதிடுங்கதரு
ஐரோப்பியர்க்குநேர் வைராக்கியகதரு
அரையிலுடுத்திட முறையானகதரு
ஆண்பிள்ளையென்றுரு காண்பிக்குங்கதரு
ஆயர்பாடிக்கண்ணன் அணிந்ததோர்கதரு
அவரோடுஅர்ஜுனன் தவம்பெற்றகதரு
அஹிம்சாதர்மத்தைக்கை யாண்டதோர்கதரு
ஆதலாலெல்லோரும் வாங்கிக்கொள்வீரே கத

11. தாதாபாய்நௌரோஜி பிதாவின்கதரு
தர்மதுரைமிஸ்டர் ஆர்னிமன்கதரு
தசரதராமனும் தரித்ததோர்கதரு
தாழ்ந்தவர்தேர்ந்திட தரிநெய்தகதரு
தாசர்கட்கும்வுப தேசிக்குங்கதரு
தன்மானந்தற்கார்க்கும் தாய்நாட்டுகதரு
தரித்திரதிசையைமுன் துரத்திடுங்கதரு
தரணியிலிந்துக்கள் வாங்கிக்கொள்வீரே கத

12. தொண்டர்படையென்னுந் தூதரின்கதரு
துஷ்டயேமனை துரத்திடுங்கதரு
துரோபதைக்கு அன்று துயில்தந்தகதரு
. . . . மெச்சியகதரு
. . . . சொக்காயுங்கதரு
. . . . துரத்திடுங்கதரு

. . . . வென்றிடுங்கதரு
. . . . சலாய் வாங்கிக்கொள்வீரே கத

13. . . . . மாளவியாகதரு
. . . . தந்திரக்கதரு
. . . . சொன்னநம்கதரு
. . . . . வெகுநாளாய் சிறைபட்டகதரு
. . . . . ரத்தால்வெளி வந்திட்டகதரு
மத்தியநாடெல்லாங் சித்தாடுங்கதரு
மங்களங்கூறிடும் மாதாவின்கதரு
மாணிக்கஞ்சொல்கேட்டு வாங்கிக்கொள்வீரே கத

கதரம்மா காந்தி கதரு

பரதநாட்டுச் சிறப்பு

இராகம் - ஆனந்தபைரவி, தாளம் - ஆதி
நொண்டிச் சிந்து

மதியில் சிறந்தநாடு மஹராஜ மன்னர்கள் புகழ்ந்து வந்திருந்த நாடு, மாதாநம் தாய்நாடு வெகுகோடி – மலைகள் வளருமிந்து தலைநாடு, தங்கம் வளந்தநாடு வெள்ளியோடு தாம்பரம் பித்தளை யிரும் பாகும்நாடு, உணவுவிளைந்தநாடு – ஒண் தொழிலும் வாணிபமுமுயர்ந்துயிருந்த நாடு, பஞ்சுவிளையும்நாடு –பாரத மாத்தா கொஞ்சிகுலாவிடுமபரஞ்சிநாடு, வேதம்பிறந்தநாடு – வெகு காலம் வேதியரும் நீதியாய் நடந்தநாடு, ஞானம்பிறந்தநாடு – வெகு நல்ல ஞானியுடன்யோகியும் வுழன்றநாடு, கலைகளுணர்ந்த நாடு – மறைமுதல் கண்டுஅறஞ் செய்தசிருத் தொண்டர்நாடு, ஜீவ நதிகள் பெருத்தநாடு – முந்திநமக் கதிபதியானகண பதிநாடு, உண்மையறிந்த நாடு – உணர்ந்துபார் உத்தமனரிச்சந்திரன் விற்றநாடு, தசரசர்திரு நாடு அவர்வயற்றில் – தரித்தஸ்ரீ ராமரவ ராண்டநாடு, கண்ணன் பிறந்தநாடு வள்ளுவரும் கைராட்டினம் சுழட்டி பிழைத்தநாடு, கதர்கள் பிறந்தநாடு –எங்குமின்னம் காணக்கிடையாத ஆடை நெய்தநாடு, தன்மையறிந்தநாடு தேசமதில் தபசிகள் நிறைந்துதிரிந்த நாடு, போகர்பிறந்தநாடு – வடிவேலவர்வந்த அசுரரைமுன்னம் வென்றநாடு ஜானகியாண்ட நாடு சந்த்ரவதி சாவித்ரிதமயந்தியின் சொந்தநாடு, துரியனழிந்த நாடு – துரௌபதையை துற்சாதனன் கண்டுதுகி லுரிந்தநாடு, ஆடைவளர்ந்தநாடு நந்தனார் கோரினதை யீசனிறைவேற்றியநாடு, எமன்பயந்தநாடு – மார்க்கண்டேயர் இஷ்டம்போல் ஜெயித்துவரம் பெற்றநாடு, வீரர்மடிந்தநாடு – வெகுதுஷ்ட வேந்தர்களை வெட்டிபலி கொண்டநாடு, வானோர் தொழுதநாடு – கெட்டகாலம் வாழ்விழந்துவாடியதோ ரிந்துநாடு, தூங்கிவிழித்தநாடு – துன்பங்களை துலைத்துசுயராஜ்யம் வாங்கும் நாடு. தந்தினம்.

பரதநாட்டுச் சிறப்பு முற்றுப்பெற்றது.

சென்னை கிலாபத்து காங்கிரஸ் வாலண்டியர்
வேண்டுகோளின்படி
நாமக்கல் ஸ்ரீமான் இராமலிங்கம்பிள்ளை அவர்கள் பாடிய

இராட்டுப் பாட்டு

ஆடுபாம்பே என்ற பாம்பாட்டிசித்தர் பாடல் மெட்டு

பல்லவி

ஆடுராட்டே சுழன் றாடுராட்டே இனி
அனியாயந்தொலைந்ததென் றாடுராட்டே

அநுபல்லவி

சுழன்று சுழன்று சுழன்றாடுராட்டே இதோ
சுயராஜ்யம் வந்ததென்று ஆடுராட்ட ஆடு

1. பாவங்குறையுமென்று ஆடுராட்டே இனிப்
பயங்கள் மறையுமென்று ஆடுராட்டே
கோபங்குறையுமென்று ஆடுராட்டே நல்ல
குணங்கள்மிகுந்ததென்று ஆடுராட்டே ஆடு

2. மேலானஜாதியென்று மிகப்பேசி வெகு
மாரானகாரியங்கள் செய்துவாழும்
மேலானஜனங்களின் வஞ்சனையெல்லாம் இனி
மாண்டுமடியுமென்று ஆடுராட்டே ஆடு

3. . . . . மிகவருந்தி பல
. . . . கும் மனிதரெல்லாம்
. . . . வஞ்சனையினா லவர்
. . . . ன்று ஆடுராட்டே ஆடு

4. . . . . ளில் சுற்றியலைந்து மிக
. . . . மத்து பத்தினிப்பெண்கள்
. . . . தங்குடிசை நிழலிலிருந்து நூல்
. . . . துப்பிழைப்பரென்று ஆடுராட்டே ஆடு

5. . . . . . பீர்சாராயம் காமவகைகள் கெட்ட
கஞ்சாவபின்களெல்லாம் ஓடியொளிக்க
பிள்ளைகுட்டிப் பெண்ஜாதி வயிறார உண்ண
பெற்றது சுதந்திரமென் றாடுராட்டே ஆடு

6. உழுதுநெய்துபல தொழில்செய்து பொருள்
உதவும் வாணிபமும் முயல்வதல்லால்
தொழுதுபணிபுரியும் தொழில்களெல்லா மினித்
தொலைந்த துலகிலென்று ஆடுராட்டே ஆடு

7. வம்பளந்துவீண்பொழுது போக்கமாட்டார்பெண்கள்
வாசலிலே கூட்டமிட்டுப் பேசமாட்டார்
துன்பமில்லை சோம்பியவர் தூங்கமாட்டார் குடி
துலங்குமினியென்று நீ ஆடுராட்டே   ஆடு

8. ஜாதிஜனக்கட்டுகளை மதியாமல்   நித்தம்
தானடித்த மூப்பாக வாழ்ந்ததெல்லாம்
நீதிநெறி தெய்வவழி நினைத்தினிமேல்   சுகம்
நிரம்பத் திரும்புமென்று ஆடுராட்டே   ஆடு

9. ஆங்கிலம் கற்றோமென் றகங்கரித்து சொந்தம்
அக்கம் பக்கம் யாரெனினும் மதியாமல்
தாங்களேபெரியவரென் றிருந்ததெல்லாம் இனித்
தலைகுனிந்தோடுமென்று ஆடுராட்டே   ஆடு

10. சர்க்கார் மனிதரென்று மதிமயங்கிக்   குணம்
தக்காரெனினும்அவ மதித்தவர்கள்
சர்க்கார் ஜனங்களென்று மதிதெளிந்து இனித்
தாழ உரைப்பரென்று ஆடுராட்டே   ஆடு

11. படித்தம் படித்தமென்று பட்டங்காட்டி ஏழைப்
பாமரரை ஏய்த்துவாழ்ந் தவர்களெல்லாம்
நடித்த நாடகங்கள் தவரென்று   கண்டு
நல்வழிநடப்பரென்று ஆடுராட்டே   ஆடு

12. அன்னியர்கள் நூல்கொடுத்துஆடைகொடுத்துநாம்
அங்கத்தை மூடுகின்ற பங்கமொழியும்
கன்னியர்கள் நூற்கபல காளைகள்நெய்ய இனிக்
காத்துக்கொள்வோம்மானமென்று ஆடுராட்டே ஆடு

13. சாந்தி பெறுவமென்று ஆடுராட்டே   உப
சாந்தி விளங்குமென்று ஆடுராட்டே
காந்தி துலங்குமென்று ஆடுராட்டே   இனிக்
கடவுள் அருளுமென்று ஆடுராட்டே   ஆடு

பண்டித எஸ். பீர்முகம்மது இராவுத்தர் பாடிய
கதரானந்தப் பாட்டு
ஆண்டிபண்டாரம் என்ற மெட்டு

கதர்வாங்கலியோ   சுதேசி
கதர்வாங்கலியோ   கையால்நெய்த கத
கண்ணிகள்

1. மாணவர்கள்   வாங்குந்துணி
ஞானமுள்ளோர்   போடுந்துணி
ஈனத்தைத்   துரத்துந்துணி
இன்பமாக   அன்பரே நீர் கத

2. துன்பத்தை யகற்றுந்துணி
அன்பர்களே நெய்யுந்துணி
வம்பனை வதைக்குந்துணி
வுன்னதமாய்க் கட்டிக்கொள்ள கத

3. சாஸ்திரத்தில் சொன்னதுணி
கோத்திரத்தில் கட்டுந்துணி
நேத்திரத்திற் கேற்றதுணிப்
பார்த்திபரே கட்டிக்கொள்ள கத

4. முன்னவர்கள் சொன்னதுணி
விண்ணவர்கள் போற்றுந்துணி
அன்னியரை யதட்டுந்துணி
புண்ணியரே நன்னகரில் கத

5. வித்துவர்கள் வாங்குந்துணி
புத்துஉயிர் பெற்றதுணி
. . . . யானதுணி
. . . . உற்றுப்பாரு கத

6. . . . . காக்குந்துணி
. . . . யுண்டாக்குந்துணி
. . . . வெல்லுந்துணி
. . . . கலி தீரும் சொன்னேன் கத

7. தரித்திரத்தை நீக்குந்துணி
பருத்திப்பஞ்சால் நெய்ததுணி
குறித்தபகைக் காரரைமுன்
துரத்திவிடும் வெள்ளைநல்ல கத

8. அஞ்சிடாத வெள்ளைத்துணி
பஞ்சியினால் செய்ததுணி
நஞ்சான பேர்களைப்போய்
நாசஞ்செய்யு மிந்தத்துணி கத

9. பாரதத்தில் சொன்னதுணி
பரதமக்கள் கட்டுந்துணி
தீராத கவலையெல்லாம்
தீர்த்துவைக்கும் வெள்ளைநிற கத

10. சக்கரத்தில் செய்ததுணி
அக்கரைக்குச் செல்லுந்துணி
மக்களைவளர்க் குந்துணி
மானிடரை திருத்தவந்த கத

11. பஞ்சபூதஞ் செய்ததுணி
    வஞ்சனையைத் தீர்க்குந்துணி
    பஞ்சமா பாதகரை
    பாழாக்கும் நாட்டுநல்ல கத

12. விழியாரக் கட்டுந்துணி
    வழியானகைத் தரித்துணி
    பழிபாப கர்மங்களை
    பாழாக்கிடுஞ் சுதேசி கத

13. வேதாந்தத்தில் சொல்லுந்துணி
    வேதியர்கள் கட்டுந்துணி
    நீதியுள்ளோர் நெய்யுந்துணி
    பாதியிலே போனதுணி

கதரானந்தப்பாட்டு முற்றுப்பெற்றது.

28

ஹோம்ரூல் கண்டன
திராவிடர் முன்னேற்ற
இராஜவிஸ்வாசக் கும்மி

இஃது
திரிசிரபுரம் திராவிடர்கள்
வேண்டுகோளின்படி
திராவிடன் பத்திரிகை பதிப்பிலிருந்து
ஸ்ரீமான் தி. திரவியம் பிள்ளை அவர்களால்
திரிசிரபுரம்
நடராஜா அச்சுக்கூடத்தில்
பதிப்பிக்கப்பட்டது
1918

இரண்டாவது நாள் கூட்டத்தில் பாடிய
கண்ணிகள்

அன்பார்ந்த சகோதரர்காள் ஆரியர்கள் தம்வலையில்
தங்காமல் நீங்கித் தனித்திருப்ப தெக்காலம்.

என்போல் எளியவர்கள் எல்லவரும் கல்வியிலே
முன்பாகத் தேற முயன்றிடுப்ப தெக்காலம்.

ஜாதிமத வேற்றுமையும் சகல கிளர்ச்சிகளும்
பாதியிலே வந்த இது பறந்திடுவ தெக்காலம்.

ஒற்றுமையாய் எல்லவரும் ஒருங்கே மனதை வைத்து
சுத்தமாய்க் கூடிச் சுகித்திருப்ப தெக்காலம்.

பார்ப்பாரொழிய மற்ற பலசாதி நம்மவர்கள்
ஏப்பமிடப் பார்ப்பார்க் கிடாதிருப்ப தெக்காலம்.

கல்யாணம் கல்லெடுப்பு கருமாந்திர வரிகள்
எல்லவரும் நீக்கி இன்புறுவ தெக்காலம்.

சீமந்தம் கோதானம் திரட்டி ருதுசாந்திவரி
பூமான்கள்விட்டுப் புகழ்பெருவ தெக்காலம்.

அடிமையென நம்மை எண்ணி ஆரியர்கள் வைத்திருக்கும்
கொடுமைகளில் நீங்கிக் குணமடைவ தெக்காலம்.

உத்யோகப் பார்ப்பார்கள் உதவிதனைக் கோரி சிலர்
மற்றவரைத் தாம்கெடுக்க மறந்திடுவ தெக்காலம்.

எலிகள் பல சண்டையிட்டு இதை நிறுத்த பூனைதனை
வலிய அழைத்திருக்கும் வகைமறப்ப தெக்காலம்.

வியாச்சியங்கள் செய்யாமல் விவேகிகளாய் நம்மவர்கள்
ஜுட்சியாய் ஸ்டாம்பைச் சுருக்கிவிடுவ தெக்காலம்.
பஞ்சாயத் தொற்றுமையாய் பலபேர் நிதம்கூடி
அஞ்சாமல் நம்மவரை ஆதரிப்ப தெக்காலம்.

நம்மவர்கள் முன்னேற்றமெல்லாம் ஒற்றுமையாய்
சம்மதித்து ஓட்சுகளை தானளிப்ப தெக்காலம்.

சட்டசபைகளிலும் சகல முனிசிபாலிட்டியிலும்
திட்டமாய் நம்மவரைத் தேர்ந்தெடுப்ப தெக்காலம்.

உத்யோகமெல்லாம் ஓர் வகுப்பில் விட்டுவிட்டு
சித்தங்குளிர்ந்து சிரித்திடுவதிக்காலம்.

ராஜவிசுவாசமெல்லாம் நாட்டினில் பார்ப்பார் மறந்து
கூசாமல் ஹோம்ரூலை கூவிடுவதிக்காலம்.

ஊரெங்கும் சந்துசந்தாய் ஹோம்ரூலின் கூச்சலிட்டு
தாறுமாறாகத் தவறுகளைச் சொல்காலம்.

கொட்டினால் தேளும் கொட்டாட்டால் பூச்சியென
மட்டுமிதமின்றி மன்னவரை தூர்காலம்.

பிச்சைக்கு வந்த பேதமை பார்ப்பார் சிலர்கள்
லச்சையின்றி ராஜாங்கம் நம்மதென்பதிக் காலம்.

காசுபணம் கால்படையும் கவர்ன்மெண்டாருக்கு யாமுதவி
தேசத்தை ஆரியர்பால் திருப்பிவிடுவதிக்காலம்.

உத்தியோக பார்ப்பார்கள் உள்ளிருந்து ஹோம்ரூலை
கத்துவென்றுசொல்லிக் காட்டிவிட்டதிக்காலம்.

ஆரியர்கள் ஜுட்சியெல்லாம் அடுக்கடுக்காய் தானறிந்தும்
காரியத்தில் வீணாய் கலகமிடும் இக்காலம்.

நெற்றிநீர் ஓட நிலத்தை தினம் உழுது
மெத்தை தைத்து பார்ப்பாரை மேல்படுக்கச் சொல்காலம்.

உண்மையிருக்கும் உளவறியா நம்மவர்கள்
திண்மைமிகப்புரியும் தீங்கினரைச் சேர்காலம்.

உள்ளது சொல்லாமல் ஒன்றிருக்க ஒன்று சொல்லி
கள்ளமனதுடனே காரியத்தைச் செய்காலம்.

பள்ளம் விழாதேயென்று பகர்ந்த பெரியோர் சிலரை
கள்ளர் பலர்கூடிக் கண்டபடி தூர்காலம்.

இடையூர் வசைமொழியும் எல்லாமே தாமடைந்து
கடையார் நமைக்காக்கவந்த காருண்யரைத் தூர்காலம்.

ஐந்தாம் ஜார்ஜ் மன்னவரும் அவர் மனைவி மேரியரும்
மைந்தருடன் பூவுலகில் மகாராஜர் வாழ்கவுமே.
கவர்னர் வைசிராயவரும் கனம் மாண்டேகு மந்திரியும்
புவனமெலாம் போற்ற புண்ணியர்கள் வாழ்கவுமே.

திக்கெங்கும் போர்படைத்த தியாகராஜன் புகழும்
மிக்கபுகழ் நாயர் முதல் மேலவர்கள் வாழ்கவுமே.

புதுக்கோட்டை பிரின்ஸ் அவர்கள் பூமான் துரை ராஜா
மதிப்பாயுலகினிலே மன்னவரும் வாழ்கவுமே.

ராஜா வெங்கிட்டகிரி ராவ்பகதூர் ராஜரத்தினம்
தேசாபிமானியெலாம் தேவரொக்க வாழ்கவுமே.

வாழ்க திராவிடரும் வாழ்க அவர் சங்கமதுவும்
வாழ்க பொதுவிற்குழைப்போர் வாழ்க வாழ்க வாழ்கவுமே.

இவை சேலம்
ஆசுகவி தி. சு. கணபதி பிள்ளையால்
எழுதப்பட்டது.

சான்றுப் பட்டியல்

இதழ்கள்

ஆனந்தகுண / அமிர்தகுண போதினி, 1928–29, 1932

கலைமகள் (புதுவை), 1916–17

குமரிமலர், 1960–1983

சுதந்திரச் சங்கு, 1933

சுதேசமித்திரன் (வாரப் பதிப்பு), 1943

செந்தமிழ்ச் செல்வி, 1926–1950

பஞ்சாமிர்தம், 1924–25

லக்ஷ்மி, 1923–26

விவேக சிந்தாமணி, 1892–1916

அரசு ஆவணங்கள்

சென்னை அரசாங்க நீதி, கல்வி, பொதுத் துறை ஆவணங்கள், *1900–1955.*

நூல்கள் / கட்டுரைகள்

(அ) தமிழ்

அய்யாமுத்து, கோவை அ., *எனது நினைவுகள்*, வானதி பதிப்பகம், சென்னை, 1973.

அருணாசலம், மு. (ப-ர்), *முக்கூடற் பள்ளு*, தமிழ் நூலகம், சென்னை, 1949.

அருணாசலம், மு., *தமிழ் இலக்கிய வரலாறு* (பல தொகுதிகள்), காந்தி வித்தியாலயம், திருச்சிற்றம்பலம், 1969—1977.

அனந்தாச்சாரி, ஆக்கூர், *ஸ்ரீமான் எஸ். ஜி. கிட்டப்பா சரித்திரம்*, கிட்டப்பா பிரசுராலயம், செங்கோட்டை, 1938.

அழகியநாயகி அம்மாள், *கவலை*, நாட்டார் வழக்காற்றியல் ஆய்வு மையம், பாளையங்கோட்டை, 1998.

இளங்கோவன், மு., *பழையன புகுதலும்*, வயல்வெளிப் பதிப்பகம், இடைக்கட்டு, 2002.

எங்கள் ஊர், கலைமகள் காரியாலயம், சென்னை, 1957.

கல்கி, *தியாக பூமி*, வானதி பதிப்பகம், சென்னை, 1988.

குணசேகரன், கே.ஏ., *நகர்சார் நாட்டுப்புறக் கதைப்பாடல்கள்*, அன்னம், சிவகங்கை, 1988.

கம்பன் கவிதை, நவயுகப் பிரசுராலயம், சென்னை, பிரமாதி (1940).

குமாரஸ்வாமி ராஜா, பி.எஸ்., *இளமை நினைவுகள்*, பாரதி பதிப்பகம், சென்னை, 1957.

குழந்தை, புலவர், *யாப்பதிகாரம்*, பாரி நிலையம், சென்னை, 1991.

குழந்தை, புலவர், *தொடையதிகாரம்*, பாரி நிலையம், சென்னை, 1967.

குழந்தை, புலவர், *இராவண காவியம்*, வேலா பதிப்பகம், ஈரோடு, 1971.

சாண்டில்யன், *போராட்டங்கள்*, வானதி பதிப்பகம், சென்னை, 1987.

சாமிநாதன், நாகை, *சமதர்ம கீதம்*, பொன்னி, சென்னை, 1987.

சாமிநாதையர், உ.வே., *நல்லுரைக் கோவை*, மூன்றாம், நான்காம் பாகங்கள், உ.வே. சாமிநாதையர் நூல் நிலையம், சென்னை, 1991.

சீனிவாசன், அரங்க, *காவடிச் சிந்தும் கவிஞன் வரலாறும்*, சேகர் பதிப்பகம், சென்னை, 1984.

சீனிவாசன், அரங்க., *நினைவு அலைகள்*, வானதி பதிப்பகம், சென்னை, 1996.

சுரதா, *வினாக்களும் சுரதாவின் விடைகளும்*, சுரதா பதிப்பகம், சென்னை, 1991.

செல்வகேசவராய முதலியார், தி., *அபிநவ கதைகள்*, சென்னை, 1921.

செட்டியார், ஏ.கே., *தமிழ்நாடு (பயணக் கட்டுரைகள்)*, ஆர். ராமசந்திரன் — ஏ. வீரப்பன், சென்னை, 1968.

திருமுருகன், இரா., *சிந்துப் பாடல்களின் யாப்பிலக்கணம்*, பாவலர் பண்ணை, புதுச்சேரி, 1993.

திருமூர்த்தி, வெ.நா., *வெ.நா. திருமூர்த்தி பாடல்கள்*, நியூ செஞ்சுரி புக் ஹவுஸ், சென்னை, 1986.

தி.ஜ.ர., *எப்படி எழுதினேன்*, சக்தி காரியாலயம், மதுரை, 1943.

பத்மநாபன், ரா. அ. (ப–ர்) *பாரதி புதையல் பெருந்திரட்டு*, வானதி பதிப்பகம், சென்னை, 1982.

பாரதிதாசன், *மானுடம் போற்று*, பூம்புகார் பதிப்பகம், சென்னை, 1984.

புதுமைப்பித்தன் கதைகள் (ப–ர் : ஆ. இரா. வேங்கடாசலபதி), காலச்சுவடு பதிப்பகம், நாகர்கோவில், 2002.

பூலோக ரகசியம் என்னும் மதிமோசக் களஞ்சியம், சென்னை, 1928.

மணிமாறன், கடவூர் (ப–ர்), *கருப்பண்ண பிள்ளையின் கலியுகச் சிந்து*, விடியல் வெளியீட்டகம், கிருட்டினராயபுரம், 1998.

மருததுரை, அரு., *தமிழில் கொலைச்சிந்து*, அருணா வெளியீடு, முசிறி, 1991.

மாதவையா, அ., *பத்மாவதி சரித்திரம்*,

முத்தப்பன், பழ., *சிந்து இலக்கியம்*, உலகத் தமிழாராய்ச்சி நிறுவனம், சென்னை, 1983.

மீனாட்சிசுந்தரன், தெ. பொ., *நீங்களும் சுவையுங்கள்*, சர்வோதய இலக்கியப் பண்ணை, மதுரை, 1998.

முருகபூபதி, 'மதுரகவி பாஸ்கரதாஸ்', த. ஸ்டாலின் குணசேகரன் (தொ–ர்), *விடுதலை வேள்வியில் தமிழகம் 2*, நிவேதிதா பதிப்பகம், மாணிக்கப்பாளையம், 2000.

முகம்மது அண்ணாவியார் (ப—ர்), *நாகூர் புகைரத வழிச் சிங்கார ஒயிற் சிந்து*, சிங்கைப் பதிப்பகம், சென்னை, 1985.

ரகுநாதன், தொ.மு.சி., *இலக்கிய விமர்சனம்*, மீனாட்சி புத்தக நிலையம், மதுரை, 1980.

ரகுநாதன், தொ.மு.சி., *சமுதாய இலக்கியம்*, மீனாட்சி புத்தக நிலையம், மதுரை, 1980.

ராமலிங்கம் பிள்ளை, நாமக்கல் வெ., *என் கதை*, தமிழ்ப் பண்ணை, சென்னை, 1944.

ராஜகோபால பூபதி, தூசி, *மதிமோச விளக்கம்*, ஆனந்த போதினி, சென்னை, 1929.

ராஜநாராயணன், கி., *கட்டுரைகள்*, அன்னம், சிவகங்கை, 1991.

ராஜநாராயணன், கி., *கிடை குறுநாவலும் பன்னிரண்டு சிறுகதைகளும்*, அன்னம், சிவகங்கை, 1983.

ராஜநாராயணன், கி., *கோபல்லபுரத்து மக்கள்*, அன்னம், சிவகங்கை, 1990.

விந்தன், *பாலும் பாவையும்*, ஸ்டார் பிரசுரம், சென்னை, 1984.

வேங்கடாசலபதி, ஆ. இரா. (ப—ர்), *புதுமைப்பித்தன் கதைகள்*, காலச்சுவடு பதிப்பகம், நாகர்கோவில், 2000.

வேங்கடாசலபதி, ஆ. இரா. (ப—ர்), *புதுமைப்பித்தன் கட்டுரைகள்*, காலச்சுவடு பதிப்பகம், நாகர்கோவில், 2002.

வேங்கடாசலபதி, ஆ. இரா., *நாவலும் வாசிப்பும் : ஒரு வரலாற்றுப் பார்வை*, காலச்சுவடு பதிப்பகம், நாகர்கோவில், 2002.

ஜகந்நாதன், கி. வா., 'பழம் புஸ்தகங்கள்', *சுதேசமித்திரன்* (வாரப் பதிப்பு), 26 டிசம்பர் 1943.

ஜெயகாந்தன், *சிந்தையில் ஆயிரம்*, மீனாட்சி புத்தக நிலையம், மதுரை, 1987.

(ஆ) ஆங்கிலம்

Banerjee, Sumanta, *The Parlour and the Street*, Seagull, Calcutta, 1989.

Barnett, L.D. (compiler), *A Supplementary Catalogue of the Tamil Books in the Library of the British Museum*, London, 1931.

Baskaran, Theodore S., *The Message-Bearers: The Nationalist Politics and the Entertainment Media in South India*, Cre-A, Madras, 1981.

Blackburn, Stuart & A.K. Ramanujan, *Another Harmony: New Essays on the Folklore of India*, Oxford University Press, Delhi, 1986.

Burke, Peter, *Popular Culture in Early Modern Europe*, Harper & Row, New York, 1978.

Ghosh, Anindita, 'Cheap Books, "Bad" Books: Contesting Print Cultures in Colonial Bengal', *South Asia Research*, 18(2), 1998.

Hughes, Steve, 'The "Music Boom" in Tamil South India: Gramophone, Radio and the Making of Mass Culture', *Historical Journal of Film, Radio and Television*, 22(4), 2002.

James, Louis (ed.), *Print and the People, 1819-1851*, Allen Lane, London, 1976.

MacDermott, Kathy, 'Literature and the Grub Street Myth', in P. Humm, et al (eds.), *Popular Fictions*, Metheun, London, 1986.

Madhaviah, A., *Thillai Govindan*, London, 1916.

Martin, Henri-Jean, 'The Bibliotheque Bleue', *Publishing History*, Vol. 3, 1978.

Murdoch, John, *A Classified Catalogue of Tamil Printed Books with Introductory Notices*, Madras, 1865 (reprint 1968).

Neuburg, Victor E., *Popular Literature: A History and Guide*, Penguin, Harmondsworth, 1977.

Rogers, Pat, *Grub Street: Studies in a Subculture*, London, 1972.

Scribner, R.W., *For the Sake of Simple Folk: Popular Propaganda for the German Reformation,* Clarendon, Oxford, 1994.

Tamil Lexicon, University of Madras, Madras, 1912-1936.

Venkatachalapathy, A.R., 'Art in the Type Foundry: The Cultural Uses of Typemade Blocks in Tamilnadu', *Nunkalai*, March 1999.

Venkatachalapathy, A.R., 'Plague: The Subaltern Experience', *Radical Journal of Health*, 1(3), 1995.

Venkatachalapathy, A.R., 'Songsters of the Crossroads: Popular Literature in colonial Tamilnadu', *South Indian Folklorist*, 3(1), 1999.

Venkatachalapathy, A.R., 'Street Smart in Chennai: The City in Popular Imagination', in C.S. Lakshmi (ed.), *The Unhurried City: Writings on Chennai*, Penguin, New Delhi, 2004.

Winslow's A Comprehensive Tamil and English Dictionary, 1862 (AES reprint 1979).

HO/1023